"

முத்துலட்சுமி ரெட்டி, டாக்டர் அம்பேத்கரைப் போல், அவரது சமூகத்திற்குள் இருந்து போராடிய சீர்திருத்தவாதியாக இருந்தார். சமூக அமைப்பிற்கு வெளியிலிருந்து அதைச் செய்த சிலரிடமிருந்து இது வேறுபட்டது. அதுவே அவரது பலம். அத்துடன், அவர் ஒழிக்க விரும்பிய பாரம்பரியம் காப்பாற்றவும், பாதுகாக்கவும், வளர்க்கவும் வேண்டிய விலைமதிப்பற்ற அரிதான கலைச் செல்வங்களைத் தன்னகத்தே பெற்றிருந்தது. அதைப் பார்க்கவும் எடுத்துச் சொல்லவும் தூண்டியிருக்கும் கலை உணர்வு அவரது ரத்த நாளங்களில் பாய்ந்தோடிய குருதியுடன் கலந்திருந் திருக்கலாம். நிச்சயமாக, நாம் விழைவது போல் அனைத்தையும் பெற்று விட முடியாது. ஒரு பட்டியல் உண்டு. கலையுணர்வுடன் முத்துலட்சுமி, தனிமைப்படுத்தப்படாத பால சரஸ்வதி, சிருங்காரம் சேர்ந்த ருக்மிணி தேவி, சம்ஸ்கிருதமயமாக்கல் இல்லாத சுப்புலட்சுமி. நமது முன்முடிவுகள், முற்சாய்வுகள் அடிப்படையிலான விருப்பப்பட்டியல். இந்தப் புகழ்பெற்ற ஆளுமைகள் ஒவ்வொருவரும், அவர்களை வழிநடத்தும் உணர்வுகளைப் பெற்றிருந்தனர். அவர்களது தனிப்பட்ட இலக்குகளை அடைய, அவற்றிற்காக முயன்றனர். நமது இலட்சியங்களுக்கு இசைய நாம் அவர்களை வடிவமைக்க இயலாது. அவர்களது 'பாக்யவிதாதா'க்கள் நாம் அல்ல!

— கோபாலகிருஷ்ண காந்தி

V.R. தேவிகா

V.R.தேவிகா, பலரும் நன்கு அறிந்த கதைசொல்லி, கல்வியாளர், காந்திய அறிஞர். மகாத்மா காந்தியின் தகவல் தொடர்பு உத்திகளில் முனைவர் பட்டம் பெற்றவர். தட்சிணசித்ரா பாரம்பரிய அருங்காட்சியகம் மற்றும் தமிழ்நாடு, கலை, பண்பாட்டுப் பாரம்பரியத்திற்கான இந்தியத் தேசிய அறக்கட்டளை ஆகியவற்றுடன் தொடக்கத்திலிருந்தே தன்னை ஈடுபடுத்திக் கொண்டவர். பரத நாட்டியத்தில் பயிற்சி பெற்றிருக்கும் இவர், நடனம் மற்றும் பண்பாட்டுப் பாரம்பரியம் குறித்து விரிவுரைகள் அளிக்கிறார். பல விருதுகள் வென்றவர். காந்தியின் அகிம்சை லட்சியங்களைக் குழந்தைகளுக்குக் கொண்டு செல்லும் நோக்கில் அஸீமா அறக்கட்டளையை இவர் தொடங்கியுள்ளார்.

✦

மொழிபெயர்ப்பாளர்கள்

பட்டு எம். பூபதி ஆங்கிலத்தில் முனைவர் பட்டம் பெற்ற பேராசிரியர். விகடனில் முத்திரைக் கதைகள் உள்ளிட்ட ஐம்பதுக்கும் மேற்பட்ட சிறுகதைகள் எழுதியுள்ளார். தமிழிலிருந்து ஆங்கிலம், ஆங்கிலத்தில் இருந்து தமிழுக்கு மொழிபெயர்ப்புகள் செய்து வருகிறார். நல்லி திசையெட்டும் விருது பெற்ற முத்தொள்ளாயிரம், திருக்குறள் (காமத்துப்பால்) ஆகியவற்றை ஆங்கிலத்தில் அளித்திருக்கும் இவர், வேருக்கு நீர், சிந்தா நதி, காவல் கோட்டம் போன்ற நூல்களை சாகித்திய அகாதெமிக்கு ஆங்கிலத்தில் மொழிபெயர்த்துள்ளார்.

✦

அக்களூர் இரவி மாயவரத்தைச் சேர்ந்தவர். தொலைத்தொடர்புத் துறையில் பணியாற்றி ஓய்வு பெற்றவர். பத்துக்கும் மேற்பட்ட நூல்களை மொழிபெயர்த்துள்ளார். பராக் ஒபாமாவின் 'என் கதை', 'இந்தியப் பயணக் கடிதங்கள்', 'காந்தியும் பகத்சிங்கும்', 'அரசியல் சிந்தனையாளர் புத்தர்', 'கனவில் தொலைந்தவன்', திசையெட்டும் மொழிபெயர்ப்பு விருது பெற்ற 'இந்தியா என்கிற கருத்தாக்கம்' உள்ளிட்ட மொழி பெயர்ப்புகள் வெளிவந்துள்ளன.

முத்துலட்சுமி ரெட்டி

V.R. தேவிகா

தமிழாக்கம்

பட்டு எம்.பூபதி - அக்களூர் இரவி

கிழக்கு

முத்துலட்சுமி ரெட்டி

Muthulakshmi Reddy

V.R. Devika ©

© First published in Tamil by *New Horizon Media Private Limited* in arrangement with *Niyogi Books*. Originally Published in English as *"Muthulakshmi Reddy: A Trailblazer in Surgery and Women's Rights"* by *Niyogi Books*.

First Edition: January 2023
168 Pages
Printed in India.

ISBN: 978-93-90958-81-8
Kizhakku 1313

Kizhakku Pathippagam

177/103, First Floor, Ambal's Building, Lloyds Road, Royapettah, Chennai - 600 014. Ph: +91-44-4200-9603
Email : support@nhm.in Website : www.nhm.in

◼ kizhakkupathippagam ◼ kizhakku_nhm

Kizhakku Pathippagam is an imprint of New Horizon Media Private Limited

The views and opinions expressed in this book are the author's own and the facts are as reported by the author, and the publishers are not in any way liable for the same.

All rights reserved. No part of this publication may be reproduced, stored in a retrieval system, or transmitted, in any form or by any means, electronic, mechanical, photocopying, recording or otherwise, without the prior permission of the publishers.

சமர்ப்பணம்

கேஷவ் தேசிராஜுவுக்கு.
டாக்டர் முத்துலட்சுமியின் சரிதத்தை எழுத விரும்பியவர்.
தனது இறுதிக்காலத்தில் எனது கையெழுத்துப்
பிரதியை ஊன்றி வாசித்தவர்.

டாக்டர் வி. ஷாந்தாவுக்கு.
இந்தப் புத்தகம் எழுதப்படவேண்டும் என்று விரும்பியவர்.

நான் எழுதுவதற்கு உந்துசக்தியாக விளங்கிய
அவ்வை இல்லம், WIA (Womens India Association)
அமைப்புகளைச் சேர்ந்த அற்புதமான பெண்களுக்கு.

உள்ளே

	முன்னுரை	9
	மொழிபெயர்ப்பாளர் குறிப்பு	13
1.	பழையன கழிதல்	15
2.	நரிக்குன்றும் செந்நிறக் கட்டடமும்	33
3.	திருமணம்	50
4.	வாழ்வெனும் நாடக மேடை	68
5.	யுக தர்மம்	86
6.	தேவதாசிகள் பிரச்சனை	103
7.	அன்பின் இல்லம்	124
8.	புற்று நோய்க்குத் தீர்வு	141
	பின்னுரை	158
	அடிக்குறிப்புகள்	162

முன்னுரை

முத்துலட்சுமிக்கே இது குழப்பமான விஷயம்தான். Reddy அல்லது Reddi? அதன் ஆங்கில வடிவம் புரியாத குழப்பந்தான். அவரும் அவரது மகனும் இரு வடிவங்களையும் பயன்படுத்தினர்.

முத்துலட்சுமி அவரது வாழ்வின் பல்வேறு காலகட்டங்களில் சாதிக்கமுடியாத பணிகளைச் சாதிக்க நீண்ட நெடிய போராட்டங்களை நடத்தவேண்டியிருந்தது. 30-07-2019 அன்று நாம் காண முடிந்த கூகுள் சித்திரம் டாக்டர் முத்துலட்சுமி ரெட்டியின் 133வது பிறந்த நாளைச் சுட்டிக்காட்டியது. அவர் 1886ல் ஜூலை மாதம் 30ஆம் நாள் பிறந்தவர். அந்தச் சித்திரம் அவரைப் பெண்ணுரிமைக்குப் புதுப்பாதை வகுத்த முன்னோடியாகக் காட்சிப்படுத்தியிருந்தது.

கீதா தர்மராஜனும் நானும் 1985ல் அவ்வை இல்லத்தில் ஒரு திட்டத்தில் ஈடுபட்டிருந்தோம். அப்போதுதான் டாக்டர் முத்துலட்சுமி குறித்து தீவிரமாகப் படிக்கத் தொடங்கினேன். அப்போது, டாக்டர் முத்துலட்சுமி ரெட்டி குறித்த குறும்படத் தயாரிப்பிற்காக அவ்வை இல்லம் என் உதவியை நாடியது.

அச்சமயம் அவரது சுயசரிதையைப் படித்தேன். சென்னைக் கலைக் குழுவின் பிரளயன் இயக்குநராக இருந்து அந்தப் படைப்பை உருவாக்கினார். அதற்காக அவரது மகன் டாக்டர் கிருஷ்ண மூர்த்தியை, சிஷ்யை டாக்டர் வி.சாந்தாவை, அவருடன் பணிபுரிந்த சரோஜினி வரதப்பனை பேட்டி கண்டேன். சொல்லப்பட வேண்டிய வரலாறு அவருடையது என்று திடமாக உணர்ந்தேன்.

ஏனெனில், அவர் எழுதியவை அவரை இழிவாகப் பேசவே பயன்பட்டன. எனவே, அவரது பங்களிப்புகளை வெளிச்சம்

போட்டுக் காட்ட வேண்டிய அவசியம் இருந்தது. அவரது சீர்த்திருத்தப் பணிகளால் பயனடைந்த பெண்களிடம் உரையாடிய போது, மெத்தப் படித்த மனிதர்களும் இவர் போன்ற முன்னோடிகள் குறித்து மேலோட்டமான, தெளிவற்ற சிந்தனைகளைத்தான் கொண்டிருந்தனர்.

ஆனால், கிடைத்திருந்த வசதியான சூழல்களில் எளிதாக வாழ்ந்து சென்றிருக்கக் கூடிய வாய்ப்பிருந்தும், புதிய பாதையைச் சமைக்க முயன்ற அந்த முன்னோடிகள் சந்திக்க வேண்டியிருந்த சிரமங்களை ஏழை மனிதர்கள் திகைப்புடன் பேசினர்.

கிடைத்த ஒவ்வொரு வாய்ப்பையும் பயன்படுத்தி அவரைப் பற்றிப் பேசவும், பத்திரிகைகளில் எழுதவும் முடிவு செய்தேன். எனது ஒவ்வொரு உரையாடலிலும் ஏதோ ஒன்றைக் கற்றுக்கொண்டேன். டாக்டர் ரெட்டி குறித்த புதிய வாழ்க்கை வரலாறு ஒன்றை எழுதச் சொல்லி டாக்டர் வி. சாந்தாவும் என்னை வற்புறுத்தினார்.

இந்தப் பணியில் என்னை ஊக்குவித்து உதவி செய்த அனைவருக்கும் நன்றிகூற விழைகிறேன். அருமை சிநேகிதி ஹேமா ராமநாதன் முதல் பிரதியைப் படித்து, பயன்மிக்க கருத்துகள் அளித்து ஊக்கமூட்டினார். பேராசிரியர் எஸ்.சுவாமிநாதன் புதுக்கோட்டை பற்றிய பல தகவல்களை என்னுடன் பகிர்ந்துகொண்டார். நேசா ஆறுமுகம் எப்போதும்போல் பரிவுடன் என்னை ஊக்குவித்தாள். சென்னை வளர்ச்சி ஆய்வு நிறுவனத்தின் ஆனந்தி இந்தப் படைப்பைப் பொறுமையுடன் படித்து, பாராட்டினார்.

கீதாஞ்சலி கொலநாடு பயனுள்ள கருத்துகளைத் தெரிவித்தார். தமிழகத்தின் தேவதாசி மரபு குறித்த நர்மதாவின் பிஎச்.டி ஆய்வறிக்கையும் பா. ஜீவசுந்தரியின் மூவலூர் ராமாமிர்தம்மாளின் வாழ்க்கை வரலாறும் அந்தப் பிரச்சனையைத் தெளிவாகப் புரிந்துகொள்ள எனக்கு மிகவும் உதவின.

டாக்டர் வி. சாந்தாவின் சகோதரியான வி.சுசீலா அவ்வை இல்லத்தில் எனக்கு ஓரிடம் அளித்தார். அங்கேயே அமர்ந்து பதிவேடுகளையும் தொடர்புடைய ஏனைய பதிவுகளையும் படிக்கவும் புகைப்படங்களை அணுகிப் பார்க்கவும் அது பேருதவியாய் இருந்தது. டாக்டர் முத்துலட்சுமியின் உறவினர்களுடன் அற்புதமான உரையாடல்கள் மேற்கொள்ள முடிந்தது. குறிப்பாக அவரது தந்தைவழிப் பேரன் பி.கிருஷ்ணமூர்த்தியும் தாய்வழிப் பேரன் தயானந்த சுவாமியும் அளித்த தகவல்கள் விஷயங்களுக்கு புதிய தோற்றத்தை அளித்தன.

பேரப்பிள்ளைள் லட்சுமி பட்டாச்சார்யாவும் டாக்டர் கிருஷ்ணமூர்த்தி சுந்தரமும் அவர்களது பாட்டியைப்பற்றி ஏராளமாகப் பேசினார்கள். அவரது கொள்ளுப் பேத்திகள் டாக்டர் உமாவும் அவருடைய சகோதரிகளும் கொள்ளுப் பேரன் ராம் சூரியநாராயணனும் அவரைப்பற்றி அதிக உற்சாகத்துடன் உரையாடினர். அது போலவே அவ்வை இல்லத்தில் வளர்ந்த ஜானகியும், அங்கு கல்வி கற்ற புனிதாவும் நடனக் கலைஞரும் வரலாற்றாசிரியருமான ஜீதேந்திர ஹர்ஷ்ஃபெல்டு ஆகியோரும் மிகுந்த உற்சாகத்துடன் பெரிதும் உதவினார்கள். இந்த வாழ்க்கை வரலாற்றைச் சாத்தியமாக்கிய அனைவருக்கும் நன்றிக்கடன் பட்டுள்ளேன்.

திரு. கோபாலகிருஷ்ண காந்தி, முத்துலட்சுமி குறித்து குறிப்பு ஒன்றை அனுப்பிவைத்தார்; அவருக்கு எனது சிறப்பான நன்றி. இந்த நூலை (ஆங்கில பிரதி) எடிட் செய்த ஷாலினி அருண், வெளியிட முன்வந்த நிர்மல் காந்தி பட்டார்ஜிக்கும் நியோகி பதிப்பகத்திற்கும் எனது நன்றி. திரிஷா நியோகியின் இதமான உரையாடல்களுக்கும் என்னை அவர்களுக்கு அறிமுகம் செய்துவைத்த மினி கிருஷ்ணனுக்கும் நன்றியைத் தெரிவித்துக்கொள்கிறேன்.

இது அன்பின் உழைப்பாகும்.

V.R. தேவிகா

மொழிபெயர்ப்பாளர் குறிப்பு

இந்நூலை இந்நூலை மொழிபெயர்க்கத் தொடங்கிய பிறகு ஒரு கட்டத்தில் பெரியவர் முனைவர் பட்டு எம். பூபதியின் உடல்நிலை பாதிக்கப்பட்டதால், அவர் நிறுத்திய இடத்திலிருந்து தொடரவும் நூலை நிறைவு செய்யவும் எனக்கு வாய்ப்புக் கிடைத்தது. காதால் மட்டுமே கேட்டு வியந்திருக்கிற ஓர் ஆளுமையைத் தமிழில் அறிமுகப்படுத்த எனக்குக் கிடைத்த ஒரு வாய்ப்பாகவே இதனைக் கருதுகிறேன். மொழியாக்கத்தில் ஈடுபடும்போது பல இடங்களில் உணர்வெழுச்சியோடு இப்பிரதியோடு ஒன்றிவிட்டேன். சுந்தரம்பாளின் படுக்கையருகில் அமர்ந்து அவளது வேதனையை, வலியை, ஒன்றும் செய்ய இயலவில்லையே என்று கையறு நிலையில் தன் மீதே கோபத்துடன் அமர்ந்திருந்த, நிச்சயம் எப்பாடுபட்டாவது புற்று நோய் மருத்துவமனையை மெட்ராஸில் கட்டி முடித்தே தீருவேன் என்று மனத்தில் உறுதியுடன் சாதித்து முடித்த டாக்டர் அக்காவான முத்துலட்சுமி, இதய நோயால் இறந்துபோன தாத்தாவைப் பார்த்து, நான் மருத்துவம் தான் படிக்கப் போகிறேன் என்று சொல்லிய என் மகனை எனக்கு நினைவுபடுத்தினார்.

காந்திய கம்யூனிஸ்ட்டாக, ஒரு முன்மாதிரியாக வாழ்ந்து மறைந்த முன்னாள் நாடாளுமன்ற உறுப்பினர் தோழர் காத்துமுத்துவைப் பலிகொண்டது இந்த நோய்தான். எங்களுக்கு நண்பனாய், தோழனாய், வழிகாட்டியாய் வாழ்ந்த தொழிற்சங்கத் தலைவனை நாங்கள் இழந்ததும் இந்த நோயால்தான். இந்த நோயால் மனமும் உடலும் பாதிக்கப்பட்டவர்களுடன் நெருக்கமாகப் பழகும் சூழல் எனக்கு அமைந்தது. அடையாறு மருத்துவமனை உருவான விதம் குறித்த விவரிப்பை மொழிபெயர்க்கையில் உடல் சிலிர்த்தது. உலகம் முழுவதும் நாங்கள் அலைந்து திரிந்து 'பிச்சை எடுத்து'

சேகரித்த மருத்துவ உபகரணங்களையும் சாதனங்களையும் கும்பல் வன்முறை சில நிமிடங்களில் நொறுக்கிவிட்டால் என்னாவது என்ற பயத்தில் இதய வலியால் தாக்குண்ட டாக்டர் கிருஷ்ணமூர்த்தியின் சொற்கள் முத்துலட்சுமியின் தியாக வாழ்வையும் அர்ப்பணிப்பையும் எடுத்துரைக்கின்றன.

ஒருங்கிணைந்த தஞ்சை மாவட்டத்தில் இசை வேளாளர் சமூகத்தினர் அதிகம் வாழ்ந்தனர். இசையிலும் நடனத்திலும் நாதஸ்வரத்திலும் தவில் வாசிப்பதிலும் திறன் மிக்க அற்புதமான கலைஞர்கள் வசித்த வளமான பகுதி. தேவதாசி ஒழிப்பிற்கு ஆதரவான முதல் மாநாடு, மாயவரத்தில் இசை வேளாளர் சமூகத்தினரால் நடத்தப்பட்டது என்று நூல் கூறுகிறது.

நான் வசித்த ஊரில் மேளக்கார தெரு இருக்கிறது. அச்சமூகத்தைச் சார்ந்தவர்கள் என்னுடன் படித்தவர்கள்; நெருக்கமான நண்பர்கள். அந்தச் சமூகத்தினரில் பலரும் இன்று நன்கு கற்றறிந்தவர்களாக, அறிஞர்களாக, மிக அற்புதமான, மகிழ்வான வாழ்க்கையை நடத்து கின்றனர். சில பத்தாண்டுகளுக்கு முன்புவரை இந்த வாழ்க்கை அந்தச் சமூகத்தைச் சேர்ந்த மக்களுக்கு, குறிப்பாக பெண்களுக்கு, இன்னும் குறிப்பாக இளம் பெண்களுக்குக் கிடைக்கவில்லை. அவமானங்களையும், வேதனைகளையும் அவதூறுகளையும் தாங்கி வாழ்ந்த அவர்கள், முத்துலட்சுமி-ராமாமிர்தம்மாள் தலைமையில் எத்தகைய வீரஞ்செறிந்த போராட்டத்தை நடத்தினர் என்பதை இந்த நூல் விரிவாக விவரிக்கிறது.

அன்புத் தோழர் கடலூர் பாலனின் மகள் தோழர் பா. ஜீவசுந்தரியின் 'மூவலூர் இராமாமிர்தம்மாள் வாழ்வும் பணியும்' நூல் இராமாமிர்தம் அவர்களின் வாழ்வை, அவர் சந்தித்த சவால்களை எடுத்துரைக்கிறது. வழுவூரில் சென்று மணம் செய்து கொள்ளும் அவருக்கு வாழ்க்கைத் துணையாய் அமையும் நடன ஆசிரியரின் துணிவும் உறுதியும் அக்காலத்தில் அரிதானது. இராமாமிர்தம் அவரது முற்போக்குச் சிந்தனையை முன்னெடுத்துச் செல்ல உதவியதுடன் பின்னாளில் டாக்டர் முத்துலட்சுமியுடன் இணைந்து செயல்படவும் தூண்டுதலாய் இருந்திருக்கிறது. பாதை சமைப்பவர்களின் கால்களில் முட்களும், காயங்களும், பழமை வாதிகளின் எதிர்ப்பும் தவிர்க்க முடியாததே.

இன்றைக்கும் சாதி மேலாதிக்கத்துடன் நடந்துகொள்ளும் மனிதர்களைத் தினமும் சந்திக்க வாய்ப்புக் கிடைக்கிறது. நடையுலா செல்லும்போது காதில் விழுந்த 'அவர்கள் ஹோட்டல்ல என்னால்

சாப்பிட முடியாது. வீட்டிலே சமையல் பண்ணு' என்று மனைவியை அதட்டும் ஆண்களின் குரல், நிலைமை இன்னமும் மாறவில்லை என்பதை அழுத்தமாக வலியுறுத்துகிறது. ஆனால், 'மன்னி, வத்தக் குழம்பும் சுட்ட அப்பளமும் செய்து வை' என்ற நல்லமுத்துவின் பாசம் மிகுந்த குரல், மானுடத்தை உயர்த்திப்பிடிக்கும் மனிதர்கள் எந்தக் காலத்திலும் இருந்திருக்கிறார்கள், இருப்பார்கள் என்று உறுதியளிக்கிறது.

மரபை மீறி ஒரு ராஜாவே ஒரு பெண்ணுக்கு கல்லூரியில் படிக்க இடம் அமைத்துக் கொடுத்திருக்கிறார். ஆணாதிக்கம் கோலோச்சி காலத்தில், இந்தக் குழந்தைகளுக்கு நான்தான் அப்பா என்று நாராயணசாமி அய்யர் துணிந்து அறிவித்திருக்கிறார். உண்மையில் நம்மை வியப்பில் ஆழ்த்துவது, இவர்களுடன் 'உறவுக்காரியாய்' பழகும், தேடி வரும் சந்திரம்மாளுக்கு ஆறுதல் தரும் மன்னி லட்சுமி! இவர்களையெல்லாம் முத்துலட்சுமிக்கு இணையாகப் பாராட்டவும் வியக்கவும் வேண்டியிருக்கிறது.

இளைஞர்களுக்கும் மாணவ மாணவிகளுக்கும் இந்த வரலாறு ஒரு பாடமாகச் சொல்லித்தரப்பட வேண்டும். அதன்மூலம் 'முத்து'க்கள் சில நிச்சயம் தோன்றக்கூடும். இந்த அரிய வாய்ப்புக் கிடைத்ததற்கு கிழக்கு பதிப்பகத்திற்கும், திரு. பத்ரிக்கும், தோழர் மருதனுக்கும் நிச்சயம் நன்றி சொல்லவேண்டும்.

எனக்கு வழிகாட்டும், ஊக்கமளிக்கும் முனைவர் பூபதி அவர்களுக்கு நன்றி. என் மொழிபெயர்ப்புப் பணிகளுக்கு எப்போதும் துணை நிற்பவர் மனைவி சித்ரா. இந்தப் பணியிலும் நான் எழுதியவற்றை மடிக்கணினியில் மாற்றித் தந்தார். நூலின் அடிக்குறிப்புகளை எழுதித் தந்து உதவினார். அவருக்கும் என் குடும்பத்தினருக்கும் நன்றி.

அக்களூர் இரவி

சென்னை

1. பழையன கழிதல்

'**ச**ர்ஜரியில் ஒரு பெண் 100 மதிப்பெண்கள் பெற்றுள்ளாள், அதுவும் அவள் ஓர் இந்தியப் பெண்.'

லெப்டினென்ட் கர்னல் வில்லியம் ஜேம்ஸ் நிம்லாக் இருக்கையிலிருந்து குதித்தெழுந்தார். மெட்ராஸ் மருத்துவக் கல்லூரியின் அந்தச் சிவப்புக் கட்டடத்தின் வராந்தாவில் கையில் காகிதத்துடன் உரத்துக் கூவியபடி விரைந்து ஓடினார்.

ஒரு மாணவன் 100 மதிப்பெண்கள் பெறுவதே பெரும் பரபரப்பை ஏற்படுத்தியிருக்கும். ஆனால், அதுவே ஒரு மாணவியாக இருந்தால்? அதுவும் அந்த இளம் பெண் இந்தியப் பெண்ணாக இருந்தால்? அதுவும் சிறு நகரில் வளர்ந்த, வீட்டிலேயே படித்த சிறுமி அதைச் சாதித்திருந்தால்? அதுவும் அந்த 1912ம் ஆண்டில்?[1]

வகுப்புத் தோழிகள் சி.என். முத்துலட்சுமியைச் சூழ்ந்து கொண்டு கைத்தட்டி கொண்டாடியது அவளுக்கு மனவெழுச்சியைத் தந்தது. ஐந்து ஆண்டுகளுக்கு முன், இதே லெப்டினென்ட் கர்னல் லிம்லாக், எம்.பி.சி.எம் படிப்பில் (இளநிலை மருத்துவம், முதுநிலை அறுவைச் சிகிச்சை) அவள் சேரவேண்டாமென்று ஊக்கமிழக்கச் செய்ய, தடுக்கப் பார்த்ததை அவர் நினைத்துப் பார்த்தார். அந்தப் படிப்பிற்குப் பதிலாக எல்.எம்.எஸ். (மருந்து, அறுவைச் சிகிச்சைக்குத் தகுதிச் சான்று பெற்றவர்) பட்டப் படிப்பு போதும் என்று அவருக்கு ஆலோசனை கூறினார்.

அவர் தந்தை எஸ்.நாராயணசாமி ஐயரும், அவரும் பிரிட்டிஷ் மாகாணத்தில் மெட்ராஸ் என்று அழைக்கப்பட்ட இன்றைய சென்னைக்கு தெற்கில் 380 கி.மீ. தொலைவிலிருந்த புதுக்கோட்டையிலிருந்து படிப்பில் சேருவதற்காக மதராஸ் வந்திருக்கிறார்கள். அது 1907 ஆம் ஆண்டு. பிரிட்டிஷ் அரசாங்கம் நடத்திய கல்விக் கூடங்களில் ஒரு சில இந்தியப் பெண்கள்தான் முறையாகப் படித்துக் கொண்டிருந்தனர்.

எம்.பி.சி.எம். படிப்பிற்கான திடமான மனதும் துணிவும் பெண் பிள்ளையான முத்துலட்சுமிக்கு இல்லை என்று லெப்டினென்ட் நிம்லாக் நினைத்தார். அத்துடன் அந்தப் படிப்பிற்கு அதுவரையிலும் எந்தப் பெண்ணும் விண்ணப்பிக்கவும் இல்லை. அறுவை சிகிச்சைக்கு நீண்ட நேர உழைப்புத் தேவைப்படும். குருதியைப் பார்த்தாலே மயக்கம் போட்டு விழுந்துவிடும் மிருதுவான இருதயமும் மெல்லிய மனமும் கொண்டவள் அந்தப் பெண் என்று கருதினார். முத்துலட்சுமி தனக்குத்தானே சிரித்துக்கொண்டார். மாதவிடாயின்போதும் பிரசவத்தின்போதும் ரத்தத்தைப் பார்க்காதவர்களா பெண்கள்?[2] அந்தப் பட்டப்படிப்பில் சேர வேண்டும் என்று அவர் உறுதியாக இருந்தார்.

நாராயணசாமி ஐயரும் ஊக்கமூட்டும், இணங்க வைக்கும் திறனைப் பயன்படுத்தினார். அந்தப் படிப்பில் சேர்வதற்கான அறிவும் விடாமுயற்சியும் கொண்டவள் தன் மகள் என்ற பெரும் நம்பிக்கை அவருக்கு இருந்தது. அத்துடன், ஒரு யோசனையையும் அவர் தெரிவித்தார். தனது மகள் முதலாம் ஆண்டு எம்.பி,சி.எம் தேர்வுகளில் நல்ல மதிப்பெண்கள் பெறத் தவறினால், அவளைத் தகுதிச் சான்றிதழ் பட்டப்படிப்பிற்கு மாற்றிவிடலாம் என்று கூறிவிட்டார்.[3]

இதோ, படிப்பின் இறுதியாண்டில், அவள் வகுப்பிலேயே முதலாவதாகத் தேறியிருக்கிறார். அவர் வெளிப்படுத்திய திறமைக்கு அந்த ஆண்டின் பெரும்பான்மை பதக்கங்களையும் பரிசுகளையும் வென்றிருக்கிறார். பட்டமளிப்பு விழாவின்போது தங்கப் பதக்கங்களைப் பெறுவதற்கு மேடை ஏறியபோது பார்வையாளர்களின் மத்தியில் மகிழ்ச்சியும் பெருமிதமும் முகத்தில் பிரகாசிக்க அமர்ந்திருந்த தந்தையைப் பார்த்தார்.

இந்த இடத்திற்கு அவரை நிறுத்துவதற்கு அவர் செய்திருந்த தியாகத்தை நினைத்துப் பார்த்தார். புதுக்கோட்டை சமஸ்தானத்தின் மன்னர் ராஜா பைரவ மார்த்தாண்ட தொண்டைமானை எண்ணிப்

பார்த்து அவருக்கு மானசீகமாக நன்றி தெரிவித்தார். எதிர்ப்புகள் அனைத்தையும் ஒதுக்கித்தள்ளி அவரது படிப்பிற்காகப் பண உதவியும் ஊக்கமும் ஆதரவும் தந்தவர் அவர்.

நாராயணசாமி ஐயர் எச்.எச்.ராஜா கல்லூரியின் முதல்வர். அத்துடன் புதுக்கோட்டை மன்னர் குடும்பத்திற்கு ஆசிரியராகவும் பணியாற்றினார். அரண்மனைக்கும் கல்லூரிக்குமாக அவர் தன் நேரத்தைச் செலவழித்தார். அவருக்கு புதுக்கோட்டையில் நல்ல மதிப்பும் மரியாதையும் இருந்தது. நன்கு உடுத்திக்கொண்டு தலை நிமிர்ந்து நடந்தவர். காலை வேளைகளில் ராணுவ மைதானத்தில் உடற்பயிற்சி முடித்து திரும்பும்போது தனது வீட்டுத்திண்ணையில் கம்பீரமாக அமர்ந்திருக்கும் நாராயணசாமி ஐயரைப் பார்த்து விட்டால் ராஜா காரிலிருந்து இறங்கிவந்து அவருக்கு மரியாதை தெரிவிப்பார்.

அவரது மாணவர்களும் அவ்வாறே வணக்கம் சொல்லி மரியாதையுடன் நடப்பார்கள். அவர்களில் பலர் புதுக்கோட்டையின் முக்கியக் குடும்பங்களைச் சேர்ந்தவர்கள். சங்கீதம் மற்றும் பரத நாட்டிய ரசிகரான அவரது பெரிய விசாலமான வீடு மச்சுவாடிப் பகுதியில் தஞ்சாவூர் செல்லும் பிரதான வீதியில் இருந்தது. பிரபலமான, சங்கீத, பரதநாட்டியக் கலைஞர்களின் புரவலராக அவர் இருந்தார்.[4] அவர்களது நிகழ்ச்சிகளுக்கு ஏற்பாடு செய்வார். கற்றறிந்த, தாராளவாத பண்பு கொண்ட அந்தப் பிராமணரின் பிரியமான மகளாக முத்துலட்சுமி இருந்தார். தனது பிரிய மகள் விரும்பியபடி முறையான கல்வியை அவர் அளித்தார்.

மேளக்கார சாதியைச் சேர்ந்த சந்திரம்மாளின் மகள் என்பதால் முத்துலட்சுமி மிகுந்த பாரபட்சத்துடன் நடத்தப்பட்டார். இந்த வகுப்பைச் சேர்ந்த பெண்கள் இசையிலும் நாட்டியத்திலும் நன்கு பயிற்சி பெற்றவர்கள். கோயிலில் சாமியின் வீதியுலாவின்போதும் சடங்குகளின்போதும், சமூக நிகழ்வுகளிலும் பொதுவெளியிலும் நிகழ்ச்சிகள் நடத்த அவர்கள் அனுமதிக்கப்பட்டார்கள்.

சமயம் சார்ந்த விதிகளின்படி, பாரம்பரியமான அர்த்தத்தில் நாம் அறியும் திருமணத்தைச் செய்துகொள்ளும் உரிமை அவர்களுக்கு மறுக்கப்பட்டது. ஆனால், ஒரு மேல் சாதி ஆண் சட்டப்பூர்வமான அவனது மண வாழ்விற்கு அப்பால் இவர்களின் புரவலராக, துணையாக உறவு வைத்துக்கொள்ளலாம். இத்தகைய உறவின் மூலம் பிறக்கும் குழந்தைகளை, அவற்றின் தந்தையர்கள், அந்தக் குழந்தைகளுக்கு அப்பா என்று தங்களை சொல்லிக்கொள்ள

மாட்டார்கள். மேளக்கார வகுப்பினர் தம் பெயருடன் அவர்களது நகரத்தின் பெயரையோ, கிராமத்தின் பெயரையோ சேர்த்துக் கொண்டு அடையாளப்படுத்தி கொள்வார்கள். எடுத்துக்காட்டாக, திருகோகர்ணம் கனகாம்புஜம் அல்லது திருவாளப்புத்தூர் கல்யாணி என்பது போல்.

திருகோகர்ணம் கோயிலைச் சுற்றி நாராயணசாமியின் பிராமணச் சமூகத்தினரும், மேளக்கார வகுப்பினரும் வசித்தனர். ஒரு தெருதான் இடைவெளி. இசை மற்றும் நிகழ்த்துக்கலைகள் சார்ந்து இரண்டு சமூகத்தினரும் கலந்து பழகுவதற்கு வாய்ப்புகள் இருந்தன. மேளக்கார வகுப்பினர் பெற்றிருந்த இசை ஞானம் பெரிதும் மதிக்கப்பட்டது. எனினும் பிராமணர்கள் தாம் உயர்ந்தவர்கள் என்ற புரிதல் இருந்தது. அதையொட்டிய எழுதப்படாத விதிகள் எல்லோருக்கும் தெரிந்திருந்தன.[5]

ஆனால், முத்துலட்சுமியின் விவகாரம் வித்தியாசமான ஒன்று. நடைமுறையிலிருந்த வழக்கத்திற்கு மாறாக, விதிவிலக்காக, தனது குழந்தைகளுக்கு தந்தை தானே என்று நாராயண ஐயர் அங்கீகரித்தார்.[6] அந்தக் குழந்தைகளை வளர்ப்பதிலும் அவர்களுக்குக் கல்வி அளிப்பதிலும், அவர் காட்டிய மகத்தான அக்கறை புதுக்கோட்டையிலிருந்த அவரையொத்த அந்தஸ்திலிருந்த ஏனைய மனிதர்களிலிருந்து அவரை வேறுபடுத்திக் காட்டியது.

C.N. முத்துலட்சுமி என்ற தனது பெயரில் அவரது பெற்றோர் இருவரது அடையாளங்களையும் அவர் பெற்றிருந்தார். C என்பது கோவிலூர் சந்திரம்மாள் என்பதையும் N என்பது நாராயணசாமி ஐயரையும் குறித்தது. அந்தக் காலத்தில், ஒருவேளை இது முதல் முயற்சியாக இருக்கக்கூடும்.[7]

ஆனால், சிறுமியாக இருக்கையில் அவரைச் சுற்றியிருந்தவர் செய்த அவமதிப்புகளும் உதிர்த்த விமர்சனங்களும் ஒன்றை அவருக்கு எப்போதும் தொடர்ந்து உணர்த்திக் கொண்டே இருந்தன. அவர், அவரது தாயின் சாதியைச் சேர்ந்தவர்தான்; சாதியும் வர்க்கமும் உண்டாக்கியிருக்கும் சமூகப் படிநிலையில் அவரது தந்தையின் குடும்பத்தைக் காட்டிலும் அவர்கள் சில படிகள் தாழ்ந்தவர்களே.

அழகான, புத்திசாலியுமான 11 வயது சந்திரம்மாளுக்கு பொட்டுக் கட்டுதல் சடங்கு நடக்கவிருந்தது. சடங்குபூர்வமான திருமணத்தில் அந்தப் பெண் இறைவனுக்கு அர்ப்பணிக்கப்படுவாள். மன்னர் ராஜா ராமச்சந்திர தொண்டைமானின் சகோதரி ஒரு சிறப்பு வேண்டுகோளை நாராயணசாமியிடம் வைத்தார். நாராயணசாமிக்கு

அப்போது முப்பது வயதுதான். அந்த நிகழ்வில் அவரைப் புரவலராக இருக்கும்படி கேட்டுக்கொண்டார்.

நாராயணசாமியின் மனைவியான சிவகாமு ஓர் எளிய சாதுவான பெண்மணி. அவர்களுக்குப் பிறந்த இரண்டு குழந்தைகளும் சிசுக்களாகவே இறந்துவிட்டன. நாராயணசாமி ஒரு கூட்டுக் குடும்பத்தில் இருந்தார். பெற்றோர், மூத்த சகோதரர்கள், அவர்களது மனைவிகள் மற்றும் குழந்தைகளுடன் வசித்தார்.[8] அவர்களுடன் சுமுக உறவைப் பேணவேண்டும் என்பதற்காகக் குடும்பத்தின் கட்டளையை அவர் ஏற்க வேண்டியதாயிற்று.

பிராமணர் அல்லாதார் வீட்டில் சாப்பிடுவது தடை செய்யப் பட்டிருந்தது. ஆகவே சந்திரம்மாளின் வீட்டில் அவர் சாப்பிடுவ தில்லை. குடிக்கும் நீரையும் அவர் வீட்டிலிருந்தே எடுத்துச் செல்வார். ஆனால் சந்திரம்மாளுடன் அவரது உறவு எல்லோரும் அறிந்தது, வெளிப்படையானது. தயக்கத்துடன் என்றாலும் நாளடைவில் இந்த ஏற்பாட்டை புதுக்கோட்டை மக்கள் ஏற்றுக்கொண்டனர்.

முத்துலட்சுமி 1886 ஆம் ஆண்டு, ஜூலை முப்பதாம் தேதி பிறந்தார். அப்போது சந்திரம்மாளுக்கு பதினாறு வயதுதான். அவளுக்கு எட்டுக் குழந்தைகள் பிறந்தன. ஆனால், நான்கு பேர் மட்டுமே (மூன்று பெண்கள், ஓர் ஆண்) உயிர் பிழைத்தனர்: முத்துலட்சுமி, சுந்தராம்பாள், ராமையா, நல்லமுத்து ஆகிய நால்வர்.

இயல்பான அறிவும் அழகும் பிறருக்குத் தயங்காமல் உதவும் பண்பும் கொண்டு சந்திரம்மாள் நாராயணசாமி ஐயருக்கு மிகப் பொருத்தமான துணையாக இருந்தார். அவருடன் பழகியவர்கள், ஏன் நாராயணசாமி குடும்பத்தைச் சேர்ந்த சிலரும், உள்ளதை உள்ளவாறு துணிவுடன் சொல்லும் அவரது கண்டிப்பான குணத்தையும் மீறி அவரை மிகவும் நேசித்தனர்.[9]

ராமையா சந்திரம்மாளின் ஒரே மகன். அவன்மீது சந்திரம்மாள் அதிகக் கவனம் செலுத்தினாள். முத்துலட்சுமி சகோதரனின்பால் மிகுந்த அன்பு கொண்டிருந்தார். சுட்டித்தனம் மிகுந்தவன்; ஏதாவது வம்பில் எப்போதும் மாட்டிக்கொள்வான் என்று அவர் நினைவுகூர்கிறார். பெண் குழந்தைகளிடம் அதிகம் கண்டிப்பு காட்டும் சந்திரம்மாள் மகனை மட்டும் விட்டுவிடுவாள்.

ராமையாவுக்கு மலேரியா காய்ச்சல் கண்டது. பலவீனமடைந்து, ரத்தச் சோகை அவனைப் பீடித்தது. உடல் எடையும் மிக மோசமாக

குறைந்து போயிற்று. சந்திரம்மாள் வெறிபிடித்தவள் போலானாள். எல்லாவித மருந்துகளையும் கொடுத்துப் பார்த்தாள். இறுதியில் யாரோ ஒருவரின் ஆலோசனையின்படி ஒரு முஸ்லிம் வீட்டு வைத்தியரை வீட்டிற்கு அழைத்து வந்தாள்.

முத்துலட்சுமி அவரை உன்னிப்பாக பார்த்துக் கொண்டிருந்தார். அந்த வைத்தியர் ஈரப்படுத்திய மாவைப் பிசைந்து ராமையா மாதிரி பொம்மையைச் செய்தார். சில மந்திரங்களை உச்சாடனம் செய்து விட்டு, சென்றுவிட்டார். முத்துலட்சுமி சகோதரனின் அருகிலேயே உட்கார்ந்திருந்தார். மன உணர்வுக்கு கட்டுப்பட்டவராய், ஈரத் துணியை ராமையாவின் நெற்றியில் ஒற்றி எடுத்துக் கொண்டிருந்தார். அவனது காய்ச்சல் குறைந்து முற்றிலும் குணமடையும் வரை அதைத் தொடர்ந்து செய்தார். அந்த முஸ்லிம் குணமளிப்பவர்தான் தன் மகனின் நோயைப் போக்கியவர் என்று சந்திரம்மாள் நம்பினாள். அவருக்குப் பெருந்தன்மையுடன் நிறையச் சன்மானங்களை அனுப்பி வைத்தாள்.[10]

முத்துலட்சுமிக்கு நான்கு வயதிருக்கையில் அவர் ஒரு திண்ணைப் பள்ளிக்கூடத்தில் சேர்க்கப்பட்டார். பள்ளிக்கூடம் அவரது வீட்டிற்கு அருகில்தான் இருந்தது. பால் கணக்கும் ஏகாலியின் கணக்கும் எழுதும் அளவிற்கு லட்சுமிக்கு ஓரளவு தமிழும் கற்றுத் தரும்படி வாத்தியாரிடம் நாராயணசாமி ஐயர் விளையாட்டாக கூறியிருக்கிறார்.

சற்று உயரமான மண் மேடைமேல் வாத்தியார் அமர்வார். எழுத்தாணி கொண்டு பனையோலையில் தமிழ் எழுத்துகள் எழுதுவார். புத்தகம் போல், அடுக்கிக் கட்டப்பட்ட அந்தப் பனை ஓலைச் சுவடிகளை பெற்றோர்கள் வாங்கி குழந்தைகட்குக் கொடுக்கவேண்டும். பள்ளிக்கூடத்திற்கான சிறு வருவாயாகவும் அது இருந்தது. சட்டாம்பிள்ளையாக ஒருவன் நியமிக்கப்படுவான். கையில் பிரம்புடன் வகுப்பில் மாணவர்கள் ஒழுங்காக இருக்கிறார்களா என்று பார்ப்பது அவன் வேலை. பெண் பிள்ளைகளிடம் அவன் பட்சமாக நடந்துகொள்வன்; அவர்களைப் பிரம்பால் அடிக்கமாட்டான்.[11]

நாராயணசாமி ஐயர் தமது மகள்களுக்கும், துணைவி சந்திரம்மாளுக்கும் அதிக அளவு சுதந்திரம் அளித்தது குறித்து புதுக்கோட்டையில் ஏராளமான கிசுகிசுக்களும் புறம்பேசுதலும் நிலவின. ஆனால், கல்வியின் மூலம் குழந்தைகளின் உலகத்தை விரிவாக்கும் ஆர்வம் கொண்டிருந்த அவரது முயற்சிகளை இவை தடுக்கவில்லை.

கையில் சிலேட்டு பலகையுடன் முத்துலட்சுமி நெல்லுமண்டி பாலையா பள்ளிக்குச் செல்லும்போதெல்லாம் சிறுவர்கள் தெருமுனைகளில் நின்று இரக்கமற்ற சொற்களால் அவரைப் பழித்துப் பேசுவார்கள். அவர் தொடர்ந்து பொறுத்துக்கொள்ள வேண்டியிருந்தது. 'இதோ தேவடியாளின் மகள் பள்ளிக்கூடம் போகிறாள்' என்று அவளைப் பார்த்ததும் உரத்துப் பேசுவார்கள். (சடங்குபூர்வமான மண நிகழ்வின் மூலம் இறைவனுக்கு அர்ப்பணிக்கப்படும் மேளக்கார வகுப்பின் பெண்கள் தேவதாசி என அழைக்கப்பட்டார்கள்; அந்தச் சொல்லின் மருவிய கொச்சை வடிவம் தேவரடியாள் என்பது. சில ஆண்களின் துணையாக இருப்பார்கள்; ஆனால், எந்தவித கட்டாயப் பிடிப்பும் அதில் இருக்காது).

அப்படிப் பழித்து அவமானப்படுத்தும் சிறுவர்களைத் தவிர்க்க முத்துலட்சுமி குறுகிய தெருக்கள், சந்துகளின் வழியே பள்ளிக்குச் செல்வார். பள்ளிக்குள் நுழைந்ததும் பாதுகாப்பு உணர்வும் மகிழ்ச்சியும் அவருக்கு ஏற்படும். வரும் வழியிலிருக்கும் விநாயகர் கோயிலின் முன் நின்று, நல்ல மதிப்பெண்கள் எடுக்க வேண்டும், பள்ளிக்கு இடையூறின்றிச் சென்று அமைதியாக வீடு திரும்ப வேண்டும் என்று பிரார்த்தனை செய்வார்.[12]

பெண் குழந்தை பிறந்ததும் சந்திரம்மாளின் குடும்பம் பெரும் மகிழ்ச்சி அடைந்தது. அந்தச் சிறுமியைக் கோயிலுக்கு அர்ப்பணித்து அதன்மூலம் அவளைச் சம்பாதிக்கும் மனுஷியாக்கலாம் என்று இசை மற்றும் நாட்டியக் கலைஞர்களால் நிறைந்த குடும்பம் எண்ணியது. ஆனால் மேல் சாதி நாராயணசாமி ஐயரின் குடும்பத்தின் பார்வை வேறு. அங்கு பெண் குழந்தைகள் சுமையாகவே பார்க்கப்பட்டனர். எவ்வளவு சீக்கிரம் முடியுமோ, அவர்களுக்கு மணம் முடித்து அனுப்பிவிடுவார்கள்.

முத்துலட்சுமிக்கு பத்து வயதிருக்கும்போது, உறவினர் ஒருவருக்கு அவளை மணம் முடித்துவிட சந்திரம்மாள் விரும்பினாள். ஆனால், முத்துலட்சுமியின் நல்வாய்ப்பு சந்திரம்மாளின் குடும்பத்தில் ஓர் இறப்பின் மூலம் வந்தது. திருமணத்திற்கு முன்பே அந்த மரணம் நிகழ்ந்துவிட்டதால் சடங்குகள் நடத்தப்படாமல் நிறுத்தப்பட்டன.

நாராயணசாமி தனது மூத்த மகளின் மீது அதிகம் ஈடுபாட்டுடன் இருந்தார். வளர்த்தார். நீண்ட நடையுலாவுக்கு அவரை அழைத்துச் செல்வார். புதுக்கோட்டை பற்றிய கதைகள் சொல்வார். புதுக்கோட்டை 'தொண்டைமான் பரம்பரை' குறித்து அவரிடம்

விவரிப்பார். '1686ல் ராமநாதபுரம் ராஜா பல்லவராயன் என்ற அவரது பாளையக்காரரை நீக்கிவிட்டு, ராணி காத்தாயி நாச்சியாரின் சகோதரர், மைத்துனர் ரகுநாத ராய தொண்டைமானை அந்தப் பதவியில் புதிய ஆட்சியாளராக அமர்த்தியபோது இந்த வம்சம் தொடங்கியது.'

அடுத்த நூற்றாண்டுகளில், ராமநாதபுர ராஜ்ஜியத்தின் கீழ் ஆட்சியாளர்களாக தொண்டைமான் பரம்பரையினர் இருந்தாலும் அவர்கள் பெரும்பாலும் தனித்த சுயாதீனமான வெளியுறவுக் கொள்கையைத்தான் பின்பற்றினார்கள். மதுரை நாயக்கர்களுக்கு ஆதரவாக, ரகுநாத தொண்டைமான் தஞ்சாவூர் நாயக்கர்களை எதிர்த்துப் போரிட்டார். பின்னாட்களில், தஞ்சாவூர் நாயக்கர்களை எதிர்த்துப் போரிட்டு திருக்காட்டுப்பள்ளியைக் கைப்பற்றினார். ராஜதந்திர அடிப்படையில் அது ஒரு முக்கியமான நகரம்.

அடுத்து ஆட்சிக்கு வந்தவர் ராஜா விஜய ரகுநாத ராஜ தொண்டைமான். தந்தையின் மரணத்தைத் தொடர்ந்து, தாயாரும் தன்னையே எரியூட்டிக்கொண்டு இறந்துபோனதால் அவர் புதுக்கோட்டையின் அரசராக நியமிக்கப்பட்டார். அப்போது அவருக்கு வயது பத்து. கிழக்கிந்திய கம்பெனியால் நிர்வகிக்கப் பட்ட மதராஸ் அரசாங்கம், தஞ்சாவூரிலிருந்த அவர்களது பிரதிநிதி மேஜர் வில்லியம் ப்ளாக்பர்னுக்கு புதுக்கோட்டையை நிர்வகிக்கும் பொறுப்பை அளித்தது. மைனர் ராஜாவிற்கும் அவரது சகோதரனுக்கும் கார்டியனாக இருக்கும்படியும் பணித்தது.

முத்துலட்சுமிக்கும் அவரது உடன்பிறப்புகளுக்கும் புதுக்கோட்டை என்றால் புதிய கோட்டை. அந்த இடத்திற்கு பழமையான வரலாறு இருக்கிறது என்பதும், பழந்தமிழின் சங்க இலக்கியத்தில் (பொஆ 100 முதல் பொஆ 250 வரை) குறிப்பிடப்பட்டிருக்கும் இடம் என்பதையும் அவர்கள் அறிவார்கள். நாராயணசாமி மேலும் சில விளக்கங்களைக் கூறினார். பழமையான தமிழ்க் காப்பியமான சிலப்பதிகாரம் கொடும்பை அல்லது கொடும்பாளூர் குறித்துப் பேசுகிறது.

புதுக்கோட்டையில் இருக்கும் அந்த இடத்தைக் கடந்துதான் நாயகனும் நாயகியுமான கோவலனும் கண்ணகியும் மதுரைக்குச் சென்றார்கள் என்று கூறினார். மிகவும் ஆரம்பக் காலத்தில் படைக்கப்பட்ட அந்தத் தமிழ்க் காப்பியம், சோழர் தலைநகரான உறையூரையும் மதுரையையும் இணைக்கும் பெருவழிச்சாலையில் கொடும்பை இருந்ததாகக் குறிப்பிடுகிறது.[13]

கொடும்பாளூரில் இருக்கும் புராதனக் கோயில் பற்றியும், நார்த்தா மலையில் இருக்கும் விஜயாலய சோழீஸ்வரம் குறித்தும் நாராயணசாமி ஐயர் மிகவும் பெருமிதத்துடன் பேசுவார். அந்தக் கோயிலின் கட்டடக் கலையும் சிற்பக்கலையும் மாபெரும் ராஜ ராஜேஸ்வரம் அல்லது தஞ்சாவூர் பிரகதீஸ்வரர் ஆலயம் அமைந்திட தூண்டுதலாக இருந்திருக்கும் என்பார். இரு கோயில்களுக்கும் தரைமட்டத்திற்கு கீழ் அகழ்ந்தெடுத்து அமைக்கப்பட்ட அஸ்திவாரம் கிடையாது.[14] வியப்பூட்டும் அளவுக்கு மிக வலுவான, உயரமான கோயில் கட்டுமானம்; ஒன்றின் மேல் ஒன்றாக கற்களை அடுக்கி எழுப்பப்படும் அக்கால கட்டடக்கலை தொழில்நுட்பத்தால் முத்துலட்சுமி பெரிதும் ஈர்க்கப்பட்டார்.[15]

புதுக்கோட்டை பாரம்பரியத்தின் பேரழகு, சந்திரம்மாளின் குழந்தைகள் புத்திக் கூர்மையுடனும் ஆர்வமுடனும் வளர்வதற்கான தொட்டிலாக அமைந்தது. கல்லூரி நூலகத்திலிருந்து தந்தை கொண்டுவந்த புத்தகங்கள் அனைத்தையும் படித்து அக்குழந்தைகள் அறிவை விரிவாக்கிக் கொண்டார்கள்.

முத்துலட்சுமி இயல்பிலேயே சூட்டிகையான பெண். பள்ளிக் கூடத்தின் தலைமை ஆசிரியர் பாலையா என்னும் பால கிருஷ்ண ஐயரின் கவனத்தை அவர் கவர்ந்துவிட்டார். நெல்லுமண்டி பள்ளிக்கூடத்தின் தலைமையாசிரியர் அவர். இப்போது ஸ்ரீ குலபதி பாலையா மேல்நிலைப்பள்ளி என்று அழைக்கப்படுகிறது. பள்ளிக்கு அவர் வந்துவிட்டால் எல்லோருக்கும் மந்திர ஆற்றல் வந்தது போலத்தான். நல்ல உயரமும் ஆகிருதியும் கொண்டவர். அவரைப் பார்த்தவுடன் மாணவர்கள் நடுங்குவார்கள்; எனினும் பயபக்தியுடன் நடந்து கொள்வார்கள். பழங்காலத்து பண்டிதர்-ஆசிரியர் கலந்த நவீனக் காலத்தின் பதிப்பு அவர்.[16]

முத்துலட்சுமி பருவம் எய்தியதும் அவர் மேலும் படிப்பது கேள்விக்குறியானது. படிப்பை மேற்கொண்டு தொடரவேண்டும் என முத்துலட்சுமி வாதிட்டார். ஆனால், தாய் அவருக்குத் திருமணம் செய்ய வேண்டும் என்றார். தலைமை ஆசிரியர் பாலையா, அவரை மேலே படிக்க அனுமதியுங்கள் என்று சந்திரம்மாளை வேண்டிக்கொண்டார்.[17] முத்துலட்சுமியின்பால் அவருக்கு அதீதப் பாசம். அவரது முன்னேற்றம் குறித்துத் தெரிந்துகொள்ள அந்தக் குடும்பத்தை அவ்வப்போது தொடர்புகொண்டு பாலையா விசாரிப்பார்.

அந்த நாளில் பெண்கள் நான்காம் படிவம் (ஒன்பதாம் வகுப்பு) படிக்கும் வசதியுள்ள பள்ளி புதுக்கோட்டையில் கிடையாது.

அதனால் அவரது அப்பா மாதம் இரண்டு ரூபாய் சம்பளத்திற்கு தனியாக ஆசிரியரை ஏற்பாடு செய்தார்; நான்காம் படிவத்தின் பாடங்களை வீட்டிலேயே முத்துலட்சுமிக்கு அவர் சொல்லித் தந்தார். அதைத் தொடர்ந்து, ஐந்து மற்றும் ஆறாம் படிவங்களில் அவர் தேர்ச்சி பெறுவதற்கு நாராயணசாமி அய்யரே பெண்ணுக்குத் தினமும் இரண்டு மணி நேரம் சொல்லிக் கொடுத்தார். அவரது மேற்படிப்புக்கான வலுவான அஸ்திவாரமாக அது அமைந்தது.

1902ஆம் ஆண்டில் புதுக்கோட்டையைச் சேர்ந்த நூறு மாணவர்கள் மெட்ரிகுலேஷன் தேர்வு எழுதினார்கள். பத்துப் பேர் மட்டுமே அதில் தேர்ச்சி பெற்றனர்; முத்துலட்சுமி மட்டுமே ஒரே பெண். அதுவும் அவர் முதலாவதாக வந்திருந்தார். புதுக்கோட்டையில் இது பரபரப்பான செய்தி ஆயிற்று. அவரது தந்தைக்கு எல்லையற்ற மகிழ்ச்சி.

தொடக்கப்பள்ளி ஒன்றில் ஆசிரியப் பணிக்கு அழைப்பு வந்தது. ஆனால் முத்துலட்சுமி மேற்கொண்டு படிப்பதிலேயே ஆர்வமாக இருந்தார். அவர் தாய் திருமணம் செய்துகொள்ளும்படி நச்சரித்துக் கொண்டிருந்தார். திருச்சி செயின்ட் ஜோசப் கல்லூரியிலோ பாளையங்கோட்டை பெண்கள் கல்லூரியிலோ சேர விரும்பினார் முத்துலட்சுமி. ஆனால், இந்தக் கல்லூரிகளில் பெண்களுக்கான விடுதிகள் இல்லை. எனவே, வேறு வழியின்றி புதுக்கோட்டையின் எச்.எச்.ராஜா ஆண்கள் கல்லூரிக்கே, தர நிலையில் இரண்டாம் இடத்தில் இருந்தாலும், அங்கு பெண்கள் யாரும் படிக்கவில்லை என்றாலும், விண்ணப்பிக்க வேண்டியதாயிற்று.[18]

அந்தக் கல்லூரியில் மகளின் சேர்க்கைக்காக ராஜாவிடமே நாராயணசாமி வேண்டிக்கொண்டார். படிப்பில் தனக்கிருக்கும் ஆர்வத்தையும் கல்லூரியில் இடம் கொடுக்கும்படி வேண்டியும் முத்துலட்சுமி ராஜாவுக்கு ஆங்கிலத்தில் எழுதியிருந்த கடிதத்தை ராஜா பைரவ மார்த்தாண்ட தொண்டைமான் படித்தார். கடிதத்தால் வசீகரிக்கப்பட்ட அவர், கல்லூரியில் சேர்ந்து கொள்ள அனுமதி அளித்தார்.

இதைப் போன்ற ஒரு விஷயம் பரிசீலனைக்கு எடுத்துக் கொள்ளப் பட்டதே மக்களைத் திகைப்படையச் செய்தது. உண்மையில், கல்லூரி முதல்வர் ராஜாவின் தர்பாருக்குக் (அரசவைக்கு) கடிதம் ஒன்று எழுதினார்: 'அந்தப் பெண்ணைக் கல்லூரியில் சேர்த்துக் கொள்வது, ஆண்பிள்ளைகளுடன் சேர்த்து அந்தப் பெண்ணுக்கும் சொல்லித்தருவது என்ற முடிவு சரியானது என்று எனக்குத்

தோன்றவில்லை. இந்த நடைமுறை ஆண் பிள்ளைகளின் மன உறுதியைக் குலைத்துவிடும்'.

கல்லூரி ஆலோசனைக்குழு உறுப்பினரும் திவானும் முதல்வரின் கருத்துடன் உடன்பட்டனர். திவானுடைய கருத்து இப்படி இருந்தது: 'நகரத்திலிருக்கும் சர்க்கார் உயர்நிலைப்பள்ளிகளில் மேளக்கார வகுப்பைச் சேர்ந்த பெண்கள் நீண்ட காலமாகவே அனுமதிக்கப்படுவதில்லை. அதுமட்டுமின்றி, அந்தச் சாதியைச் சேர்ந்த பெண் ஒருத்தி மேலே படிப்பது என்பது நம் சமஸ்தானத்தில் பெண்கல்வி அளிப்பதற்கு எவ்விதத்திலும் உதவும் என்று நினைக்க வில்லை. இவ்வாறு செய்வது சரியல்ல என்று நினைக்கிறேன்.'[19]

வகுப்பறையில் முத்துலட்சுமியின் பாரம்பரியத்தைச் சேர்ந்த பெண்ணை உட்கார அனுமதித்தால் தங்கள் பிள்ளைகளைக் கல்லூரிக்கு அனுப்பமாட்டோம் என்று பெற்றோர்கள் எச்சரித் தார்கள். ஆசிரியர் ஒருவர் பணியை ராஜினாமா செய்துவிடுவதாக மிரட்டினார். அந்த நிலையில், மூன்று மாத காலம் தாற்காலிகமாக முத்துலட்சுமியை அனுமதிப்பது என்று ராஜா முடிவு செய்தார்.

அவரது நடத்தையைக் கண்காணித்து, அது திருப்தியாக இருந்தால் அவளைப் போன்ற இதர பெண்களுக்கும் கல்லூரியில் சேரும் வாய்ப்பு அளிக்கப்படும் என்று கூறினார். முத்துலட்சுமியின் இருப்பால் பிள்ளைகள் கெட்டுப்போகாமல் இருக்க அவர்களுக்கு உதவ விரிவான ஏற்பாடுகள் செய்யப்பட்டன. வகுப்பறையை இரண்டாகப் பிரிப்பதுபோல் திரை ஒன்று கட்டி தொங்கவிடப் பட்டது. ஆசிரியர்கள் மட்டுமே அவரைப் பார்க்கமுடியும்; மாணவர்கள் பார்க்க இயலாது. அந்த நாளின் முடிவில் கல்லூரியை விட்டு முத்துலட்சுமி வெளியேறியதும் மணி அடிக்கப்படும். அதன் பின்னரே மற்ற மாணவர்கள் வெளியேறுவார்கள்.

பேராசிரியர் பி.வி.காமேஸ்வர ஐயர் கற்பித்த ஆங்கில, சம்ஸ்கிருத வகுப்புகள் முத்துலட்சுமிக்கு மிகவும் பிடிக்கும். முத்துவின் பால் அவருக்குப் பிரியம் உண்டு. அவர் பட்டம் பெற்று வெளியில் வந்த பின்னரும் முத்துவைப் பற்றி விசாரித்துக் கொண்டிருப்பார். முத்து மெட்ராசில் மருத்துவம் படித்துக் கொண்டிருந்தபோதும் அவருக்கு உதவிகள் செய்தார். ராமச்சந்திர சாஸ்திரிகள் கற்பித்த வரலாறு பாடத்தில் லட்சுமிக்கு ஆர்வம் இருந்தது. 'அவர் தனது பாடத்தை மிகவும் சுவாரஸ்யமாக நடத்துவார். அவரது வகுப்புகளுக்காக மாணவர்கள் காத்துக்கொண்டிருப்பார்கள்' என்று தனது தன்வரலாற்று நூலில் முத்து அவரைப் பற்றி குறிப்பிடுகிறார்.[20]

இன்டெர்மீடியட் தேர்வில் குறிப்பிடும்படியான வெற்றியை முத்துலட்சுமி பெற்றார். கல்லூரியில் இவரை அனுமதிக்கக்கூடாது என்று ஆரம்பத்தில் எதிர்த்த, கல்லூரி முதல்வர் ராதாகிருஷ்ணன் அதைப் பாராட்டி அங்கீகரித்தார். நாராயணசாமிக்கு அவர் கடிதம் ஒன்று எழுதினார். இத்தகைய புத்திக் கூர்மையுள்ள, படிப்பில் ஆர்வம் கொண்ட பெண்ணை இதுவரையிலும் பார்த்ததில்லை என்று மெச்சியிருந்தார். இறுதித் தடையும் வீழ்ந்தது. அவருடைய வகுப்பு தோழர்கள் அனைத்துச் சாதியினரும் கலந்துகொண்ட விருந்து ஒன்றை ஏற்பாடு செய்து முத்துலட்சுமியைக் கௌரவித்தனர். இதுவும் ஒருவகையில் முதலாவதுதான்.

முத்துலட்சுமி, திருமண முயற்சியை உறுதியாக எதிர்த்ததையும், முறையான மேற்படிப்பு படிக்கவேண்டும் என்று வற்புறுத்தியதையும் அக்கம்பக்கத்தில் வசித்தவர்களும் உறவுகளும் கடுமையாக விமர்சித்தனர். மேற்படிப்பால் எந்தப் பயனும் இல்லை என்ற கருத்தையே சந்திரம்மாள் பற்றிக் கொண்டு நின்றாள். மூத்த மகளுக்குத் திருமணம் நடக்க வேண்டும்; பேரக் குழந்தைகள் வேண்டும் என்று கோயில்களுக்கு அடிக்கடிச் சென்றாள். பூஜைகள் செய்தாள்.

வேதனைக்குள்ளான முத்துலட்சுமி தந்தையிடம் விவாதித்தார்; மேற்படிப்பைத் தொடர்வதற்கு புதுக்கோட்டையை விட்டு செல்வதுதான் பலன் தரும் என்ற தனது கருத்தைத் தெரிவித்தார். தற்செயலாக நாராயணசாமியின் முன்னாள் மாணவர் டாக்டர் சீனிவாச ராவ் புதுக்கோட்டைக்கு வந்தது முத்துலட்சுமிக்கு நல்வாய்ப்பாக அமைந்தது. மெட்ராசில் மருத்துவப் பட்டப் படிப்புக்கு முத்துலட்சுமி விண்ணப்பிக்க முடியும் என்று அவர் ஆலோசனை கூறினார். முத்து காற்றில் பறந்தாள்.[21]

அந்த நேரத்தில் சந்திரம்மாள் டைஃபாயிட் காய்ச்சலால் பாதிக்கப் பட்டிருந்தாள். முத்துலட்சுமி தாயை மிகவும் கவனத்துடன் அருகிருந்து கவனித்துக் கொண்டார். சந்திரம்மாளின் இறுதிக் காலம் நெருங்கிவிட்டதோ என்று தோன்றியது. ஒன்றும் புரியாமல், முத்துலட்சுமி உருக்கத்துடன் இறைவனை வேண்டிக் கொண்டிருந்தார். உறவினர்களும் நண்பர்களுமாக சந்திரம்மாளுக்கு இறுதி விடைகொடுக்க வந்தவண்ணம் இருந்தார்கள்.[22] ஊரில் அவள் பிரபலமானவர் என்பதுடன், அனைவராலும் விரும்பப்பட்ட பெண்மணியாகவும் இருந்தவள். நாராயணசாமி ஐயர் அவள் அருகில் அமர்ந்து அழுதுகொண்டிருந்தார்.

அப்போது அங்கு வந்திருந்தவர்களில் ஒருவர் புதுக்கோட்டை மருத்துவமனைக்கு அமெரிக்காவிலிருந்து டாக்டர் ஒருவர் வந்திருப்பதாகச் சொன்னார். கடைசி முயற்சியாக, சந்திரம்மாளை வந்து பார்க்குமாறு டாக்டர் வான் ஆலன் கேட்டுக் கொள்ளப் பட்டார். அவர் வந்த நேரத்தில் சந்திரம்மாளுக்கு நினைவு திரும்பியிருந்தது; அவளைப் பரிசோதித்த டாக்டரின் ஆலோசனைகளை அவளால் பின்பற்ற முடிந்தது. அவர் மருந்து ஒன்றை எழுதிக் கொடுத்துச் சென்றார்; விரைவில் நோயிலிருந்து அவள் மீண்டாள். அந்தச் சம்பவம், மருத்துவப் பட்டம் பெற வேண்டும் என்ற முத்துலட்சுமியின் ஆர்வத்தை மேலும் உறுதி செய்தது.[23]

அந்த நேரம் புதுக்கோட்டை திவானுக்கும் நாராயணசாமிக்கும் இடையில் கருத்து வேற்றுமை ஏற்பட்டது. ராஜா கல்லூரியின் முதல்வர் பதவியையும் புதுக்கோட்டை கல்வி இயக்குநர் பொறுப்பையும் அவர் ராஜினாமா செய்துவிட்டார்.

சர் ஏ. சேஷைய சாஸ்திரி 1878ல் புதுக்கோட்டையின் திவானாக பதவி ஏற்றார். சமூகப் பிரச்சனைகளில் தன்னை ஈடுபடுத்திக் கொண்டார். கோயில்களின் மேம்பாடு, அம்மைநோய் தடுப்பு நடவடிக்கை மற்றும் கல்வித்துறையின் மேம்பாடு ஆகியன அவை. பொது ஜன ஆரோக்கியத்திற்கான பல நடவடிக்கைகளைச் செயல்படுத்தினார். நிதிநிலைத் திட்டத் தயாரிப்பு முறைகளை சீர்திருத்தினார்; நகர வளர்ச்சித் திட்டங்களை அமுல்படுத்தினார். காவல்துறை, நீதிமன்றங்கள், பொதுத்துறைத் திட்டங்கள், சமஸ்தானச் செயல் பாடுகள் பலவற்றில் பிரத்தியேகக் கவனம் செலுத்தினார்.[24] அவர் மிகப் பிரபலமான திவானாக இருந்தவர்; பல ஆண்டுகளுக்குப் பின்னும், அதாவது 1950களிலும் 1960களிலும் புதுக்கோட்டையில் பல வீடுகளில் அவரது புகைப்படம் மாட்டப்பட்டிருந்ததைக் காண முடிந்தது.[25]

ராஜா காலமான பின், அவரது வாரிசாக முறையாகத் தேர்ந்தெடுக்கப்பட்ட அவரது பேரனுக்கு பட்டாபிஷேகம் நடந்தது. 1886 மே மாதம் 2ஆம் தேதி, முத்துலட்சுமி பிறப்பதற்கு இரண்டு மாதங்கள் முன்னதாக அவர் அரியணை ஏறினார். சாஸ்திரி, பதினொரு வயது ராஜ மார்த்தாண்ட பைரவ தொண்டைமானின் 'திவான் ரெஜெண்ட்' (திவானாகவும் ஆட்சியாளராகவும்) ஆக பொறுப்பேற்றார்.

சட்டப்பூர்வப் பத்தொன்பது வயதை எட்டியவுடன் முழுமையான அதிகாரத்துடன் அவர் புதுக்கோடை சமஸ்தானத்தின் ராஜா ஆனார்.

முறைப்படி நடந்த தர்பாரில் அவர் பதவியேற்றார். மதாராஸ் ராஜதானியின் ஆளுநர் வென்லாக் பிரபு, நாராயணசாமி குடும்பம் உட்பட அதிக எண்ணிக்கையில் முக்கியப் பிரமுகர்களும், நலம் விரும்பிகளும் தர்பாருக்கு அழைக்கப்பட்டனர்.

ஐரோப்பிய ஆசிரியரிடம் பயின்ற அந்த இளம் மன்னருக்கு மேற்கத்திய பாணி வாழ்க்கை முறைதான் பிடித்திருந்தது.[26] பரவலாகப் பயணங்கள் மேற்கொண்டார். பிரிட்டனுக்கும் ஐரோப்பாவிற்கும் பலமுறை போய் வந்தார். 1915இல் ஆஸ்திரேலியாவிற்குச் சென்றவர் அங்கு ஒரு பாரிஸ்டரின் மகளான எஸ்மே மேரி ஃபீங்க் எனும் பெண்ணை மணம் செய்துகொண்டார்.

மோகன்தாஸ் கரம்சந்த் காந்தி தென் ஆப்பிரிக்காவிலிருந்து இந்தியா திரும்பி விடுதலை இயக்கம் புத்துயிர் பெற்றிருந்தது. புதுக்கோட்டையின் பிரபலமான குடிமக்கள் தம்மை விடுதலைப் போராட்டத்தில் உயிர்ப்புடன் ஈடுபடுத்திக் கொள்ளத் தொடங்கினர். ராஜா மார்த்தாண்ட பைரவ தொண்டைமான் இந்தியாவிற்கு வெளியிலேயே வசிப்பதென்று முடிவு செய்தார்.

மதராசில் முத்துலட்சுமியின் மேல் படிப்புக்கு உதவி செய்யுமாறு ராஜ மார்த்தாண்ட பைரவ தொண்டைமானை நாராயணசாமி வேண்டினார். அந்தப் பெண்ணின் உற்சாகத்தையும் புத்திசாலித் தனத்தையும் அறிந்து மகிழ்ந்த, தாராள மனங்கொண்ட ராஜா, மதராஸ் சென்று மருத்துவம் படிக்க உதவித் தொகையாக மாதம் ஒன்றுக்கு 50 ரூபாயும், புத்தகங்கள் வாங்கிக் கொள்ள ரூ.180 ரூபாயும் வழங்குவதற்கு அனுமதி அளித்தார்.[27]

முத்துலட்சுமி மதராஸ் புறப்படத் தயாரானார். சிறுவயது முழுவதையும் கழித்த புதுக்கோட்டையைச் சுற்றி வலம் வந்தார். தனது பெற்றோர்களுடன் தொடர்புடைய, சிறுவயதில் அவளைப் பாதித்த மரபார்ந்த விஷயங்களும் அவருக்குள் எதிரொலித்தன.

வரலாற்று ரீதியாக யுத்தங்கள் சில நடந்த, கோட்டைகள் நிறைந்த நகரம் புதுக்கோட்டை.[28] அந்த நகரத்தை ஊடறுத்தோடியது வெள்ளாறு. புகழ்பெற்ற பழந்தமிழகத்தின் பல்லவ, சோழ, பாண்டிய அரசுகளும் பின்னாளில் விஜயநகர ராஜ்ஜியமும் இந்த ஆற்றை இயற்கையான எல்லையாக எடுத்துக் கொண்டன. ஆற்றை அடுத்து உடனடியாக வளம் மிக்க விவசாய நிலங்கள். அது கோ-நாடு அல்லது ராஜாவின் தேசம் என்று அழைக்கப்பட்டது. ஆற்றுக்குத் தெற்கே புதர்களும் காடுகளும் நிறைந்த வள்ர்ச்சியற்ற நிலப்பகுதி.

இது, கா-நாடு அல்லது வனப் பிரதேசமாக கருதப்பட்டது.[29] இவை புதுக்கோட்டைக்குச் செழிப்பையும் வளத்தையும் தந்த வேளாண்மைத் தொழில்களுக்கு அடிப்படையாக இருந்தன. கலைகள் சார்ந்த தேடல்களுக்கும் உதவியாக அமைந்தன.

வரலாற்றுப் பேராசிரியர் ராமச்சந்திர சாஸ்திரிகள் தனது வகுப்பில் நகருக்கு அருகிலிருந்த நார்த்தாமலைக் குன்றுகளின் பாறைகளில் சமைக்கப்பட்டிருந்த பழைமையான குடவரைக் கோயில்களின், கல்வெட்டுச் சாசனங்களின் முக்கியத்துவம் பற்றிப் பெரிதும் புகழ்ந்து பேசுவார். புதுக்கோட்டையின் எந்த இடத்திலிருந்தும் ஐந்து கி.மீ. தூரத்தில் இருந்த பழைமையான, பெரும் பாறைக் கற்களால் குறிக்கப்பட்டிருக்கும் இடுகாட்டுப் புலங்களை அவர்கள் சென்று பார்த்தனர்.

அந்த இடம் புதிதாகத் தோன்றியது. சிறுமிப் பருவத்தில் அவர் அவற்றையெல்லாம் மிகச் சாதாரணமாக நினைத்திருந்தார். ஆளுருட்டிமலை என்ற இருண்மையான வரலாறு கொண்ட, மனிதர்களை உருட்டித் தள்ளும் மலை குறித்த தகவலையும் அறிந்துகொண்டார். மலை உச்சிக்கு அழைத்துச் செல்லப்படும் குற்றவாளிகள் அங்கிருந்து உருட்டித் தள்ளப்பட்டு, சாகடிக்கப் படுவார்களாம்!

குடுமியான் மலையில் (தலைக்குடுமியுடன் இருக்கும் இறைவனின் குன்று) சிக்கநாத இறைவனுக்குக் கோயில் இருக்கிறது. பக்தி கொண்ட அர்ச்சகருக்காக, அந்தக் கற்சிலை இறைவனின் தலையில் இயற்கையான தலைமுடி, குடுமி உண்டானது என்பது கதை. புதுக்கோட்டை அரசு ஆவணங்கள் குடுமியான் மலை பெயர்க் காரணம் குறித்து விவரிக்கின்றன.[30]

ஒரு நாள், கோயில் மூலவர் சிக்கநாதரின் பூசைக்காகக் கொண்டு வரப்பட்ட மலர்களை அர்ச்சகர் தனது காதலிக்குக் கொடுத்து விட்டாராம். அந்த நேரம் பார்த்து எதிர்பாராமல் கோயிலுக்கு ராஜா வந்திருக்கிறார். காதலி கூந்தலில் வைத்து எடுக்கப்பட்ட மலர்களைப் பிரசாதமாக அரசருக்கு வழங்குகிறார் அர்ச்சகர். பூக்களில் நீண்ட முடியைப் பார்த்து வியந்துபோன ராஜா அர்ச்சகரை விசாரிக்கிறார். பயந்து போன அவர், குற்றத்தை மறைக்க இறைவனது இயற்கையான முடி என்கிறார். அதேநேரத்தில் அர்ச்சகர் மனமுருகி ஈசனைப் பிரார்த்திக்கவும் செய்கிறார். அவரது பிரார்த்தனை ஏற்றுக்கொள்ளப்பட்டது. லிங்கத்தின் உச்சியில் ஒரு குடுமி வளர்ந்தது.

கோயிலின் இறைவி அகிலாண்டேசுவரியின் (சிக்கநாதரின் துணைவி) கர்ப்பக்கிருகத்திற்கு முன்னிருக்கும் மண்டபத்தின் கூரை சந்திரம்மாளின் பரம்பரையை நினைவுபடுத்துவது. கூரையில், ராசிகளின் குறியீடுகள் வரைந்து அலங்கரிக்கப்பட்டிருக்கும். பழந்தமிழர் இசையின் இசைக்குறிப்புகள் இந்த ராசி மண்டலங்களை அடிப்படையாகக் கொண்டவை என்பதை முத்துலட்சுமி தொடர்புப்படுத்திப் புரிந்துகொண்டார். பாறையில் சமைக்கப்பட்டிருக்கும் இந்தக் கோயிலின் தென்புறச் சுவரில் கிரந்த எழுத்துகளிலும் சம்ஸ்கிருதத்திலும் பொறிக்கப்பட்டிருக்கும் இசை தொடர்பான தகவல்கள் மிகவும் புகழ்பெற்றவை. முத்து லட்சுமியின் கவனத்தை அவை ஈர்க்கத் தவறவில்லை.

முத்துலட்சுமி, தம்பி, தங்கைகளுடன் 15 கி,மீ. தொலைவிலிருந்த சித்தன்னவாசல் குகைகளுக்கு நடந்து சென்றார். குகைச் சுவர்களில் அழகான எழில்மிகு ஓவியங்களை அங்கு பார்க்கமுடியும். நடனமாடும் பெண்களின் மெல்லிடையும் அகன்ற இடுப்பும் விதவிதமான நுட்பமான அழகுள்ள ஆபரணங்களும் புராணக் கதைகளின் அப்சரஸ்களின் அழகை நினைவூட்டின. அந்தப் பெண்களின் நடன நிலையும் முகபாவங்களும் தாளகதியையும் உயிரோட்டமுள்ள நடன அசைவுகளையும் சுட்டிக் காட்டுகின்றன. அத்துடன் ஆரம்பக் காலத்து ஜைன ஓவியத் திறனுக்கு சிறந்த எடுத்துக்காட்டுகளாகவும் திகழ்கின்றன.

ஒன்பதாம் நூற்றாண்டைச் சேர்ந்த ஸ்ரீமார ஸ்ரீவல்லப பாண்டிய மன்னன் பழுதுபார்க்கும் பணிகள் செய்துள்ளதாக கல்வெட்டுகள் தெரிவிக்கின்றன. அப்படியானால், அந்தக் குகையும் ஓவியங்களும் அதற்கும் முன்னதாக அகழ்ந்தெடுத்துப் பாதுகாக்கப்பட்டிருக்க வேண்டும் என்று முத்துலட்சுமி கருதினார்.

அதன்பின் அவர்கள் விராலிமலைக்குச் சென்றார்கள். புகழ் பெற்ற சண்முகநாதப் பெருமாள் கோயில் அங்கு உள்ளது. முருகனின் வாகனமான மயில் பெருங்கூட்டமாகக் கோயிலைச் சுற்றிக் கொண்டிருந்தது. பரதக் கலையின் இருக்கை என்று இந்தக் கோயில் கருதப்படுகிறது. நடன இலக்கியம் கூறும் முப்பத்திரண்டு அடவுகளுக்கும், ஒவ்வொரு அடவிலும் தனித்த சிறந்த பயிற்சி பெற்ற திறன் மிக்க நடன கலைஞர்கள் இங்கு இருந்துள்ளனர் என்று வரலாற்று மரபு கூறுகிறது.

மகா சிவராத்திரியன்று பெருந்திரளாகக் கூடியிருக்கும் மக்கள் முன்னால் இரவு முழுவதும் விராலிமலை குறவஞ்சி நாட்டிய

நாடகம் நடக்கும். இவர்களின் குடும்பம் முழுவதும் அதைக் கண்டுகளிக்கச் செல்வார்கள். இந்த நடனக் கலைஞர்களின் சமூகம் சந்திக்கும் தொல்லைகளையும் இன்னல்களையும் சோதனைகளையும் மகிழ்ச்சியான தருணங்கள் அனைத்தையும் முத்துலட்சுமி நன்கு அறிந்தவர். அவரது தாய்வழி உறவுகளின் மூலம் அவர் இவற்றையெல்லாம் அறிந்துகொண்டார்.

திருகோகர்ணத்திலிருக்கும் பிரசித்திப் பெற்ற பிரகதாம்பாள் கோயிலில் ஒவ்வொரு நாளும் மாலை வழிபாட்டிற்குப் பின் இசைக் கச்சேரி நடைபெறும். கும்மி, கோலாட்டம், அம்மானை என்று இளம் பெண்களின் பலவகை நிகழ்வுகளும் சதிர்க் கச்சேரியும் நடைபெறும்.

டெர்ரகோட்டா கடுமண் சிற்பங்களுக்கும் பெயர் பெற்ற ஊர் புதுக்கோட்டை. போர்த் தெய்வங்களான ஐயனார் சிற்பங்கள் எங்கும் காண முடிந்தவை. அனைவரும் பார்க்கும் வகையில் கிராமங்களின் எல்லைகளில் பெரிய குதிரைச் சிற்பங்களும் ஊர்க்காவல் தெய்வங்களின் சிலைகளும் நிறுவப்படுகின்றன. துர்த்தேவதைகளிடமிருந்தும் இயற்கை இடர்களிலிருந்தும் இவை தங்களைக் காப்பாற்றும் என்பது கிராம மக்களின் நம்பிக்கை.

கிராமத் தெய்வங்களை மகிழ்விக்கும் வகையில் ஜல்லிக்கட்டு நடத்தப்படுகிறது. முத்துலட்சுமியும் உடன்பிறந்தோரும் புகழ் பெற்ற புதுக்கோட்டை ஜல்லிக்கட்டையும் சென்று பார்த்தனர். அதிகளவு சமயச் சார்பின்றி நடத்தப்படும் உள்ளூர் வீரவிளையாட்டு அது. ஊரைவிட்டு வெளியேறத் தயாராகும் நிலையில் இந்தக் காட்சிகளும் அனுபவங்களும் அவருக்குச் சிறப்பானவையாய்த் தோன்றின.

முத்துலட்சுமியும் அவர் தந்தையும் மெயின் லைன் மார்க்கத்தில் மெட்ராஸ் செல்லும் போட் மெயிலில் ஏறினர். தாயும் உடன் பிறப்புகளும் கண்களில் நீர்மல்க அவருக்கு விடை கொடுத்தார்கள்.

பிராமணர்களின் வீடுகளில் அம்மா சந்திரம்மாளின் வகுப்பைச் சேர்ந்தவர்களை ஓர் எல்லைக்குமேல் அனுமதிக்கமாட்டார்கள் என்பதை முத்துலட்சுமி அறிவார். அந்த வீடுகளில் அவர்களுக்கு நீரோ அல்லது வேறு பானமோ கொடுத்தால், வீட்டுக்காரர்கள் பயன்படுத்தும் குவளைகளில் தரமாட்டார்கள்; வேறு பாத்திரங்களில்தான் கொடுப்பார்கள். தாழ்ந்த வகுப்பினர் குடித்தபின் கழுவி ஓர் ஓரமாக வைக்கவேண்டும். அவை மீண்டும் சுத்தம் செய்யப் படும்.[31]

அவர் நாடிச் செல்லும் கல்வியால் இந்த வழக்கங்கள் நிறைந்திருக்கும் சமூகத்தில் மாற்றம் கொண்டுவர வேண்டும் என்ற தீவிரமான உறுதிப்பாட்டை, இந்த வருத்தமூட்டிய அனுபவங்கள் பூஞ்சையான, பலவீனமான அந்தப் பெண் முத்துலட்சுமியிடம் ஏற்படுத்தின.

ஓர் அசாதாரணப் பயணத்தை முத்துலட்சுமி தொடங்கினாள். அந்தப் பயணம் ஆயிரக்கணக்கான மனிதர்களின் வாழ்க்கையில், பல தலைமுறைகளுக்குப் பெரும் தாக்கத்தை ஏற்படுத்தப்போகிறது என்பதை அவர் படிப்புக்கு உதவி செய்துகொண்டிருந்த மார்த்தாண்ட பைரவ தொண்டைமான் உணர்ந்திருக்க வாய்ப்பில்லை.

✦

2. நரிக்குன்றும் செந்நிறக் கட்டடமும்

கல்வி, சுதந்திரம், பொறுப்புடைமை ஆகியன தனி மனிதனிடமும் அவனது இனத்திடமும் பொதிந்திருக்கும் சிறந்ததை வெளிக்கொணர்கின்றன. சாதி, கொள்கை அல்லது நிறம் அனைத்தையும் தாண்டி அனைத்து ஆண்களுக்கும் பெண்களுக்கும் இது பொருத்தமானது.

- டாக்டர் முத்துலட்சுமி ரெட்டி[1]

1907ம் ஆண்டு. ஆல்பர்ட் ஐன்ஸ்டைன் புவியீர்ப்பு விசை விதியைத் தனது சார்பியல் கொள்கையுடன் தொடர்புப்படுத்தத் தொடங்கினார்; மரியா மாண்டிசோரி ரோம் நகரில் தனது முதல் பள்ளியை ஆரம்பித்திருந்தார். இந்த ஆண்டில்தான் மோகன்தாஸ் கரம்சந்த் காந்தி தென் ஆப்பிரிக்க நீதிமன்றத்தில் தோன்றினார். இந்தியர்கள் அனைவரும் தங்களைப் பதிவுசெய்துகொள்ள வேண்டும்; இல்லையேல் வெளியேற்றப்படுவார்கள் எனும் டிரான்ஸ்வால் சட்டத்தை எதிர்த்து நடந்த போராட்டத்தை தலைமை தாங்கியது தானே என்று குற்றத்தை ஒப்புக்கொண்டு அதிகபட்சத் தண்டனை அளிக்கும்படி வேண்டிக்கொண்டார் காந்தி.

1907ம் ஆண்டில்தான் ஓர் இளம்பெண் தன் தந்தையுடன் மெட்ராசுக்கு வந்து சேர்ந்தாள். முத்துலட்சுமியும் அவரது தந்தையும் பி.எஸ்.கிருஷ்ணசாமி ஐயர் வீட்டிற்குச் சென்றனர். கிருஷ்ணசாமி, பொதுப்பணித்துறையில் ஒரு பொறியாளர். புதுக்கோட்டையில்

நாராயணசாமியின் பழைய மாணவர். அவர் மனைவி தர்மாம்பாள் எனும் தர்மசம்வர்த்தினியும் அவரது மகன்கள் சுவாமிநாதன், வெங்கட்ராமன், ஸ்ரீனிவாச சஞ்சீவி ஆகியோரும் இவர்களை அன்புடன் வரவேற்று உபசரித்தனர்.

தந்தையும் மகளும் மயிலாப்பூரில் சில பொருட்களை வாங்கினர். லஸ் சந்திப்புக்கு நடந்து வந்து, கடற்கரையிலிருக்கும் சாந்தோம் சர்ச்சிலிருந்து செண்ட்ரல் ரயில் நிலையத்துக்கு அருகிலிருந்த மூர் மார்கெட்டுக்குச் செல்லும் டிராம் வண்டியில் ஏறினர். முத்து லட்சுமியின் மருத்துவப் படிப்பிற்குத் தேவைப்பட்ட சில புத்தகங்களை அங்கு வாங்கினர்.[2] அவர் கவலையும் பதட்டமுமாக இருந்தார். ஆனால், இவற்றை மீறிய விழைவுகள் முத்துவை ஆட்கொண்டிருந்தன. அவரது தந்தையிடம் புதுக்கோட்டை ராஜாவின் சகோதரர் ஒருவரிடமிருந்து பெற்ற மிகச் சிறந்த அறிமுகக் கடிதம் இருந்தது.

இளம்பெண் முத்துலட்சுமியிடம் இருந்ததெல்லாம் தன்னம்பிக்கையும் படித்து மருத்துவராக வெண்டும் என்ற உறுதிப்பாடும்தான். உயர்நிலைப் பள்ளிப் படிப்பையே முடிக்க இயலாத நிலையில் இளம் பெண்கள் இருந்த காலம் அது. மிகவும் கடினமான எம்.பி.சி.எம் படிப்பில் சேருவதற்குத் தீவிரமாக அழுத்தம் கொடுக்க வேண்டும் என்பதை அவர் எதிர்பார்க்கவில்லை. தாய் சந்திரம்மாளை அவர் பார்த்திருந்தார். இளம் பெண்களை ஆசை நாயகிகளாக அர்ப்பணிக்கும் சமூக அமைப்பிலிருந்து வெளி வந்திருக்கும், அசாதாரண, உறுதிமிக்க பெண்மணி அவர். புதிய பாதையைச் சமைப்பதற்கு தேவையெல்லாம் உறுதியான நம்பிக்கையும், ஊக்கம் மிகுந்த செயல்பாடும் கனிவான இதயமுமே என்பதை முத்துலட்சுமி நன்கு அறிந்திருந்தார்.

மெட்ராஸ் மருத்துவக் கல்லூரியில் சேர்ந்து, அந்த வாழ்க்கை பழக்கமான பின்னர் மருத்துவத் துறையில் பணியாற்றிய பெண்கள் பற்றித் தகவல் சேகரிப்பதில் முத்துலட்சுமி ஈடுபட்டார். பிரிட்டனில் மருத்துவராகத் தகுதி பெற்ற முதல் பெண்மணி எலிசெபத் காரெட் ஆண்டர்சன். தனக்காகப் போராடினார். உயர் நிலையில் இருந்தவர்களிடம் வேண்டினார்.[3]

Royal College of Physicians நிறுவனத்தில் சேருவதற்குத் தன்னை அனுமதிக்கும்படி முடிவில்லாமல் கடிதங்களும் மனுக்களும் ஆண்டர்சன் எழுதினார். தான் எழுதிய கடிதம் ஒன்றில், விரிவுரை நடக்கும் அறையின் 'இருண்ட மூலையில் மறைவான ஓர் இடம்

தந்தாலும் போதும்' என்று எலிஸபெத் இறைஞ்சினார். அவரது வேண்டுகோள்கள் அனைத்தும் நிராகரிக்கப்பட்டன. ஆனால் அவர் வேண்டுவதை நிறுத்தவில்லை. இறுதியில், வேண்டா வெறுப்புடன் Society of Apothecaries 1865ல் அவருக்கு வரம்புக்குட்பட்ட மருத்துவ உரிமம் வழங்கியது.

எலிசபெத் ஆண்டர்சன் எதிர்கொண்ட சிரமங்கள் முத்துலட்சுமியின் இதயத்தை வியப்பால் நிரப்பின. பிரிட்டிஷ் மருத்துவமனைகளில் பணியாற்றப் பெண்கள் அனுமதிக்கப்படவில்லை. பின்னாளில், பெண்கள் மட்டுமே பணிபுரியும் முதலாவது மருத்துவமனையை எலிசபெத் தோற்றுவித்தார். பின்னர், பள்ளி நிர்வாகக் குழு ஒன்றில் தேர்ந்தெடுக்கப்பட்ட பிரிட்டனின் முதல் பெண்மணி ஆனார். அதன்பின் ஆல்டிபர்கின் மேயர். பிரிட்டனின் முதல் பெண் மேயர்! பெண்களின் வேலைவாய்ப்பை மேம்படுத்தும் நோக்கம் கொண்ட ஓர் அமைப்பில் அவர் சேர்ந்தார். எலிசபெத் (பிளாக்வெல்) என்ற மற்றொரு பெண்மணியின் உதவியுடன் பெண்கள் பணியாற்றும் தொழிலாக மருத்துவமும் இருப்பதற்காக பல்வேறு விரிவுரைகளை ஏற்பாடு செய்தார்.[4] மருத்துவர்களின் பதிவேட்டில் 1859ல் சேர்க்கப்பட்ட முதல் பெண்மணி எலிசபெத் பிளாக்வெல் (1821-1910). அதன்பின் பத்தாண்டுகளுக்குப் பின் அமெரிக்காவில் தகுதி பெற்றார். ஆனால், 29 பல்கலைக் கழகங்கள் அவரை ஏற்றுக்கொள்ளவில்லை.[5]

மேரி ஷார்லீப் 1878ஆம் ஆண்டு மெட்ராஸ் மருத்துவக் கல்லூரியில் பட்டம் பெற்றார்.[6] மெட்ராஸ் நீதிமன்றத்தில் தொழில் புரிய பயணித்து வந்த கணவர் பாரிஸ்டர் வில்லியம் ஷார்லீப்புடன் அவரும் வந்தார். பெண்களின் கர்ப்ப காலம் தொடர்பான பிரச்சனைகளுக்கும், பிரசவத்தின் பெண்கள் இறந்துபோகும் நிலைக்கும் போதிய மருத்துவ வசதி இல்லாததே காரணம் என்பதை அறிந்தார். அந்தச் சூழல் மருத்துவ உதவி செய்யும் அனுபவம் பெறும் ஆவலை அவருக்குள் ஏற்படுத்தியது. எனவே, மருத்துவக் கல்லூரி ஒன்றில் சேர விரும்பினார்.

எனினும், குடும்பத்தை விட்டுவிட்டு, படிப்பதற்காக அவர் இங்கிலாந்து செல்வதைக் கணவர் விரும்பவில்லை. அங்கு அப்போதுதான் பெண்களுக்கு மருத்துவப் பள்ளிகளில் அனுமதி கிடைக்கத் தொடங்கியிருந்தது. 1875ல் முதல் நான்கு பெண்களில் ஒருவராக மெட்ராஸ் மருத்துவக் கல்லூரியில் அவர் நுழைந்தார். மருந்து, அறுவைச் சிகிச்சை, பேறுகால உதவி ஆகியவற்றில் அவர்களுக்கு மருத்துவ உரிமம் அளிக்கப்பட்டது.

மெட்ராஸ் பெண்கள் மற்றும் குழந்தைகள் மருத்துவமனையின் லெப்டினெண்ட் ஏ.எம்.பிரான்ஃபுட் பெண் மருத்துவ மாணவர்களுடன் அதிகம் பழகியவர் அல்ல. மேரி ஷார்லீபிடம் அவர் இவ்வாறு கூறியதாகச் சொல்லப்படுகிறது: 'வார்டுகளை நீங்கள் சுற்றிப் பார்ப்பதைத் தடுக்கமாட்டேன். ஆனால், உங்களுக்குச் சொல்லித்தர மாட்டேன்.' பட்டம் வாங்கியதும் மேரி ஷார்லீப் குழந்தைகளுடன் இங்கிலாந்துக்குத் திரும்பினார். சிறிய கப்பல் ஒன்றில் பயணிக்கும் அளவுக்குக் குழந்தைகள் வளர்ந்திருந்தனர். அவர் கவனம் முழுவதும் இதுவரையிலும் மருத்துவப் பட்டம் பெறுவதில் இருந்தது.

இங்கிலாந்துக்கு அவர் திரும்பும் நோக்கங்களில் ஒன்று பெண் மருத்துவப் பணியாளர்கள் கொண்ட மருத்துவச் சேவையை இந்தியாவில் உருவாக்குவதுதான். இந்தக் காலகட்டத்தில் மெட்ராஸ் மருத்துவக் கல்லூரியில் பட்டம் பெற்ற டாக்டர் ஒருவர், பிரிட்டனில் பதிவு செய்துகொண்டு அங்கேயும் அதன் காலனிகளிலும் மருத்துவத் தொழில் செய்ய முடியும். 1989ல் மேரி ஷார்லீபின் வெற்றியை, லண்டன் பல்கலைக் கழகத்தின் பட்டம் பெற்ற முதல் பெண் மருத்துவர் என்று பிரிட்டிஷ் பத்திரிகைகள் கொண்டாடின; அடிப்படை மருத்துவத் தொழிலுக்கான உரிமத்தை-அனுமதியை மேரி மெட்ராசில் பெற்றதையும் வெகுவாகப் பாராட்டின.[7]

1883 ஆம் ஆண்டு மேரி ஷார்லீப் இந்தியாவிற்குத் திரும்பி வந்தார். மெட்ராஸ் மருத்துவக் கல்லூரியில் பேறுகால உதவி, பெண் நோயியல் (Gynecology) பாடங்களில் விரிவுரையாளர் ஆனார். அதே பாடங்களுக்கு மெட்ராஸ் பல்கலைக்கழகத்தில் தேர்வு அதிகாரியாகவும் பணி ஏற்றார். அதன்பின் மதராசில் சாதி இந்துக்கள், கோஷா பெண்களுக்கு ராயல் விக்டோரியா மருத்துவ மனையைத் தோற்றுவித்தார். பின்னாளில், கஸ்தூர் பாய் காந்தி பெண்கள், குழந்தைகள் மருத்துவமனை என்று அது பெயர் மாற்றம்பெற்றது. இந்த மருத்துவமனையில்தான் முத்துலட்சுமி முதல் இந்தியப் பெண் ஹவுஸ் சர்ஜனாகப் பணியாற்றினார்.

துணிவுமிக்க பெண்கள் காட்டிய பாதையில் முத்துலட்சுமி பயணத்தைத் தொடங்கினார். சவால்கள் நிறைந்த நாட்கள் தம்முன் இருப்பது அவருக்குத் தெரியும். ஆனால், அவரது மனதிடம் அபாரமானது. அப்பாவின் ஆதரவும் இருப்பதால், தன்னால் கடினமாக உழைக்கமுடியும் என்று கருதினார்.

‘இந்த வரலாறெல்லாம் முரண்பாடாக இல்லையா அப்பா?’ என்று அப்பாவிடம் கேட்டார் முத்துலட்சுமி. ‘ஏனெனில் அடிப்படையில் பெண்கள்தானே அன்பையும் அக்கறையும் அளிப்பவர்கள்’. புன்னகைத்த நாராயணசாமி தான் படித்திருந்ததை அவருடன் பகிர்ந்துகொண்டார். ‘1621ல் ராபர்ட் பர்ட்டன் ‘Anatomy of Melancholy’ எழுதினார். இன்றைக்கு ஆரவாரம் செய்யும் மருத்துவர்களைக் காட்டிலும் அந்த நாட்களில் மனைவியோ கிராமத்துப் பெண்களோ அவர்களுக்குத் தெரிந்த அல்லது சில தோட்டத்து மூலிகைகளைக் கொண்டு பெரும்பாலும் நல்ல சிகிச்சைகள் அளித்திருக்கிறார்கள்’ என்று குறிப்பிட்டுள்ளார்.

தவிரவும், மருத்துவக் குறிப்புகள் அம்மாக்களிடம் இருந்து மகள்களுக்குச் சொல்லித் தரப்பட்டன. தைலங்களும், மருந்துகளும் அடங்கிய சிறிய அலமாரிகள் ‘சமையலறை பண்டுவமாக’ இருந்தன. தோட்டத்திலிருந்து பறித்து வரும் மூலப் பொருட்களைச் சேகரித்து வைப்பதையும் மருந்து செய்வதையும் பொதுவாக பெண்கள் அறிவார்கள். சமையலறை அலமாரி அதற்கு வழக்கமாக உதவும்.

அடுத்து முத்துலட்சுமி எங்கு தங்குவது என்ற கேள்வி எழுந்தது. மெட்ராஸ் மருத்துவக் கல்லூரியில் பெண்களுக்கு விடுதி கிடையாது. நகரத்தில் இருந்த மற்ற விடுதிகள் கிறிஸ்தவப் பெண்களுக்கு மட்டும் இடமளித்தன. கிருஷ்ணசாமி ஐயரும் தர்மாம்பாளும் ஓரிடத்தை வாடகைக்கு எடுத்துத் தந்தனர். குடும்பத்துக்கு வேண்டிய உதவிகளைச் சாத்தியமான வழிகளெல்லாம் செய்தனர். பெண்களை நடத்தும் விதத்திலும் பெண்களது சுதந்திரத்திற்கான வழிமுறை அவர்களது கல்வி மேம்பாடே என்பதையும் அறிந்த முற்போக்குவாதிகளாய் அந்த இணையர் இருந்ததை முத்துலட்சுமி கண்டார்.

ஒரு புதிய வாழ்வைத் தொடங்குகிறோம் என்ற பரவசத்திலிருந்த முத்துலட்சுமியை புதுக்கோட்டையிலிருந்து வந்த சோகமான செய்தி தாக்கியது. அவருக்கு மிகவும் பிரியமான தாய்வழி உறவுப் பெண் பிரசவத்தின்போது இறந்துவிட்டாள். முத்துலட்சுமி மெட்ராசுக்கு புறப்பட்டபோது கண்களில் நீர் ததும்ப அந்தப் பதினாறு வயது இளம்பெண் அவருக்கு விடை கொடுத்து அனுப்பினாள்.

அவள் மரணம் ஒரு விஷயத்தை அவருக்குத் தெளிவாக்கியது. பெண்களை இறைவனுக்குச் சேவை செய்பவர்களாக

அர்ப்பணிக்கும் வழக்கத்தை முற்றாக நிறுத்தவேண்டும். தேவையேற்பட்டால் அதற்காகப் போராடவும் வேண்டும். அந்தப் பெண் சிசுவை எடுத்து வந்து தன் குழந்தையாக வளர்க்க முடிவு செய்து அதற்கு சுப்புலட்சுமி என்ற பெயரும் சூட்டினார்.

நகர வாழ்க்கையுடன் இயைந்து போக அவருக்கு சிறிது காலம் பிடித்தது. வீட்டுக் காரியங்களை தந்தை தனது பொறுப்பில் எடுத்துக்கொண்டார். முத்துலட்சுமிக்கு பூஞ்சையான உடம்பு. அத்துடன் ஏராளம் படிக்க வேண்டியிருந்தது. அதனால், அவர் மிகவும் சோர்ந்துபோனார். அவரது தந்தை அவரை நடையுலாவிற்கு அழைத்துச் செல்வார். தந்தையுடனான உரையாடல்கள் அவரை உற்சாகமான மனநிலையில் வைத்தன. ஒவ்வொரு நாள் மாலையிலும் அவர் கல்லூரியிலிருந்து வருவதற்காகவும், அன்றைய கல்லூரி நடப்புகளை மகளுடன் பேசித் தெரிந்து கொள்ளவும் ஆவலுடன் காத்திருப்பார். மாலையில் உரிய நேரத்தில் அவர் திரும்பாவிட்டால் கையில் லாந்தர் விளக்குடன் ஒருவரை அனுப்பி பாதுகாப்பாக அழைத்துவரச் செய்வார்.[8]

மெட்ராஸ் மருத்துவக் கல்லூரியில் அப்போது மிகக் குறைவான எண்ணிக்கையில்தான் மாணவிகள் இருந்தனர். மதிய உணவிற்காக கல்லூரி உணவகத்திலிருந்து ஒரு பன் வாங்க மட்டுமே அவரால் முடிந்தது. அத்துடன் அருந்த ஒரு குவளை நீர்.

உடலியல் பேராசிரியர் கர்னல் நிப்லாக் அயர்லாந்தைச் சேர்ந்தவர். கல்லூரி முதல்வரும் அவர்தான். எதையும் பட்டென்று பேசும், சிறிதும் இங்கிதம் தெரியாதவர் என்றாலும், கூர்மையான நகைச் சுவை உணர்வும், இயற்கை அறிவும், இரக்க சுபாவமும் தாராளமாக நிறைந்தவர். திறன்மிக்க அறுவை சிகிச்சை மருத்துவர். நோயாளி களுக்கு உற்சாகமூட்டி நம்பிக்கை அளிப்பதில் வெகு சமர்த்தர்.[9]

முத்துலட்சுமியின் இரும்பை ஒத்த மனவுறுதி அந்த ஐரிஷ் மனிதரின் இதயத்தைத் தொட்டுவிட்டது. முத்துலட்சுமியால் அவரின் கவனத்தை வெல்ல முடிந்தது. படிப்பில் முத்துலட்சுமியின் செயல் பாடுகளை அவர் அடிக்கடி பாராட்டத் தொடங்கினார்.

முத்துலட்சுமியால் சிரமத்தை உணர முடிந்தது. ஆனால், மெட்ராஸ் மருத்துவக் கல்லூரியிலிருந்து அறுவை சிகிச்சையில் பட்டம் பெறும் முதல் இந்தியப் பெண்ணாக வெளிவர வேண்டும் என்ற அவரது உறுதியுடன் ஒப்பிடுகையில், அவரது முயற்சி அவ்வளவு முனைப்பு மிக்கதாக இல்லை.

மெட்ராஸ் இப்போது ஓரளவுக்குப் பழக்கமாகிவிட்டது; தங்கை களையும் தம்பியையும் படிப்பதற்காக மதராசுக்கு அழைத்து வரும்படி தந்தையைக் கேட்டுக்கொண்டார். அதன்படி ராமையா மெட்ராஸ் கிறித்துவக் கல்லூரியில் பி.ஏ. வகுப்பில் சேர்க்கப் பட்டார். தங்கைகள் சுந்தராம்பாளும் நல்லமுத்துவும் எழும்பூர் பி.டி.பள்ளியில் (தற்போது பிரசிடென்ஸி உயர்நிலை பள்ளி) சேர்க்கப்பட்டனர்.

குழந்தை சுப்புலட்சுமியையும் அழைத்துவரும்படி அம்மாவை வற்புறுத்தினார். சந்திராம்மாள், குழந்தையுடன் தாய்ப்பால் கொடுப்பதற்கு ஒரு பெண்ணையும் அழைத்து வந்தாள். வீடு நிறைந்து ஆட்கள், வேலைகள் அதிகரித்துவிட்டன. முத்து லட்சுமிக்குப் படிக்கும் நேரம் குறைந்துவிட்டது. அழைத்து வந்த பெண்ணால் பலன் ஏதுமில்லை. பல இரவுகளில் தரையில் அமர்ந்து குழந்தையை மடியில் போட்டுக்கொண்டு முத்துலட்சுமி பாடங்களைப் படித்தார். அவரும் ஆஸ்துமாவால் பாதிக்கப் பட்டிருந்தார். ஆனால், அவர் அதை வெளியில் சொல்லாமல் இருந்தார். தாய்க்குத் தெரிந்துவிட்டால் எல்லோரையும் கூட்டிக் கொண்டு மூட்டை முடிச்சுகளுடன் புதுக்கோட்டைக்குத் திரும்பிப் போய்விடுவாளோ என்ற அச்சம்தான்.[10]

ஒய்எம்சிஏ விடுதியில் தங்கியிருந்த சில ஆங்கிலோ-இந்திய செவிலியர்கள் முத்துலட்சுமியை அவர்களது அறைக்கு அழைத்துச் சென்று கிறிஸ்தவத்தின் பெருமை பற்றிப் பேசினார்கள். அவரை மதம் மாறுவதற்கு இணங்கவைக்க முயன்றனர். எனது இறைவனை வேறெங்கும் அல்ல, எனது பெற்றோரிடம்தான் காண்கிறேன் என்று பதிலளித்து அவர்களைக் காட்டிலும் தான் மேலானவர் என்பதை முத்துலட்சுமி வெளிப்படுத்தினார்.[11]

திருமணம் செய்துகொள்ளும்படி சந்திரம்மாள் முத்துலட்சுமிக்குப் பெரும் அழுத்தம் கொடுத்தார். அவசரப்படுத்தினார். தாய் புதுக்கோட்டைக்குத் திரும்பும்போதெல்லாம், முத்துலட்சுமி தந்தையை மதராசுக்கு வந்துவிடும்படி சொல்வார். அதன்மூலம், திருமணத்தை ஒட்டி இருவருக்கும் இடையில் எழும் வாக்கு வாதங்களைத் தவிர்க்கலாம் என்று அவர் எண்ணினார்.[12]

தந்தையின் மெட்ராஸ் வருகை எப்போதும் அவருக்குப் பெரும் ஆறுதலாக இருக்கும். உடன்பிறப்புகளையும் வீட்டில் இருக்கும் கைக்குழந்தையையும் பார்த்துக்கொள்வது, தனது மருத்துவப் படிப்பு என்று மிகக் கடினமான பணியை அவர் செய்துகொண்டிருந்தார்.

அப்பா இருக்கும்போது அவர் சமையலைப் பார்த்துக்கொள்வார். காலையில் தேநீர் தயாரித்துக் கொடுப்பார். விடியலில் நான்கு மணிக்கே எழுந்து குழந்தைகளின் தேவைகளுக்கு வேண்டியதைச் செய்ய ஆரம்பித்துவிடுவார்.

பள்ளிவிட்டு வந்து மாலையில் படிக்க உட்காரும் குழந்தைகளோடு அப்பாவும் அமர்ந்துகொள்வார். அவர்களுக்குச் சளி பிடித்துக் கொண்டாலோ, காய்ச்சல் வந்தாலோ கைவைத்தியம் செய்வார். வெப்பமானியால் அவர்களது காய்ச்சலின் அளவைக் குறித்துக் கொள்வார். கைகளால் நாடித்துடிப்பை அவதானிப்பார். வீட்டில் மிகச்சிறிய மெடிக்கல் தராசு வைத்திருந்தார். அவசர சிகிச்சைக்காக மருந்துப்பொடிகளும் வைத்திருந்தார்.[13]

திருமணம் செய்துகொள்ள விரும்பாத மகளின் போக்கைத் தாங்கிக் கொள்ள முடியாத சந்திரம்மாள், சிறிது காலத்தில் புதுக்கோட்டை திரும்பிவிட்டார். மதராசில் வீட்டுக் காரியங்களைக் கவனித்துக் கொள்ள தனது தமையன் குப்புசாமி ஐயரின் மருமகள் லட்சுமியை மதராசுக்கு வருமாறு நாராயணசாமி கேட்டுக்கொண்டார். லட்சுமிக்கும் சந்திரம்மாளுக்கும் இடையில் நல்லுறவு நிலவியது. லட்சுமியை நம்பத்தகுந்த அந்தரங்க உறவாக சந்திரம்மாள் எண்ணியிருந்தாள். ஆறுதலுக்காக லட்சுமியைத் தேடி எப்போதும் வருவாள். லட்சுமி மகிழ்ச்சியுடன் அந்த வேண்டுகோளை ஏற்றுக்கொண்டாள். உறவுக்காரக் குழந்தைகளைப் பார்த்துக் கொள்ள மதராசுக்கு வந்தாள்.[14]

இவற்றையும், சந்திரம்மாள், நாராயணசாமி ஐயர் சம்பந்தப்பட்ட இது போன்ற நிகழ்வுகளையும் லட்சுமி தனது பேரன் பி.கிருஷ்ணமூர்த்தியுடன் பகிர்ந்துகொள்வார்.[15] முத்துலட்சுமியின் இளைய தங்கை நல்லமுத்து மெட்ராஸ் ராணி மேரி கல்லூரியின் முதல் இந்திய முதல்வரானார். இந்திய நாடாளுமன்றத்தின் மேல்சபை உறுப்பினராகவும் நியமிக்கப்பட்டார். காரைக்குடியில் நடந்த ஒரு நிகழ்விற்கு தலைமை விருந்தினராக அவர் அழைக்கப் பட்டிருந்தார். லட்சுமிக்கு முன்னரே இதுகுறித்து தகவல் அனுப்பி இருந்தார். மதராஸ் வீட்டில் அவர்களுக்குச் செய்து தரும் வத்தக் குழம்பும் சுட்ட அப்பளமும் வேண்டுமென்று கேட்டிருந்தாள். விழா முடிந்ததும் இவற்றை ருசித்துச் சாப்பிடவே அவள் மீண்டும் புதுக்கோட்டைக்கு வந்தாள்.

பல தலைமுறைகளுக்குப்பின், இரண்டு கிருஷ்ணமூர்த்திகளும் சந்தித்த போது, முத்துலட்சுமியின் மகன் டாக்டர் கிருஷ்ணமூர்த்தி

இதை மீண்டும் விவரித்தார். முத்துலட்சுமியின் மூத்த மகன் ராம்மோகன் புதுக்கோட்டைக்குச் சென்றபோது லட்சுமி மன்னியின் சமையல் பற்றிய இது போன்ற விஷயங்களை அவரும் பகிர்ந்து கொண்டார். அவளது பேரக் குழந்தைகளுக்கு தலா ஒரு ரூபாய் பரிசாகக் கொடுத்தார். அந்த நாட்களில் அது பெரிய தொகை.[16]

இரண்டாம் ஆண்டில் முத்துலட்சுமி மிகக் கடினமான பாடங்கள் என்று கருதப்பட்ட உடலியல், உடற்கூறியல், கரிம வேதியியல் ஆகிய பாடங்களில் அதிக மதிப்பெண்கள் பெற்று தேர்ச்சி பெற்றிருந்தார். அந்த ஆண்டு உயிரியலில் ஆனர்ஸ் பெற்று தேர்ச்சி அடைந்தார். பட்டமும் பெற்றார். தேர்வாளர் கர்னல் வான் கேசெல், ஆனர்ஸ் சான்றுப் பத்திரம் வழங்கும்போது, கல்லூரியின் தலை சிறந்த பெண் மாணவி முத்துலட்சுமி என்று பாராட்டினார்.[17]

மருத்துவக் கல்லூரியின் கட்டடக் கலையால் முத்துலட்சுமி பெரிதும் கவரப்பட்டார். செவ்வண்ண இந்தோ-சார்சனிக் பாணியில் அமைந்த கட்டடத்தில் இருக்கும் உடலியல் பகுதியின் தாழ்வாரங்களில் நடந்து திரிவது அவருக்குப் பிடிக்கும். ஒட்டுமொத்தக் கல்லூரி வளாகமும் எதிரில் இருந்த ரயில் நிலையமும் உண்மையில் நரிமேடு என்றழைக்கப்பட்ட சிறு குன்றின் மீதுதான் அமைந்திருக்கின்றன எனலாம். தமிழில் நரிக் குன்று என்று அழைக்கப்பட்ட அந்த இடத்தை ஆரம்பக் காலத்துப் பதிவர்கள், 'ஹாக் ஹில்' என்றும் குறிப்பிட்டார்கள்.

ஆங்கிலேயர்கள் செயின்ட் ஜார்ஜ் கோட்டையை குன்றின் குறுக்கே எழுப்ப நினைத்தனர். அவர்களுக்குக் கோட்டையின் வடபுறத்தில் ஓடிய ஆற்றை திசை திருப்ப கோட்டையைச் சுற்றி விசாலமான நிலப்பகுதியை உருவாக்க அவர்களுக்கு மண் தேவைப்பட்டது. குன்று சமதளமாக்கப்பட்டது. ஆறு திசை மாறியது. கோட்டையைச் சுற்றி இருந்த இடம் விசாலமானது. அந்த இடத்தில்தான் மருத்துவக் கல்லூரி உருவானது.[18]

மருத்துவப் படிப்பின் மூன்றாவது ஆண்டிலிருந்து மருத்துவ மனையின் கிளினிக்குகளில் முத்துலட்சுமி கடினமாக வேலை செய்ய வேண்டியிருந்தது. மாலையில் விரிவுரைகள் கேட்க வேண்டியிருந்தது. அவருடைய முதல் கிளினிக்கல் பணி ஐரிஷ் பேராசிரியர் கர்னல் டோனோவன் அவர்களின் மேற்பார்வையின் இருந்தது. இந்தப் பேராசிரியர்தான் காலா-அஸார் என்ற ஒட்டுண்ணியைக் (parasite) கண்டுபிடித்தவர். மாணவர்கள் மற்றும் நோயாளிகள் மத்தியில் இவர் பிரபலமானவர். வேடிக்கையும்

நகைச்சுவையும் நிறைந்த அவரது வகுப்புகளை முத்துலட்சுமி மிகவும் ரசித்தார். அவர் நல்ல கலைஞர். முத்துலட்சுமியிடம் அவர் பரிவுடன் நடந்து கொள்பவர். நல்ல ஆங்கிலத்தில் முத்துலட்சுமி எழுதும் துல்லியமான அறிக்கைகளைப் பெரிதும் மெச்சுவார்.

ஆனால், நாகரிகம் மிகுந்த சில ஆங்கிலோ-இந்திய மாணவர்களின் அடாவடி நடவடிக்கைகளையும், கேலிப் பேச்சையும் அவர் எதிர்கொள்ள வேண்டியிருந்தது. இந்தியாவின் சிறிய கிராமத்தில் இருந்து வந்த பெண், பரிட்சைகளில் தேர்வு பெறுவது மிகவும் சிரமம் என்று அவர்கள் கருதினார்கள். அவர்களின் அந்த மனப்போக்கு, ஆஸ்துமாவால் உடல்நலக் குறைவால் பாதிக்கப் பட்டிருந்த முத்துலட்சுமியைக் கடினமாகப் படிக்கத் தூண்டியது.

மிக விரைவில் பிரிட்டிஷ் ஆசிரியர்கள் அனைவரும் அவரது கடின உழைப்பைப் பாராட்டத் தொடங்கினர். நோயாளிகள் குறித்து முத்துலட்சுமி எழுதும் 'கேஸ் ஷீட்களை' கர்னல் டோனோவன் பார்ப்பார். பெருமையுடன் அவற்றைத் தன் சகாக்களிடம் காட்டுவார். உடலியல் பாடத் தேர்வின் போது கிறிஸ்தவக் கல்லூரியின் பேராசிரியர் கர்னல் ஆண்டர்சனுடன் இணைந்து அவர் தேர்வாளராக இருந்தார். சகாக்களிடம் அவர் இப்படிக் கூறினாராம்: 'முத்துலட்சுமி வாய்மொழித் தேர்வுக்கு ஹாலுக்குள் நுழையும் போது பயமும் பதட்டமுமாக வந்தார். ஆனால், தேர்வாளர்கள் கேள்விகள் கேட்கத் தொடங்கியபின் பதில்கள் துப்பாக்கிக் குண்டுகளாய் வெளிவந்தன.[19] இயல்பாகவே வகுப்பின் முதல் மாணவியாக வந்தார்.

புகழ்பெற்ற மகப்பேறு மருத்துவரும் அறுவை சிகிச்சை நிபுணரும், மெட்ராஸ் மகப்பேறு மருத்துவமனையின் சூப்பரிண்டெண்டெண்ட் (1905 முதல் 1917) ஆகவும் இருந்த கர்னல் கிஃபார்ட் பட்டமளிப்பு விழாவின்போது பல பரிசுகளையும் பதக்கங்களையும் பெற்ற முத்துலட்சுமியை வானளாவப் புகழ்ந்தார். அவர் தனது உரையின் போது இந்த இளம்பெண் மற்ற இந்துப் பெண்களும் மருத்துவப் படிப்பில் சேருவதற்குத் தூண்டுதலாக இருப்பார் என்று கூறினார்.

மேஜர் ஜெனரல் ஜி.ஜி.கிஃபார்ட் கல்லூரியில் பல மாற்றங்களைக் கொண்டுவந்தார். சல்பாவும் பென்சிலினும் இன்னமும் கண்டு பிடிக்கப்படாத நாட்கள் அவை. லிஸ்டெரின் காலத்தின் பகுதியாக டாக்டர்கள் பெரும்பாலும் ஆண்ட்டிசெப்டிக் மருந்தையே பெரிதும் நம்பியிருந்தனர். 24 மணி நேரத்திற்கு முந்தி பிரசவித்த பெண்களுக்கு தனிக் கட்டடம் அமைத்தார். வெளி நோயாளிகளுக்கும்

அட்மிஷனுக்கும் மருத்துவமனை முகப்பில் ஒரு ஹாலும் கட்டினார். அத்துடன், பிரதான கட்டடத்தின் மற்றொரு பகுதியில் இணைந்தாற்போல் கூடம் ஒன்றும் கட்டப்பட்டது. மேஜர் ஜெனரல் கிஃபார்ட் டின் கீழ் அவரது மிகவும் நம்பிக்கைக்குரிய ஹவுஸ் சர்ஜனாக முத்துலட்சுமி பணியாற்றினார்;[20] முத்துலட்சுமியை தனது 'ரைட் ஹாண்ட்' என்று அவர் குறிப்பிடுவார்.

டாக்டர் கிஃபார்டின் பணிக்காலத்தில் விரிவுரை வகுப்பு களுக்கென்று தனிக் கட்டடமும் ஒரு ஹாலும் (இப்போதும் அவர் பெயரால் குறிப்பிடப்படுகிறது) அருங்காட்சியகமும் கலையரங்கம் ஒன்றும் மாணவர்கள் தங்குமிடமும் உருவாக்கப்பட்டன. மிகவும் புகழ்பெற்ற டாக்டர் ஏ. லட்சுமண முதலியார் மெட்ராஸ் மருத்துவக் கல்லூரியின் முதல் இந்திய முதல்வரானவர்.

'மகப்பேறு மருத்துவத் துறையில் இன்றைக்கு அது பெற்றிருக்கும் நிலைக்கு மெட்ராஸ் பெருமைப்படுகிறது. நியாயமாக அப்படித்தான் இருக்கிறது. குறுகிய பிரதேசப் பற்றுணர்வுடன் இதை நான் குறிப்பிடவில்லை. இந்தியாவின் வேறெந்த நகரமும் இந்தக் கௌரவத்தை பெரும் நம்பிக்கையுடனும் மேன்மையுடனும் உரிமைகோர முடியாது என்பதைப் பெரும் துணிவுடன் என்னால் கூறமுடியும்.'[21]

பின்னாளில் 'நைட்' பட்டம் அளிக்கப்பட்ட டாக்டர் முதலியார் பல பெருமைகளைப் பெற்றவர். நல்ல ஆசிரியர், சிறந்த நிர்வாகி, திறன்மிக்க பேறுகால உதவியாளர், பெண் நோய் அறுவைச் சிகிச்சை நிபுணர், கேட்போர் மெய்மறக்கும் வகையில் ஆங்கிலத்தில் ஆளுமையாடு உரையாற்றக்கூடியவர். பணி ஓய்வுக்குப்பின் மெட்ராஸ் பல்கலைக்கழகத்தின் துணை வேந்தர் ஆனார். அப்பதவியில் 27 ஆண்டு காலம் இருந்தார். அந்த நாட்களிலும் ஆதிக நேரம் மெட்ராஸ் மருத்துவமனையில் கௌரவ மகப்பேறு மற்றும் பெண் நோயியல் மருத்துவராகச் சேவைபுரிந்தார்.

முத்துலட்சுமியும் அவரது நண்பர்களும் டாக்டர் முதலியார் வகுப்புகளுக்காகக் காத்திருப்பார்கள். நெற்றியில் தீட்டிய நாமமும், நீண்ட வெள்ளை கோட்டும், தங்க ஜரிகை லேசுடன் தலைப் பாகையும் அணிந்து சிறிய பரிவாரம் பின்தொடர, எப்போதும் கம்பீரத்துடன் வகுப்பிற்குள் நுழைவார். மருத்துவமனைக்கு அடுத்திருக்கும் அவரது வீட்டிலிருந்து, சுற்றுச் சுவரிலிருக்கும் ஒரு கதவைத் திறந்துகொண்டு தினமும் காலையிலேயே மருத்துவ மனைக்கு வந்துவிடுவார்.

மருத்துவ விசாரிப்பை புற்று நோய் வார்டிலிருந்து அவர் தொடங்குவார். பெண் நோயியல் வார்டிலிருந்து மாணவர்களுக்குச் சொல்லிக் கொடுத்துக் கொண்டும், நோயாளிகளைக் கவனித்துக் கொண்டும் பிரசவ வார்டுக்கு வருவார். முதலில், பெரிதாக இருக்கும் பிறப்புப் பதிவேட்டை ஆராய்வார். இறந்து பிறந்த குழந்தைகள், பதிவு செய்யப்பட்டிருக்கும். அவ்வாறான இறப்பிற்கு காரணம் என்ன என்று விரிவான அறிக்கைளைக் கேட்பார்.

அவரைப் பின்தொடர்ந்து செல்லும் மாணவர்களும் பணியாளர்களும் ஒரு பெரிய குழுவாக வளர்ந்து விடுவார்கள். அந்தச் சிறு அணிவகுப்பு காட்சியை 'ராபின் ஹுடும் அவனது மகிழ்ச்சியான சகாக்களும்' என்று வர்ணிப்பார்கள். அட்மிஷன் ஹாலுக்கு அடுத்தாற்போல் இருக்கும் வார்டில் அவதானிப்புக்காகச் சேர்க்கப்பட்டிருக்கும் ஒவ்வொரு நோயாளியையும் தீர விசாரித்தறிவார். அவர்களது மன உறுதியை ஊக்குவிக்கும் வகையில் இளங்கலை மாணவர்களை 'டாக்டர்' என்றே அழைத்து அந்த நோயாளிகள் குறித்து கேட்டறிவார்.[22]

டாக்டர் ஏ.எல். முதலியார் முத்துலட்சுமிக்கு ஆசிரியர். அடுத்த வீட்டில் வசிக்கும் நண்பர். அவரது தந்தைக்கு நண்பர், அவரது நலம் விரும்பியும் ஆவார். அவர்களது குடும்பத்தின் பிரச்சனைகள் அனைத்தும் எப்போதும் அவருடன் கலந்தாலோசிக்கப்படும்.

பட்டமளிப்பு விழாவில் மிகச் சிறந்த மாணவியாக 'ஸ்டார்' பட்டதாரியாக முத்துலட்சுமி ஜொலித்தார். மறுநாள், பட்டமளிப்பு உடையுடன் அவரது புகைப்படம் பல பத்திரிகைகளில் வெளிவந்தது. எண்ணற்றோர் அவருக்குப் பாராட்டுக் கடிதங்கள் எழுதியிருந்தனர். அவர்களில் கவிஞர் சரோஜினி நாயுடுவும் ஒருவர்.

பல்வேறு மருத்துவ மனைகளில் இருந்து வேலை வழங்குகிறோம் என்று பல அழைப்புகள் வந்தன. ஆனால் அவர் எழும்பூரிலிருந்த பெண்கள், குழந்தைகளுக்கான அரசு மருத்துவமனையில் பணியாற்ற வாய்ப்பளிக்குமாறு கர்னல் கிஃபார்டிடம் வேண்டினார். அவர்கீழ் அறுவை சிகிச்சையில் மேலும் அனுபவம் பெறவே முத்துலட்சுமி விரும்பினார்.

அதற்கான அனுமதிக்காக அரசுக்கு கர்னல் எழுதினார். அந்தச் சமயத்தில் அதிகாரி என்ற தகுதியில் அந்த மருத்துவமனையில் பெண் அறுவை சிகிச்சை நிபுணர் எவரும் இல்லை. ஆகவே, முத்துலட்சுமி அந்தப் பொறுப்பை வகித்த முதல் ஹவுஸ் சர்ஜன் ஆனார். அங்கு பணிபுரிந்த ஐரோப்பியச் செவிலியர்களிடம் கசப்புணர்வு

உருவானது. ஓர் இந்தியப் பெண் மருத்துவரிடம் உத்தரவுகள் ஏற்று பணிபுரிவதை அவர்கள் வெறுத்தனர். ஆனால், நாளடைவில் அதற்கான தகுதி பெற்றவர் அவர் என்பதை அறிந்து கொண்டார்கள்.

ஒரு ஹவுஸ் சர்ஜனாக மகப்பேறு மருத்துவத்திலும் பெண் நோயியலிலும் நேரடிப் பயிற்சியை அவர் பெற்றார். அதைத் தொடர்ந்து கண் மருத்துவமனைக்கும் சென்றார். அங்கு பணிபுரிந்த புகழ்பெற்ற கண்மருத்துவர் கர்னல் எலியெட்[23] மேற்பார்வையில் கண்புரை அறுவை சிகிச்சை சிலவற்றைச் செய்தார். இந்தக் காலகட்டத்தில் அறுவை சிகிச்சையில் மட்டுமே அவர் தனது திறனை வளர்த்துக் கொள்ளவில்லை. மருத்துவமனைகளின் நிர்வாக அனுபவமும் பெற்றார். இது பின்னாளில் அவருக்குப் பெரிதும் உதவிற்று.

முத்துலட்சுமியின் வளர்ச்சி நாராயணசாமியைப் பெரும் மகிழ்ச்சியில் ஆழ்த்தியது. நண்பர்களிடம் மகளைப் பற்றிப் பெருமித உணர்வுடன் பேசுவார். அத்தகைய முக்கியமான நண்பர்களில் ஒருவர் டாக்டர் எம்.சி. நஞ்சுண்ட ராவ். வீட்டிற்கு அடிக்கடி வந்து அவர்களுடன் சமகால அரசியல், கலை, இலக்கியம் ஆகியன குறித்து அதிக நேரம் உரையாடுவார். மெட்ராஸ் மருத்துவக் கல்லூரியில் ரசாயனத் துறையின் தேர்வாளர். நகரத்தின் முன்னணி மருத்துவர். ஒரு பிரகாசமான மாணவியாக, முத்துலட்சுமி அவரது கவனத்தை ஈர்த்தார்.

முத்துலட்சுமிக்கு ஒரு மகத்தான புதிய உலகத்தைத் திறந்து காட்டியவர் நஞ்சுண்ட ராவ். அவர் மனத்தளவில் ஒரு தேசியவாதி. இந்தியச் சுதந்திரப் போராட்டத்தின் தீவிர ஆதரவாளர். முத்து லட்சுமிக்கும் அவரது உடன்பிறந்தாருக்கும் தேசிய இயக்கத்தின் தலைவர்களான திலகர், கோகலே போன்றவர்களின் தேசத்தொண்டு குறித்த தகவல்களை, நிகழ்வுகளைக் கதைபோல் சொல்லுவார்.

தமிழ்த் தேசியக் கவி சுப்ரமணிய பாரதியை முத்துலட்சுமிக்கு அறிமுகம் செய்து வைத்தார். தேசத் துரோகக் குற்றம் சாட்டப்பட்ட பாரதியை பிரிட்டிஷ் அரசு தேடியது. இரவில் மாறுவேடத்தில் அவர் நகரத்தில் சுற்றுவார். டாக்டர் நஞ்சுண்ட ராவின் விசாலமான தோட்டத்திலிருந்த காட்டேஜில் பாரதி ஒரு வாரம் தங்கியிருந்தார். பக்கிங்ஹாம் கால்வாயின் படகோட்டியிடம் டாக்டர் ராவ் பேரம் பேசி பாரதி புதுச்சேரிக்குத் தப்பிச் செல்ல ஏற்பாடு செய்தார். பக்கிரி வேஷத்தில் சென்ற பாரதியுடன் டாக்டரின் வண்டியோட்டியும் துணைக்குச் சென்றார்.[24]

பிராடிஸ் சாலையிலிருந்த (தற்போது ஆர்.கே.மடம் சாலை) டாக்டர் நஞ்சுண்ட ராவின் அட்டகாசமான வீடு முத்துலட்சுமியைப் பிரமிப்பில் ஆழ்த்தியது. 'சசி விலாஸ்' என்ற அந்த வீட்டில் 16 குதிரை வண்டிகள் இருந்தன. மின்சாரம் உற்பத்தி செய்யும் சாதனம் ஒன்றும் இருந்தது. வீட்டுப் பெண்கள் ஜொலிக்கும் வைர நகைகள் அணிந்திருந்தனர். ஒரு நாளைக்கு ஏறத்தாழ 60 பேர் அந்த வீட்டில் சாப்பிட்டனர்.

1893 ஆம் ஆண்டு அமெரிக்காவிற்குப் புறப்பட இருந்த சுவாமி விவேகானந்தர் செல்லும் வழியில் அந்த வீட்டிற்கு வருகை தந்தார். மருத்துவ நண்பர் டாக்டர் முத்தியால கோவிந்தராஜுலு நாயுடுவிற்கும் இளம் கவிஞர் சரோஜினி சட்டோபாத்தியாவிற்கும் நடைபெறவிருந்த திருமணத்திற்கு அனைத்து ஏற்பாடுகளையும் டாக்டர் ராவ் செய்தார். திருமணம் அவரது இல்லத்தில்தான் நடைபெற்றது. டாக்டர் ராவ் தேசியவாதியும் கவிஞருமான சரோஜினி நாயுடுவை முத்துலட்சுமிக்கு அறிமுகம் செய்துவைத்தார்.

டாக்டர் நஞ்சுண்ட ராவ் ஏழைகளுக்காக திருவல்லிக்கேணியில் ஒரு கிளினிக் தொடங்கினார். அதற்கு எம்.சி.என்.பன்முக கிளினிக் என்று பெயரிட்டார். அந்நிய மருந்துகள் விற்கப்படும் மற்ற கடைகளைக் காட்டிலும், இங்கு அவை நியாயமான விலைக்குக் கிடைத்தன. ஆழ்ந்த சமயப் பற்றுடையவர், ராவ். தேவாரம் மற்றும் திருப்புகழின் பெருமைகளை அறிந்து கொள்வதற்காக வயதான நிலையிலும் தமிழைக் கற்றுக்கொண்டார்.

முத்துலட்சுமி, தனது பயந்த சுபாவத்திலிருந்து நாளடைவில் மீண்டு வந்தார். நஞ்சுண்ட ராவ் கூறியவற்றை மிக்க ஆர்வத்துடன் கேட்டார். தனது 'இந்தியா' பத்திரிகைக்குக் கட்டுரைகள் எழுதச் சொல்லி அவரை ராவ் தூண்டினார். வீட்டில் நடக்கும் கூட்டங்களில் பேசுவதற்கும் அவரை அழைத்தார். அந்தப் பணக்கார குடும்பத்தின் எளிமையாலும் சகஜமாக அவர்கள் பழகும் பண்பாலும் அவர் வசீகரிக்கப்பட்டார். கோகலே போன்றோரின் உரைகளைக் கேட்கச் செல்லும் போதெல்லாம் முத்துலட்சுமியை அழைத்துப் போகும்படி சரோஜினி நாயுடுவை ராவ் கேட்டுக்கொண்டார். சரோஜினி பேசும், அவரது ஆற்றல் மிக்க உரைகளைக் கேட்கவும், மற்ற பிரபலமான கவிஞர்கள், தேசியவாதிகள், தேச பக்தர்கள், சமூக சீர்திருத்த வாதிகள் ஆகியோரின் உரைகளையும் கேட்கச் செய்தார்.

அடையாற்றில், அந்த மாபெரும் ஆலமரத்தின் அடியில் தியோசஃபிகல் சங்கத்தின் தலைவர் அன்னி பெசன்ட்டின்

உரைகளை முத்துலட்சுமி கேட்டார். ராமாயணம், மகாபாரதத்தின் மகத்துவம் பற்றி அவர் ஆற்றிய உணர்ச்சிமிகு உரைகளையும் கேட்கும் வாய்ப்பு அவருக்குக் கிடைத்தது. புதிய கதவுகள் அவருக்குள் திறந்தன.

தியோசஃபிகல் சங்கத்திற்கு முத்துலட்சுமி அடிக்கடிச் சென்றார். பெரும் ஆலமரம் அமைந்திருக்கும் அந்தத் தோட்டத்தால் ஆலமரத்தால் ஈர்க்கப்பட்ட, கணக்கற்ற பறவைகளால் கவரப் பட்டார். மெட்ராசின் சுற்றுச்சூழலுக்கு சங்கம் தேவையான பங்காற்றுகிறது எனக் கருதினார். சங்கத்தைத் தோற்றுவித்தவர்கள் அடையாற்றின் தென் கரையில் அந்தச் சர்வதேச அமைப்பின் தலைமையகத்தை அமைத்திருந்தது முத்துலட்சுமிக்கு மிகவும் பிடித்திருந்தது.

நியூ யார்க் நகரில் 1875ஆம் ஆண்டு மேடம் பிளவாட்ஸ்கி மற்றும் கர்னல் ஆல்காட் இருவரும் இந்த அமைப்பைத் தொடங்கினார்கள். அது ஓர் ஆன்மிக இயக்கம். சாதி, நம்பிக்கை, பாலினம், நிறம் போன்ற பேதங்களுக்கு அப்பாற்பட்டு உலகளவில் மானுடர்களின் மத்தியில் சகோதரத்துவத்தை உருவாக்குவதே அதன் லட்சியம். அவர்கள் கூறிய கருத்துகள் முத்துலட்சுமிக்கு ஆர்வமூட்டின. அவற்றால் ஈர்க்கப்பட்டார். அழகான கட்டடங்களும் எண்ணற்ற மரங்களும் செடி கொடிகளும் நிறைந்த சொர்க்கமாக அது அவருக்குத் தோன்றியது. ஆய்வாளர்களுக்குச் சரணாலயமாக அமைந்திருந்த நூலகத்தாலும் அவர் ஈர்க்கப்பட்டார்.

மற்றொரு வழிகாட்டியும் குடும்ப நண்பருமாக டாக்டர் சி.பி.ராம ராவ் இருந்தார். அவர் மெட்ராஸ் மருத்துவக் கல்லூரியின் உடற்கூறு இயல் பேராசிரியர். அவருக்கு இரண்டு பெண்கள். அவர்களிடம் பழகுவதற்காக முத்துலட்சுமியை வீட்டிற்கு வரவேற்று அழைத்துச் செல்வார். அந்தக் குடும்பத்து நிகழ்வுகள் அனைத்திலும் முத்து லட்சுமி தவறாமல் கலந்து கொள்வார். பெண்கள் நடத்தும் கூட்டங்களுக்கு அவருடன் செல்வார். அங்கு அவரைத் தமிழில் உரையாற்றச் சொல்வார்கள்.

பி.எஸ்.கிருஷ்ணசாமி ஐயரின் குடும்பம் மைலாப்பூரின் பலாத் தோப்பிற்குக் குடிபெயர்ந்து வந்தது. அவர்கள் எப்போதும் முத்து லட்சுமியுடனும் அவரது உடன்பிறப்புகளுடனும் தொடர்பிலிருந் தார்கள். அவரது மூன்று பிள்ளைகளும் நன்கு வளர்ந்து, அவரவர் தேர்ந்தெடுத்த துறைகளில் பிரபலமாக இருந்தனர், பிரகாசித்தனர்.

கே. சுவாமிநாதன் ஆங்கிலத்துறை பேராசிரியர் ஆனார். காந்தியடிகள்மீது பெரிதும் ஈடுபாடு கொண்டார். 1915ல் காந்தி மெட்ராசுக்கு வந்தபோது அவருக்குத் தேவையான உதவிகள் செய்யும் தொண்டர் பணி அவருக்கு வழங்கப்பட்டது. பணியிலிருந்து ஓய்வு பெற்றபின் மகாத்மா காந்தியின் தொகுக்கப் பட்ட படைப்புகள் என்ற பெயரில் வெளிவந்த 100 தொகுதிகளையும் எடிட் செய்யும் இமாலயப் பணியை மேற்கொண்டார்.

சுவாமிநாதன் ஸ்ரீ ரமண மகரிஷியின் பக்தரும் ஆவார். அவர் மகள் மகாலட்சுமி, முத்துலட்சுமியுடன் அவரது சமூகப் பணிகளில் ஈடுபட்டு உதவிபுரிந்தார். சுவாமிநாதனின் தம்பி வெங்கட்ராமன் இந்திய ரசாயன ஆய்வுக்கூடத்தின் இயக்குநராகப் பணிபுரிந்தார். அவரது தம்பி டாக்டர் கே.எஸ். சஞ்சீவி, பிரபலமான டாக்டராக விளங்கினார். அத்துடன் தன்னார்வ ஆரோக்கியச் சேவை அமைப்பின்கீழ் (VHS) மதராசில் மருத்துவமனை ஒன்றையும் ஏற்படுத்தினார். மூவரும் முத்துலட்சுமியின் வாழ்நாள் நண்பர்களாக இருந்தனர். இம்மாதிரியான தொடர்புகள் அனைத்தும் ஒரு மாணவியாக முத்துலட்சுமியின் வாழ்க்கைக்கு பல வகையிலும் வளம் சேர்த்தன. அவர் வகுக்க விரும்பிய பாதைக்குப் பெருமளவில் பங்களித்தன.

குழந்தைகளுக்கும் பெண்களுக்கும் உதவும் பண்பு குழந்தைப் பருவத்திலிருந்தே முத்துலட்சுமியிடம் இருந்தது. அக்கம்பக்கத்தில் இருக்கும் குழந்தைகளுக்கு எப்போதும் தின்பண்டங்கள் தருவார். குழந்தைகளைப் பார்த்துக்கொள்வதில் பிரபலமானவர். கதைகள் சொல்வதில் பெரு விருப்பம் கொண்டவர். மற்றவரின் வேதனைகளைக் காதுகொடுத்துக் கேட்பார். பகிர்ந்து கொள்வதற்கான மனுஷியாக இருப்பார். மதராசில் ஏழைகள் வசிக்கும் பகுதிகளுக்குத் தானாகவே சென்று குழந்தைகளின், பெண்களின் உடல் நலனைச் சோதிக்கும் தன்னார்வ சுகாதாரத் தொண்டாற்றினார்.

ஒரு விஷயத்திற்காகப் பிரசாரம் செய்யவேண்டும், அதற்கு முற்றுப்புள்ளி வைக்க வேண்டும் என்று தொடக்கத்திலிருந்தே அவர் தீர்மானமாக இருந்தார். குழந்தைப் பருவத்திலிருந்தே நோய்த் தடுப்பு சக்தி இல்லாமல், ஆஸ்துமா, மூச்சு விடுவதில் சிரமம் ஆகியவற்றுடன் வளர்ந்தவர். உயர்குடிப் பெண்கள் தங்கள் குழந்தைகளுக்குத் தாய்ப்பால் கொடுக்க, பொருளாதாரத்தில் தாழ்ந்த நிலையில் இருக்கும் ஒரு பெண்ணை ஏற்பாடு செய்துகொள்ளும்

வழக்கமே அதற்குக் காரணம். அந்தப் பழக்கத்தை முற்றிலும் ஒழிக்க நினைத்தார்.

முத்துலட்சுமியே மற்றவரின் தாய்ப்பால் குடித்து வளர்ந்தவர்தான். தனக்கும் தன்னுடன் பிறந்தவர்களுக்கும் நோய்த்தடுப்பு சக்தி இல்லாமல், உடல்நலக் குறைவுடன் இருப்பதற்கு அந்த வழக்கமே காரணம் என்று உணர்ந்தார். ஆனால், கல்விதான் அவரது பட்டியலில் முன்னுரிமையுடன், முதலாவதாக இருந்தது. தூய்மையும் ஆரோக்கியமும் கண்ணியமும் நிறைந்த வாழ்க்கைக்கான கல்வி.

அவர் தனக்குள் தீர்மானம் செய்துகொண்டபடி 1915ல் ஹவுஸ் சர்ஜன் பணி முடிந்ததும், தனது சமஸ்தான மக்களுக்குச் சேவை புரிவதற்கு, புதுக்கோட்டை திரும்பினார். ஆனால், அங்கு ஏற்கெனவே பணிபுரிந்த ஆங்கிலோ-இந்தியப் பெண் மருந்து தயாரிப்பாளரும், முதன்மை மருத்துவ அதிகாரியும் பொறாமையின் காரணமாக இவருக்குத் தொந்தரவுகள் அளித்தனர்.

எனவே திரும்பவும் மதராஸ் செல்ல முடிவுசெய்தார். மதராசில் 1917ல் வேப்பேரி ரண்டால்ஸ் வீதியில் தனது கிளினிக்கைத் தொடங்கினார். பின்னர், ராயப்பேட்டை பீட்டெர்ஸ் சாலைக்கு இடம் பெயர்ந்தார். பிரபல பெண் நோய் மருத்துவராக, அறுவை சிகிச்சை மருத்துவராக சேவையாற்றிப் பிரசித்தி பெற்றார் என்பது வேறொரு வரலாறு.

✦

3. திருமணம்

> பெண்கள் மதிக்கப்படும் இடத்தில், அங்கு தெய்வங்கள் உறைகிறார்கள். அவர்கள் மதிக்கப்படாமல் இருக்கும் இடங்களில் அங்கு பயனுற எதுவும் நடக்காது.
>
> - மகாபாரதம், அனுஷசான பருவம், அத்தியாயம் 46.5[1]

திருமணமே பெண்ணுக்குப் பெருமை சேர்ப்பது என்பது சந்திரம்மாளின் எண்ணம். மனைவி என்ற முறையில் கிடைக்கும் சட்டப்பூர்வமான அந்தஸ்தும், அதனுடன் இணைந்து வரும் அதிகாரமும் சமுதாயத்தில் ஒரு பெண்ணுக்குத் தகுதி நிலையையும் கண்ணியத்தையும் அளிக்கின்றன என்பது அவர் நம்பிக்கை. ஆனால், அவரது மகள் முத்துலட்சுமிக்கோ முறையான கல்வியைப் பெறுவதற்கான சுதந்திரமும், அதனுடன் இணைந்து வரும் தெரிவு செய்வதற்கான சுதந்திரமும்தான் பெண்ணுக்குப் பெருமை சேர்ப்பவை. அப்பா நாராயணசாமி இருவருக்கும் இடையில் மாட்டிக்கொண்டார்.

முத்துலட்சுமியைத் திருமணத்திற்குச் சம்மதிக்க வைப்பது பகீரதப் பிரயத்தனமாக இருந்தது. 1912ல் மருத்துவப் படிப்பு முடிந்து விடுமுறைக்காக புதுக்கோட்டை வீட்டிற்கு முத்துலட்சுமி வந்திருந்தார். அவரது அம்மா மகளின் மணம் தொடர்பாக சோதிடர் ஒருவரைக் கலந்தாலோசித்தார். அடுத்த ஆண்டில் நிச்சயம் திருமணம் நடந்துவிடும் என்று அவர் கூறினார். சந்திரம்மாளுக்கு

மிக்க மகிழ்ச்சி; திருமணம் முடிந்துவிட்டால் சோதிடருக்குப் பரிசாக தங்கக்காப்பு போடுவதாக வாக்களித்தாள்.

ஆனால், அவளது மகள் மகிழ்ச்சியடையவில்லை. அவருக்கு அப்போது 26 வயது. திருமணத்தைப் பற்றி அவர் சிந்திக்கவே இல்லை. நாராயணசாமியும் சந்திரம்மாளும் மகளுடன் நீண்ட நேரம் பேசிப் பார்த்தனர். அம்மா, கண்களில் நீர் மல்கவும், அப்பா வாதங்களை எடுத்து வைத்தும் பேசினார்கள். எவ்வளவோ நீட்டி, முழக்கி வாதிட்டுப் பார்த்தார்கள். முத்து ஒப்புக்கொள்ளவில்லை.

அப்போது அவர்களிடம் ஒரு தகவலைக் கூறினார். நான்காமாண்டு மருத்துவப் படிப்பில் இருக்கும்போது டாக்டர் நஞ்சுண்ட ராவ் அவருக்கு ஒரு வரன் பற்றிக் கூறினாராம். அந்தப் பட்டதாரி இளைஞன் படிப்பு முடித்து இங்கிலாந்திலிருந்து ஊருக்குத் திரும்பியிருக்கிறார். ஆனால், முத்துலட்சுமி அந்த யோசனையை உறுதியாக மறுத்திருக்கிறார்.

திருமணம் பெண்ணை அடிமையாக்கிவிடுகிறது; சில குடும்பங்களில் திருமணத்திற்குபின் அந்தப் பெண் துஷ்பிரயோகம் செய்யப்படுகிறாள் என்று முத்துலட்சமி வாதிட்டிருக்கிறார். திருமணத்துடன் பிணைக்கப்பட விரும்பவில்லை. அத்துடன், மருத்துவத்திலும் அறுவை சிகிச்சையிலும் தான் பணியாற்ற முடிவு செய்திருப்பதாகவும் கூறினார்.

திருமணம் என்பது தாய்மைதான். அதைத் தொடர்ந்து அனைத்துப் பொறுப்புகளும் அதனோடு இணைந்தே வரும். அத்துடன் அவர் குழந்தை சுப்புலட்சுமிக்கு ஏற்கெனவே தாயாகத்தான் இருந்து வருகிறார். பிரசவத்தின்போது இறந்துவிட்ட இளம் உறவினர் பெண்ணின் குழந்தை அவள்.

மருத்துவப் பணியுடன், சகோதரி சுப்பலட்சுமி தொடங்கியிருந்த பால்ய விதவைகள் இல்லத்திலும் தன்னார்வச் சேவையில் தன்னை அவர் ஈடுபடுத்திக் கொண்டிருந்தார்.

ஆர்.எஸ். சுப்பலட்சுமி, சகோதரி சுப்பலட்சுமி என்று பிரியமாக அழைக்கப்பட்டார். பன்னிரண்டு வயதில் அவர் விதவையானார். மரபு வழக்கத்தின்படி அவர் அமங்கலமானவள் என்று ஒதுக்கப் பட்டிருக்க வேண்டும். நித்தியமான துறவுநிலையில் இருக்க விதிக்கப்பட்டவர். துக்கம் அனுஷ்டிப்பதை வெளிப்படுத்தும் முரட்டுச் சேலை உடுத்தி, தலையை மழித்துக்கொண்டு சமையலறைக்குள் அடைபட்டு அந்தக் காரியங்களுக்கு உதவி

செய்பவளாக இருக்கவேண்டும். சமயச் சடங்குகள் எதிலும் கலந்துகொள்வதற்கு அனுமதிக்கப்படுவதில்லை.

தனது மகளுக்காகக் காத்திருந்த பிராமண சாதியின் வைதவ்யக் கொடுமைகளைத் தாங்கிக்கொள்ள இயலாத தந்தை சுப்பிரமணியன் மரபை மீறினார். மாறாக மகளை மேலும் படிக்க வைத்தார். எழும்பூரின் பிரசிடென்ஸி பள்ளியில் அவள் சேர்க்கப்பட்டாள். அந்தப் பள்ளியில்தான் பின்னாளில் முத்துலட்சுமியின் தங்கைகளும் சேர்ந்து படித்தனர். மகள் தினமும் சைதாப்பேட்டையிலிருந்து நீண்ட தூரம் தனியாகப் பயணம் செய்து எழும்பூரிலிருக்கும் பள்ளிக்குச் செல்வது அவளுக்கு ஆபத்தானது என்று சுப்பலட்சுமியின் பெற்றோர் அஞ்சினர். அதனால், சைதாப்பேட்டையிலிருந்து எழும்பூருக்குக் குடிபெயர்ந்தனர். அதனால், சுப்ரமணியம் தினமும் எழும்பூரிலிருந்து தனது வேலைக்காக சைதாப்பேட்டைக்குச் சைக்கிளில் போகவேண்டியிருந்தது.

1911ம் ஆண்டில் மதராஸ் மாகாணத்தில் பட்டம் பெற்ற முதலாவது இந்துப் பெண், சுப்பலட்சுமி. அவளைப் போல் சிறுவயதிலேயே விதவையானவர் அவள் அத்தை சிட்டி வாலாம்பாள். இருவரும் சேர்ந்து இளம் பிராமண விதவைப் பெண்கள் சிலருக்கு ஆதரவு அளித்தனர். அவர்களது கல்விக்கு உதவினர். அதன்பின் பள்ளிக் கல்வி ஆய்வாளர் மிஸ். லின்ச் ஆதரவில் அந்த இளம் விதவைகளின் இல்லத்தை மேம்படுத்தினர்.

முத்துலட்சுமி, ஹவுஸ் சர்ஜனாக இருக்கும்போதே தன்னார்வ மருத்துவத் தொண்டை இந்த இளம் விதவைகளுக்கு மருத்துவ உதவி செய்வதன்மூலம் இங்கு தொடங்கினார். இல்லம் முதலில் மைலாப்பூருக்கும் பிறகு அங்கிருந்து பிரபலமான ஐஸ் ஹவுஸிற்கும் இடம் பெயர்ந்தது. அந்த இடம் நாற்பதாண்டு காலமாக அமெரிக்காவிலிருந்து கப்பல்களில் கொண்டுவரப்படும் பனிக்கட்டி சேகரித்து வைக்கப் பயன்பட்டது.

ராமகிருஷ்ண மிஷனைத் தோற்றுவித்த சுவாமி விவேகானந்தர் அமெரிக்காவின் சிகாகோ நகரில் 1893ல் நிகழ்ந்த உலக அளவிலான சமயங்களின் மாநாட்டில் கலந்து கொள்வதற்காகக் கப்பல் ஏறுவதற்குமுன் இந்த ஐஸ் ஹவுசில்தான் தங்கியிருந்தார். சமயப் பன்மைத்துவம் குறித்த புகழ் பெற்ற உரை அது.

1914ல் ஐஸ் ஹவுசை வாங்கிய அரசாங்கம் அதைச் சகோதரி சுப்பலட்சுமி விதவைகள் இல்லம் நடத்துவதற்கு வழங்கியது. ராணி மேரி கல்லூரி அங்கிருந்து நடந்து செல்லும் குறுகிய தூரத்தில்தான்

இருந்தது. அந்த இளம் பெண்கள் உயர் கல்வியைப் பெறுவது எளிதாக இருந்தது. முத்துலட்சுமி ஒரு மருத்துவராகத் தனது மருத்துவச் சேவையைத் தொடர்ந்து அளித்துக்கொண்டிருந்தார். ராணி மேரி கல்லூரியின் ஆசிரியர்கள் குழுவில் இணைந்த அவரது தங்கை நல்லமுத்து, பின்னாளில் அந்தக் கல்லூரியின் முதல் இந்திய முதல்வரானார்.

மகள் திருமணம் செய்துகொள்ளவில்லை என்றால் வாழ்நாளின் இறுதி வரை அவருடனே இருந்துவிடுவதாக தந்தை உறுதிகூறினார். இந்தப் பேச்சு சந்திரம்மாளின் கண்களில் மேலும் கண்ணீரை வரவழைத்தது. அதிக அளவில் உணர்வுப்பூர்வமான வாதங்கள் திருமணம் செய்து கொள்ள வற்புறுத்தி நடந்தன.[2]

அந்த நேரத்தில், டாக்டர் சுந்தரம் ரெட்டி எல்.எம்.எச். என்பவரிடமிருந்து கடிதம் ஒன்று வந்தது. எஃப்.ஆர்.சி.எஸ் தகுதி பெற்ற முதல் இந்தியர் அவர். தன்னை மதித்து நடத்தும் நபரைத்தான் மணம் செய்துகொள்வேன் என்று உறுதியுடன் இருந்த முத்துலட்சுமி பற்றி அவர் கேள்விப்பட்டிருந்தார். அவர் முத்துலட்சுமியை மணந்துகொள்ள விரும்பினார். ஆனால் தனக்கு விருப்பமில்லை என்று முத்துலட்சுமி தெரிவித்துவிட்டார்.

புதுக்கோட்டைக்குப் பயணித்த டாக்டர் சுந்தரம் ரெட்டி அங்கு சந்திரம்மாளைச் சந்தித்தார். முத்துலட்சுமிக்கு ஏற்ற கணவனாக தன்னால் இருக்கமுடியும் என்று அவரை இணங்க வைத்தார். குடும்பம் சார்ந்த உணர்வுகளின் அடிப்படையில் பேசி அவரை மகிழ்ச்சியில் ஆழ்த்தினார்: அவரது மகனைப்போல் நடந்து கொள்வேன். அவரது பெற்றோர்கள் ஏற்கெனவே இறந்துவிட்டனர் என்பதால், அவர்களுடனே வசிப்பேன் என்றார்.

இறுதியாக, ரெட்டியைச் சந்தித்துப் பேசி தந்தை ஒப்புதல் அளித்ததைத் தொடர்ந்து அவரைச் சந்திக்க முத்துலட்சுமி சம்மதித்தார். ஆனால், அந்தச் சந்திப்பின்போது முத்துலட்சுமி விலகியே இருப்பதைக் கண்டு ரெட்டி ஏமாற்றமடைந்தார். ஒரு நண்பரின் ஆலோசனையின்படி மறுநாள் சுந்தரம் ரெட்டி முத்துலட்சுமியைச் சென்று சந்தித்தார். முத்துலட்சுமி அப்போது அவரைப் புதிய வெளிச்சத்தில், ஒரு பண்பாளராகப் பார்த்தார். அந்த முதல் தாக்கம், போகப் போக மேலும் ஆழமானது.

அதன்பின் அந்த அதிசயம் நிகழ்ந்தது. சந்திரம்மாள் மகிழ்ச்சி அடைந்தார். அவள் மகள் திருமணத்துக்கு ஒப்புதல் அளித்து விட்டாள்! கோயில்களுக்கு அவள் சென்றதும், செய்த பூசைகளும்,

பட்டினி கிடந்து நோற்ற விரதங்களும் இப்போது பலனளித்து விட்டன. பிரார்த்தனைகள் பலித்துவிட்டன. டாக்டர் சுந்தரம் ரெட்டியை மணந்துகொள்ள முத்துலட்சுமி ஒப்புக் கொண்டு விட்டார்.

சுந்தரம் ரெட்டி சுயமாக, தன் முயற்சியால் உருவான மனிதர். குடும்பம் என்று சொல்லிக்கொள்ள ஒரே உறவு அவரது சித்தப்பா திவான் பகதூர் சுப்பராயலு ரெட்டியார் (அக்டோபர் 1855-நவம்பர் 1921). தென்னாற்காட்டைச் சேர்ந்த அவர், வெளிநாட்டில் சட்டப் படிப்பை முடித்து, இந்தியாவுக்குத் திரும்பி அரசியலில் தன்னை ஈடுபடுத்திக் கொண்டுள்ளார்.

எட்வின் மான்டெகு, வைஸ்ராய் லார்டு செம்ஸ்ஃபோர்ட் ஆகியோரின் பரிந்துரையின்படி இந்திய அரசுச் சட்டம், 1919 அரசாங்க நிர்வாகத்தில் இந்தியர்களின் எண்ணிக்கையை / பங்களிப்பை அதிகரிக்க முடிவு செய்தது. நீதிக்கட்சியின் உறுப்பினராக நவம்பர் 1920ல் நடந்த தேர்தலில் வெற்றிகரமாகப் போட்டியிட்ட சுப்பராயலு ரெட்டியார், மதராஸ் மாகாணத்தின் முதல்வராகத் தேர்ந்தெடுக்கப்பட்டார்.

சுந்தரம் ரெட்டி அவரது சித்தப்பா பார்த்த பெண்ணை மணக்க மறுத்துவிட்டார். அதனால் ஒருநாள் இரவு, இலக்கியங்களில் பார்க்க முடிவதுபோல் உடுப்பதற்கான உடைகளை மட்டும் எடுத்துக் கொண்டு, குறிப்பு ஒன்றை எழுதி வைத்துவிட்டு வீட்டிலிருந்து வெளியேறிவிட்டார். நண்பரிடமிருந்து பெற்ற 5 ரூபாய் கடனுடன் பெங்களூர் வந்தார். அறுவை சிகிச்சை மருத்துவராகத் தன்னை நிறுவிக்கொள்ள சிரமப்பட்டார். எடின்பர்க் சென்று எஃப்ஆர்சிஎஸ் தேர்வு எழுத முடிவு செய்து, மிகத் துணிவுடன் ரூ.20,000 கடன் வாங்கினார். அந்த நாளில் அது ஆகப் பெரும் தொகை.

முத்துலட்சுமி, ரெட்டி நிச்சயதார்த்தம் 1913 மார்ச் மாதம் நிகழ்ந்தது. ஆனால் அதற்கு முன்பாகவே முத்துலட்சுமி வாக்குறுதி ஒன்றையும் ஒப்பந்தம் ஒன்றையும் ரெட்டியிடமிருந்து பெற்றுவிட்டார். அதாவது மணமானபின் அவரை ரெட்டி சமமாக நடத்தவேண்டும். அவரது சமுதாயப் பணிகளிலோ வேறு பணிகளிலோ தலையிட்டு எதிர்க்கக் கூடாது. கொடுத்த வாக்குறுதியை ரெட்டி வாழ்நாள் முழுதும் மீறாமல் இருந்தார்.[3] நிச்சயதார்த்தத்தின்போது ரெட்டி முத்துலட்சுமிக்கு வைர மோதிரமும் மரகதக் கல் பதித்த மோதிரமும் அளித்தார்.

எந்த முறையில் மணம் புரிந்து கொள்வது என்பது அவர்களுக்கு உறுத்தும் பிரச்சனையாக இருந்தது. இருவருமே இந்துக்கள்தான் என்றாலும், அவர்கள் வெவ்வேறு பகுதிகளை, வேறுபட்ட சாதிகளைச் சேர்ந்தவர்கள். திருமணச் சடங்குகளும் வித்தியாச மானவை. எனவே இருவரும் அடையாறு தியோசஃபிகல் சங்கத்தின் நூலகத்திற்குச் சென்றனர். திருமணங்கள் குறித்த விவரங்களைத் தேடினர். வேறு வேறு திருமணங்களில் பின்பற்றப்படும் பல்வேறு சடங்களையும் சேகரித்தனர்.

புராதன நூல்கள் எட்டுவித முறைகளை விவரித்தன. அவற்றில் பிரஜபத்தியா என்ற சடங்கில், மணமகளை வேண்டும் தகுதியான மகனுக்கு மணம் செய்விக்கப்படுவது குறிப்பிடப்படுகிறது. அவனது செல்வமோ அல்லது அவனது உடைமைகளோ முக்கியமில்லை. கவனத்தில் கொள்ள வேண்டியவை மணமகனின் பண்பும் குணமுமே என்ற அடிப்படையில்தான் மண உறவு இருக்க முடியும் என்றது அது.

ஆன்மிகத்திற்கும் ஒரு குடும்பஸ்தனின் அன்றாட வாழ்க்கை செயல் களுக்கும் இடையிலான தொடர்பைச் சடங்குகள் அடையாளப் படுத்தின. அவை வேதங்களிலிருந்து பெறப்பட்டவை. இந்தியாவின் பல்வேறு பகுதிகளும் ஒவ்வொரு சாதிக்கும், உபசாதிக்கும் அப்பகுதிக்கான திருமண விதிகளை உருவாக்கி வைத்துள்ளன. மிக விரிவான சடங்குகளும் உண்டு.

மிக எளிதாக, மணமக்கள் இருவரும் மாலை மாற்றிக் கொள்வதுடன் நிறைவடைவதும் உண்டு. பிரம்ம சமாஜத்தின் வழிமுறையில் நடத்தப்படும் திருமணங்களைச் சட்டப்படி அங்கீகரிக்க வேண்டும் என்று அதன் சார்பில் 1868 ஆம் ஆண்டு கேஷுப் சந்திர சென் இந்திய அரசாங்கத்திற்கு விண்ணப்பம் செய்தார்.[4] பிரம்ம சமாஜத்தின் கீழ் நடத்தப்படும் சிவில் திருமணங்களை அங்கீகரிக்கும் சட்டம் 1872ல் இயற்றப்பட்டது

பிரம்ம சமாஜ் சட்டம் 1872 குறிப்பிடுவதுபோல் மணம் செய்து கொள்ள அவர்கள் முடிவு செய்தனர். சித்தப்பா சார்ந்திருந்த நீதிக் கட்சியின் கொள்கையால் மாப்பிள்ளை ஈர்க்கப்பட்டிருந்தார் எனலாம். மணப்பெண் தியாசிஃபிகல் சொஸைட்டியுடன் தொடர்பில் இருந்தவர். அதன் தலைவர் அன்னிபெசன்ட் ஆற்றிய உரைகளால் வசீகரிக்கப்பட்டவர். சங்கம் அமைந்திருந்த இயற்கைச் சூழல், சூழலுடன் பொருந்தும் அமைப்பிலான கட்டடங்களும் அவரைக் கவர்ந்தன. தியாசோஃபிகல் சொஸைட்டி அவருக்கு

அறிமுகப்படுத்திய பிரம்ம சமாஜத்தின் கோட்பாடுகளும் அவருக்கு மிகவும் மதிப்பு மிக்கவையாக இருந்தன.

முத்துலட்சுமிக்கும் சுந்தரம் ரெட்டிக்கும் பிரம்ம சமாஜத்தின் விவாக முறை தனித்துவம் வாய்ந்ததாகத் தோன்றியது. பிரம்ம சமாஜத்தை தோற்றுவித்த ராஜா ராம்மோகன் ராய், ஒற்றை இறைவன் எனும் உறுதியான கோட்பாட்டின்படி, ஆக உயர்ந்த தெய்வத்தை வழிபடும் முறையை நிறுவ விரும்பியவர்.

திருமணம் நல்ல நாளில் அல்லது நல்ல முகூர்த்தத்தில் நடைபெற வேண்டும் என்பதில் பிரம்ம சமாஜத்திற்கு நம்பிக்கை இல்லை என்பது முத்துலட்சுமிக்கு மகிழ்ச்சி அளித்தது. ஆனால், சந்திரம்மாள் தனது சோதிடரைக் கலந்தாலோசித்தார். 1914 ஆம் ஆண்டு ஏப்ரல் மாதத்தில் ஒரு நாளை அவர் குறித்துத் தந்தார். இந்து திருமண முறையில் மண உறவின் சாட்சியாக ஹோமம் இருப்பதுபோல் பிரம்ம சமாஜ முறையில் இல்லை. ஆனால், சந்திரம்மாள் மணமக்களுக்கு அருகில் விளக்கு ஒன்றை ஏற்றி வைத்தாள். பிரம்ம சமாஜத்தின் ஆச்சாரியர் ஒருவர் திருமணத்தை நடத்தி வைத்தார். மீண்டும் இங்கு, இந்து சடங்குமுறைகள் போலன்றி மணமக்களின் பெற்றோர்களுக்கு எந்தப் பங்கும் இல்லை.

ஒரு மல்லிகைப்பூ சரம் மணமக்களின் வலது கரங்களைப் பிணைத்தது. விவாக உறுதிமொழிகள் எடுத்துக்கொண்டு, மோதிரங்களும் மாலைகளும் மாற்றிக் கொண்டபின் இந்தப் பூச்சரங்கள் கரங்களிலிருந்து நீக்கப்பட்டன. இந்து திருமண முறையின் மிக முக்கிய சடங்கான சப்தபதி (ஏழு அடிகள் இருவரும் இணைந்தாற்போல் நடப்பது) நடத்தப்பட்டது. ஆனால், அக்னியை வலம் வருவதற்குப் பதிலாக மணமேடையில் இரு கோடுகள் போல் அமைந்திருந்த மலர்களைச் சுற்றி வந்தனர். ஒவ்வொரு அடியும் ஒவ்வொரு கருத்தைக் குறிக்கிறது: 1.இறைவனை வணங்குதல். 2.இருவரும் பரஸ்பரம் ஒத்துழைப்போம் என்று உறுதிமொழி ஏற்றல். 3. ஒழுக்கத்துடன் இருக்க உறுதி ஏற்றல். 4.மகிழ்ச்சிக்கான ஆதாரம் தேடுதல், அடைதல். 5. வாரிசுகளின் நலன் காத்தல். 6.குடும்பத்தின் செழிப்பிற்காக மற்றும், 7.பரஸ்பரம் இணக்கமுடன் வாழ்வதற்கான வாழ்த்து.[5]

இந்திய மருத்துவத்துறையின் சர்ஜன் ஜெனரல் உட்பட மருத்துவத்துறை சார்ந்த ஏராளமான ஆண்களும் பெண்களும் திருமண விழாவில் கலந்துகொண்டனர்.[6] மணமக்களைச் சுற்றி நின்று மலர் தூவி வாழ்த்தினார்கள். மேற்குலகின், கீழ்த்திசையின்

மனிதர்கள் கலந்து கொண்ட அசாதாரண வைபவமாக அது அமைந்தது.

திருமணம் செய்துகொண்டு முத்துலட்சுமி பெற்றோர்களை மகிழ்ச்சி அடையச் செய்துவிட்டார். இப்போது அவரது மருத்துவத் தொழில் மற்றும் சமூகச் செயல்பாடுகளுடன் குடும்பத்தை நடத்தும் காரியங்களிலும் ஈடுபட வேண்டிய சூழல் உருவானது. அந்தப் புது மணத் தம்பதிக்கு அடைக்க வேண்டிய பெருங்கடனும் இருந்தது.

சுந்தரம் ரெட்டி உயரமான, அழகான மனிதர். சாந்தம் அளிக்கும் புன்னகை அவர் முகத்தில் எப்போதும் இருக்கும். நகைச்சுவை உணர்வு நிறைந்தவர். மருத்துவர் என்ற முறையிலும், சமூக சேவகர் என்ற நிலையிலும் சாத்தியமற்றதாகத் தோன்றும் பணிகளை எடுத்துக் கொண்டு செயல்படும் முத்துலட்சுமி தினமும் எதிர் கொள்ளும் தீவிரமான சூழல்களையும் எளிதாக்கிவிடும் திறன் கொண்டவர். எளிய காந்திய முறைகளை வாழ்வில் பின்பற்றும் மனைவிக்கு முற்றிலும் மாறான, மேலான ரசனை கொண்டவர் அவர். வாழ்வில் மனைவிக்கு முழுமையான சமத்துவத்தை அளித்ததுடன், மனைவியின் நோக்கங்களுக்கும் இணையான உற்சாக உணர்வுடன் ஆதரவு தந்தார்.

அமைதியாகக் காரியமாற்றும் வீரனாக அவ்வை இல்லத்தின் தேவைகள் நிறைவேற பணிபுரிந்தார். பாடத் திட்டத் தயாரிப்புப் பணிகளுக்கு உரியவரை தேர்ந்தெடுப்பது தொடங்கி, இல்லத்தின் வசிக்கும் இளம் பெண்களைப் பள்ளிகளிலும் கல்லூரியிலும் சேர்ப்பது, உரிய வயதில் திருமணத்திற்குத் தயாராக இருப்பவர்களுக்குச் சரியான மணமகன்களைத் தேடுவது என்று அனைத்திலும் தன்னை ஈடுபடுத்திக் கொண்டார்.

மெட்ராஸ் மருத்துவக் கல்லூரியின் உடற்கூறு இயல் துறையின் முதல் இந்தியத் துறைத் தலைவராகப் பணிபுரிந்து ஓய்வு பெற்றபின், இல்லத்தின் வளர்ச்சிக்கே தன்னை முழுமையாக அர்ப்பணித்துக் கொண்டார். சட்ட ரீதியான பல பிரச்சனைகளை இல்லம் எதிர் கொண்டது. சுந்தரம் ரெட்டி வழக்கறிஞர்களுடன் அமர்ந்து அவற்றுக்குத் தீர்வு காண முயன்றார். மருத்துவத் தொழிலை தனிப்பட்டமுறையில் செய்து வந்ததால், முத்துலட்சுமி கணவரைக் காட்டிலும் அதிகம் சம்பாதித்தார். அரசாங்கக் கல்லூரியில் ரெட்டி பணியாற்றியதால் தனிப்பட்ட முறையில் தொழில் செய்ய அவருக்கு அனுமதியில்லை. 'அவரது ஈகோ இதனால் காயப்

பட்டிருந்தாலும் அவர் அதை வெளிப்படுத்தியதில்லை' என்கிறார் அவரது மகன் கிருஷ்ணமூர்த்தி.

நாராயணசாமியின் யோசனையை ஏற்றுக்கொண்ட சுந்தரம் ரெட்டி புதுக்கோட்டையில் தலைமை மருத்துவ அதிகாரியாகப் பதவி ஏற்றுக்கொண்டார். மருமகன் அவளது சொந்த ஊரிலேயே மதிப்பு மிக்க பதவியில் பணிபுரிவதில் சந்திரம்மாளுக்கு ஒரே மகிழ்ச்சி. நல்ல சம்பளம் உறுதி செய்யப்பட்டிருந்தது. மக்களின் பெரும் ஆதரவும் பாராட்டும் இருந்தது. டாக்டர் சுந்தரம் ரெட்டி மனச்சாட்சிக்கு கட்டுப்பட்டு, கடமை உணர்வுடன் பணியாற்றும் திறமையான டாக்டர் என்பதை விரைவில் புதுக்கோட்டை மக்கள் அங்கீகரித்தனர்.

அவசர மருத்துவ உதவி கேட்டு வருவோருக்கு சிகிச்சை அளிக்க புதுக்கோட்டையின் சுற்றுப்புறங்களுக்கும் அவர் பயணித்தார். தினமும் திரளாக வந்த நோயாளிகளை நாள் முழுவதும் அயராமல் பார்க்க வேண்டியிருந்தது. அதனால் உடல் நலம் பாதிக்கப்பட்டார். அதிக அளவிலான காய்ச்சல் இறங்கவே இல்லை. அதனால் மதராசுக்கு வந்த அவரை முத்துலட்சுமி கவனித்துக் கொண்டார். பயோரியாவால் அவர் பாதிக்கப்பட்டிருந்தார். பல் ஒன்று எடுக்கப் பட்டது. நோயிலிருந்து மீண்டதும் புதுக்கோட்டைக்குத் திரும்பினார். கடுமையாக உழைக்கவேண்டி இருந்தாலும் புதுக்கோட்டை சூழல் அவருக்கு மிகவும் இதமாகவும், வசதியாகவும் இருந்தது. அவருக்கென்று பங்களா, உதவுவதற்கு வீட்டில் அரை டஜன் ஆட்கள். சொந்த கார் இருந்தது.

முத்துலட்சுமி மெட்ராசிலேயே இருக்க முடிவு செய்தார். அவருக்குச் சுறுசுறுப்பான மருத்துவத் தொழிலும் ஆற்றவேண்டிய சமூகப் பணிகளும் இருந்தன. முதல் குழந்தையின் பிறப்பை அவர் எதிர்நோக்கியிருந்தார். பிரசவத்திற்காக லேபர் ரூமுக்குச் செல்லும் வரையிலும், கர்ப்ப காலம் முழுவதும் இரவும் பகலும் அவர் ஓய்வின்றி உழைத்தார். முதலாம் உலகப் போர் தொடங்கிவிட்டது. வீட்டில் அன்று ஏதோ விவாதங்களும் நடந்தன. அமைதியிழந்த அவர், அன்று இரவு முழுவதும் உறங்க முடியவில்லை. அந்த நேரத்தில் பிரசவ வலி ஆரம்பித்தது. மிக நீண்ட, சிரமமான அந்தப் பிரசவ வலியை, வேதனையை அவர் ஏழு நாட்கள் தாங்கிக்கொள்ள வேண்டியதாயிற்று.[7]

பிரசவம் அத்தனை சிரமமான ஒன்று என்பதை சந்திரம்மாளால் நம்பவே முடியவில்லை. அவள் எட்டுக் குழந்தைகளைப்

பெற்றெடுத்தவள். அனைத்துமே எளிதான பிரசவங்கள். சொல்லப் போனால் முத்துலட்சுமியைத் திருமணத்திற்குக் கட்டாயப் படுத்தியவள் அவள்; அதற்கான பொறுப்பை அவள் ஏற்றுக் கொண்டாள். நகைகள் அனைத்தையும் கழட்டி எறிந்தாள். இத்தகைய சோதனையில் மகளைத் தள்ளியதற்காக, தன்னையே மாய்த்துக் கொள்ளத் தயார் என்று கதறி அழுதாள்.

மற்றொரு மூலையில் உட்கார்ந்து, அக்காவின் உயிருக்காக முத்துலட்சுமியின் தம்பி ராமையா பிரார்த்தனை செய்து கொண்டிருந்தார். நாராயணசாமி, மகளுக்கு ஏதாவது அசம்பாவிதம் நேரும் பட்சத்தில், லோகாயத நுகர்வுகள் அனைத்தையும் துறந்து விடுவேன் என்று உறுதி எடுத்துக் கொண்டார்.

டிசம்பர் 23, 1914. முத்துலட்சுமி மறுப்பு தெரிவித்தும் மருத்துவ உதவியாளர் அவருக்கு பிட்யூட்ரின் ஊசி மருந்தைச் செலுத்தினார்.[8] வலி மிகவும் கொடுமையாக இருந்தது. மேலும் நான்கு மணி நேரம் நீடித்தது. வலியில் துடித்துக் கத்தியவர், தனக்குக் குளோரஃபார்ம் கொடுக்கும்படி வேண்டினார். நீர்க்குடம் உடைந்துவிட்டாலும் குழந்தையின் தலை இறங்க ஆரம்பிக்கவில்லை.

அவரது அடுத்த வீட்டில் வசித்த டாக்டர் ஏ.எல்.முதலியார் பிரசவத்தைக் கவனித்துக் கொண்டிருந்தார். முத்துலட்சுமி குளோரஃபார்ம் மயக்கத்தில் இருந்தார். ஃபோர்செப்ஸ் பயன்படுத்த முடிவு செய்த அவர், குழந்தையை வெளிக்கொணர பெர்ஃபொரேட்டர் கிடைக்குமா என்று பார்த்தார். குழந்தையை இழுத்து வெளிக்கொணர்ந்து தாயை மட்டுமாவது காப்பாற்ற நினைத்தார். ஆனால், இருந்த பெர்ஃபொரேட்டர் ஸ்டெரிலைஸ் செய்யப்படவில்லை. அந்தக் கருவியை ஸ்டெரிலைஸ் செய்து எடுத்து வருவதற்குள் ராம்மோகன் பிறந்துவிட்டான்.

அனைத்துக் குழந்தைகளையும் போல், உரத்த குரலில் அழுதான். தாயும் சேயும் நலமாக இருந்தனர். முத்துவுக்கு இது ஒரு புது உலகம். உரிய நாட்களுக்கு முன்னரே பிறந்த குழந்தை. எடை மூன்று பவுண்டுகள்தான். எனினும், முத்துலட்சுமிக்குத் தாளாத மகிழ்ச்சி. தனது முதல் குழந்தை நலமாக பிறந்ததற்கும் நலமுடன் வாழ்வதற்கும் டாக்டர் ஏ.எல். முதலியார் அவர்கள் உரிய நேரத்தில் எடுத்த நடவடிக்கையே காரணம் என்று தனது வாழ்க்கை வரலாற்றில் நன்றி கூறியிருக்கிறார். மனச்சாட்சிக்குக் கட்டுப்பட்டு பணிபுரியும் மிகத் திறமையான மகப்பேறு மருத்துவர் என்று அவரைப் பாராட்டியிருக்கிறார்.[9]

முத்துலட்சுமி எதிர்கொண்ட சிரமம் சந்திரம்மாள் நாராயணசாமி ஐயருக்கு இடையிலான உறவில் சிறிய கருத்து வேறுபாட்டைக் கொண்டு வந்தது. ஐயர், சந்திரம்மாள் வீட்டுக்குச் செல்வதை அடியோடு நிறுத்திக்கொண்டார். ஊரில் அதைப் பற்றி வதந்திகள் உலவத் தொடங்கின. சந்திரம்மாள் தாய்வழி மரபைப் பின்பற்றியிருந்தால், அந்த மனிதர் பார்க்க வருவதை நிறுத்தி விட்டதை, வேறு எவரையோ சந்திக்கச் செல்கிறாரோ என்று திகைத்து, அதைப் பொருளாக வைத்து ஓர் இசைத் துணுக்கை இயற்றியிருப்பாள். ஆனால், அதையெல்லாம் அவள் ஒதுக்கி வைத்துவிட்டாள். நாராயணசாமி, தனது சகோதரர்களின் குடும்பத்துடன் வசிக்கும் வீட்டிற்குத் தினமும் நடந்து செல்வாள்.

கம்பீரமாக நடந்து வீட்டின் பின்புறம் செல்லும் சந்திரம்மாள் அங்கு வளர்ந்திருக்கும் செடிகளிலிருந்து கொஞ்சம் காய்கறிகளைப் பறித்துக்கொண்டு, தலை நிமிர்த்தியபடி மெதுவாக திரும்பி வருவாள். ஊர் வாய் அசைபோட்டபடிதான் இருந்தது. 'வீட்டுக்கு வருவதை அவர் நிறுத்தியபின், எப்படி அவள் அவர் வீட்டுத் தோட்டத்திலிருந்து கறிகாய்கள் பறிக்க முடியும்?'

அவளது துணை என்ற அடிப்படையில் தனது உரிமையை உறுதி செய்து கொள்ளத்தான் உண்மையில் அவள் அவ்வாறு செய்தாள். அவளைப் பொறுத்தவரை அது அவளது கணவனின் வீடு. ஒருவழியாக இருவருக்கும் இடையிலான கருத்து வேறுபாடு சரியானதும் புதுக்கோட்டையில் சந்திரம்மாளின்மீது அந்த மனிதர்கள் காட்டிய அன்பும் மரியாதையும் பன்மடங்காகியது. அவள் வாழ்ந்திருந்த அந்தக் காலத்தில், சூழலில், அவளது செயல் வியப்பிற்குரியது, துணிவானது.[10]

கணவருடன் சேர்ந்திருக்க எண்ணி புதுக்கோட்டைக்குப் பயணம் மேற்கொண்டார் முத்துலட்சுமி. ஜனவரி 15, 1915 அன்று அங்கு போய்ச் சேர்ந்தார். ராம்மோகன் அப்போது மூன்றுவாரக் குழந்தை. பலமற்று நோய்மையாக இருந்த அவனைச் சால்வையில் போர்த்தி எடுத்து வந்தார். ரயில் பயணத்தில் ஓர் ஆண் நர்ஸ் இரவு முழுவதும் கண்விழித்தபடி குழந்தையின் அருகிலேயே இருந்தார்.[11]

எடின்பர்கில் எஃப்.ஆர்.சி.எஸ் படித்த ஒருவர், தலைமை மருத்துவ அதிகாரியாக இருப்பதில் புதுக்கோட்டை பெருமை கொண்டது. அத்தனை உயர் தகுதி படித்த மருத்துவர் அதுவரையிலும் அந்த மாவட்டத்தில் பணிபுரிந்ததில்லை.[12] டாக்டர் ரெட்டி, தனது

பதவியின் அடிப்படையிலும், தனிப்பட்டமுறையில் மருத்துவத் தொழில் புரிந்த விதத்திலும் அப்பகுதி ஏழைகளின் கவனத்தைக் கவர்ந்தார்.

அதுமட்டுமின்றி, அந்த நகரத்தைச் சுற்றியிருந்த பகுதிகளில் வசித்த முக்கியமான சில செட்டியார் இனப் பிரமுகர்களின், ஜமீன்தார்களின் நன்மதிப்பையும் பெற்றார். அவரிடம் சிகிச்சை பெற்று குணமடைந்தவர்கள் அவரைப் பிரபலப்படுத்தினர். வாய் மொழியால் அவர் புகழ் பரவியது. நோயாளிகள் பெரிய அளவில், தொலைவிலிருந்தும் வாகனங்களில் அவரை நாடி வந்தனர்.

மிகச் சில நோயாளிகள் உயிரிழந்தனர். பலர் குணமடைந்தனர். பிழைக்க முடியாதவர் என்றெண்ணிய பல நோயாளிகள் பிழைத்தனர். அந்தக் குடும்பத்தினர் பெரும் அதிசயம் என்றே ஆச்சரியப்பட்டனர். சம்பவம் ஒன்றைக் குறிப்பிட்டுச் சொல்லலாம். ஜல்லிக்கட்டில் கலந்து கொண்ட ஓர் இளைஞனை மாடு கொம்பால் கிழித்துவிட்டது. அவனது வயிறு கிழிந்து, அந்தப் பிளவின் வழியே சிறு குடல் தெரிந்தது. ஈரத்துணியை வயிற்றைச் சுற்றிக் கட்டி நண்பர்கள் அவனை மருத்துவனைக்குக் கொண்டு வந்தனர்.

டாக்டர் சுந்தரம் அவனுக்குச் சிகிச்சை அளித்தார். வழக்கமான கவனத்துடனும் திறமையுடனும் அதைச் செய்தார். அந்த இளைஞன் பிழைத்துத் தேறியதும், அவன் கிராமமே திரண்டு வந்து அவருக்கு நன்றி தெரிவித்தது. வயலில் விளைந்த ஏராளமான பொருட்களை அவருக்கு அளித்து நன்றியைத் தெரிவித்தனர்.

முத்துலட்சுமியின் உழைப்பும் எந்தவிதத்திலும் குறைந்ததாக இல்லை. மிகச் சிரமமான பிரசவங்களையும் அவர் பார்த்துக் கொண்டார். பெண்களுக்கும் குழந்தைகளுக்கும் மாற்று மருத்துவ வசதி இல்லாத நிலையில், அவசர சிகிச்சை தேவைப்படும் நோயாளிகளை அவர் பார்க்கத் தொடங்கினார்.

இருவருக்குமே ஓயாத வேலை. அறுவை சிகிச்சைக்காகக் காத்திருக்கும் நோயாளிகளின் வரிசை நீண்டதாக இருந்தது. இருவரும் தொடர்ச்சியாக வேலை செய்துகொண்டிருந்தனர். சில நாட்கள் டாக்டர் ரெட்டி நாற்பது மைல் தூரம் பயணித்து நோயாளிகளைப் பார்த்தார். அதற்கெல்லாம், அவருக்கு பெரும் சன்மானம் கொடுத்தனர். படிப்பிற்காகப் பெற்ற கடனை அவர் இவ்வாறு கொஞ்சம் கொஞ்சமாகத் திருப்பிச் செலுத்தும் வாய்ப்புக் கிடைத்தது.

புதுக்கோட்டையில் சொகுசான வாழ்க்கை அவருக்கு வாய்த்திருந்தது. மருத்துவமனைக்கு அடுத்ததாக வீடு. செவிலியர்களும் நண்பர்களும் எப்போதும் உதவி செய்ய ஆர்வத்துடன் வந்தனர். பால், குறைவில்லாமல் ஏராளமாகக் கிடைத்தது. செய்நன்றி மறவாத, பணக்கார மற்றும் ஏழை, நோயாளிகள் பழங்களும் காய்கறிகளும் வீட்டிற்குத் தேவையான பொருட்களுமாக கொண்டுவந்து தந்தனர்.

முத்துலட்சுமி குழந்தைக்கு முலைப்பால்தான் அளித்தார். குழந்தைக்கு பால் மறக்கடிக்கச் செய்யலாம் என்று குடும்பத்தினர் வலியுறுத்தினர். இயற்கை அளிக்கும் போஷாக்கான தாய்ப் பாலைத்தான் ஒரு தாய் தனது குழந்தைக்கு முடிந்த வரையிலும் அளிக்கவேண்டும் என்று அவர் நம்பினார்.[13] ராம்மோகனின் உடல் நிலையில் ஆரோக்கியத்தில் நல்ல முன்னேற்றம் தெரிந்தது. ஆனால், முத்துலட்சுமிக்கு ஓய்வு என்பதே இல்லாத நிலை தொடர்ந்தது.

அந்த இணையருக்கும் உடல்ரீதியான வேலைச்சுமையும் மன அழுத்தமும் பெருமளவு அதிகரித்தது. உடலில் புரத சத்துக் குறைபாட்டால் டாக்டர் ரெட்டியை கீல்வாதம் பாதித்தது. அதிகக் காய்ச்சலுடன், அடிக்கடி நோய்வாய்ப்பட்டார். மயக்கமுற்று பிதற்றவும் தொடங்கினார். முத்துலட்சுமி மதராசுக்குக் கடிதம் எழுதி நண்பர்களிடம் மருத்துவ உதவி கோரினார். ஆனால், பெரும்பாலான நண்பர்கள், நோயாளிகளைப் பார்ப்பதில் மும்முரமாக இருந்தனர். அவர்கள் உடனடியாகப் புறப்பட்டு வர இயலவில்லை. வந்து சேர்ந்த டாக்டர் ரெட்டியின் ஒரு மாணவர், கிளினிக்கைப் பார்த்துக் கொள்ள உதவினார். சிகிச்சைகளுக்கான மருத்துவ முடிவுகள் அனைத்தையும் முத்துலட்சுமியே எடுத்தார்.[14]

ராம்மோகனை கக்குவான் இருமல் பீடித்தது. இரவு நேரத்தில் அவன் மிகவும் துன்பப்பட்டான். முத்துலட்சுமி பெரிதும் கவலைக்கு ஆளானார். இத்தகைய வேதனையை அவர் பார்த்ததில்லை. அவரும் அவர் சகோதரியும் ஒரு தெர்மாஸ் ஃப்ளாஸ்கில் சுடுநீரை நிரப்பிவைத்துக் கொண்டு இரவில் அவன் படுக்கைக்கு இரு புறத்திலும் படுத்துக் கொள்வார்கள். தொடர்ச்சியான இருமலால் அவன் பாதிக்கப்படுவதற்குள் அவன் தொண்டையை நனைக்க சிறிது சுடுநீர் தருவார்கள்.

நான்கு வாரங்களுக்கு பிறகு ஒரு நாட்டு வைத்தியர் குழந்தையை வந்து பார்த்தார். ஓர் அவுன்ஸ் புத்தம் புது கள்ளை காலையும்

மாலையும் குழந்தைக்குக் கொடுக்கச் சொன்னார். குழந்தையைக் காப்பாற்ற எந்த வைத்தியத்தையும் ஏற்றுக்கொள்ள லட்சுமி தயாராய் இருந்தார். மூன்று நாட்களில் சற்று குணம் தெரிந்தது. இருமலின் உக்கிரம் தொடர்ந்து குறைந்தது.

முத்துலட்சுமி தனது சுயசரிதையில் இவ்வாறு குறிப்பிடுகிறார்: 'நோய் குணமானது அந்த மருத்துவத்தாலோ அல்லது இயற்கையில் இயல்பாகவே நாளடைவில் நோயின் வீரியம் குறைந்து போனதாலா? எதனால் என்பது நமக்குத் தெரியவில்லை. இருப்பினும் ஈஸ்ட் நிறைந்திருக்கும் புதிய கள்ளை அளித்ததால்தான் குணமானது என்று கருதாமல் இருக்க முடியவில்லை.' ஓர் ஆங்கில மருத்துவரிடம் இருந்து வரும் சொற்கள் இவை. மருத்துவத் தொழில் சார்ந்தும் தனிப்பட்ட வாழ்விலும் அவர் கடைப்பிடித்த வெளிப்படைத்தன்மையை இது காட்டியது.

டாக்டர் ரெட்டி, காய்ச்சலிலிருந்து மீண்டுவிட்டார். வழக்கமான பணிகளுக்குத் திரும்பினார். அலுவலகப் பணிகள், அறுவைச் சிகிச்சைகள், மருந்துகள், கொடுக்கப்படும் மயக்க மருந்தின் செயல்திறன் போன்ற இன்னபிற பணிகளில் தன்னை ஈடுபடுத்திக்கொண்டார். மகப்பேறு மருத்துவராக முத்துலட்சுமி தனது வாழ்க்கையை மீண்டும் தொடர்ந்தார். ஒவ்வொரு நாளும் உண்மையான, இயல்பான அனுபவங்களால் நிறைந்திருந்தன. வேடிக்கையான, மகிழ்ச்சியான, அச்சமூட்டும், கண்களில் நீர் வரவழைக்கும், ஒரு மகப்பேறு மற்றும் பெண் நோயியல் மருத்துவரின் வாழ்வில் மட்டுமே வாய்க்கும் அனுபவங்கள்.

மக்கள் தங்கள் சொந்தக் கால்களில் நின்று, ஆரோக்கியமாக வாழ வேண்டும் என்ற தமது லட்சியத்தை அந்த இணையர் என்றும் மறக்கவில்லை. டாக்டர் ரெட்டி தனது உதவி சர்ஜன்களுக்குப் பலவிதமான படிகள் வழங்க ஏற்பாடு செய்தார். உரிய ஊதியம், பஞ்சப்படி ஆகியவற்றை நியாயமாக வழங்கினார். புதிதாக வந்தவர்களுக்கு கிரேடு அடிப்படையில் ஊதியமும், உதவியாளர் களுக்கும், தூய்மைப் பணியாளர்களுக்கும், அலுவலக ஊழியர் களுக்கும் உயர்த்தப்பட்ட ஊதியமும் வழங்க ஏற்பாடு செய்தார். இவையனைத்தும் அரண்மனை அதிகாரிகளால் பொறாமை உணர்வுடன் கவனிக்கப்பட்டன. ஆனால், இவற்றை அமுல்படுத்த கணிசமான முயற்சிகளை மேற்கொள்ள வேண்டியிருந்தது.

அரண்மனை அதிகாரத்தின் ஊடுருவல்கள் இல்லாமல் சுதந்திரமாக செயல்படவும், சொந்தக் காலில் நிற்கவேண்டும் என்ற

ஆர்வத்துடன் டாக்டர் ரெட்டி இருந்தார். மருத்துவமனை நிர்வாக அதிகாரியுடனும் திவானுடனும் ஏற்பட்ட கருத்து வேற்றுமையால் புதுக்கோட்டை நகரத்திலிருந்து வெளியேறும் சந்தர்ப்பத்திற்காகக் காத்திருந்தார்.

மதராசுக்கு ஒருமுறை வந்திருந்தபோது மெட்ராஸ் மருத்துவக் கல்லூரியில் துணைப் பேராசிரியர் பதவி ஒன்று உருவாகப் போகிறது என்ற தகவல் டாக்டர் சுந்தரம் ரெட்டிக்கு தெரியவந்தது. சுமார் ஒன்றரை ஆண்டு காலம் புதுக்கோட்டையில் மருத்துவ தொண்டாற்றியிருந்தனர்; இருவரும் மதராசுக்குத் திரும்பிவிடலாம் என்று முடிவு செய்தனர். தலைமை மருத்துவ அதிகாரியாக புதுக்கோட்டையில் கிடைத்த அனைத்து வசதிகளையும் உதவிகளையும் அவர்கள் துறக்க முடிவு செய்தது முத்துலட்சுமியின் பெற்றோர்களை அதிர்ச்சியில் ஆழ்த்தியது. எனினும் அவர்கள் முடிவு செய்துவிட்டனர்; அவர்களது சேவையைப் புகழ்ந்துபேசிய உணர்வுபூர்வமான உரைகளுடன் அன்பும் பிரியமும் நிறைந்த விடைதரும் விழா அவர்களுக்கு நடந்தது.

மதராசில் வாழ்க்கை அப்படியொன்றும் எளிதாக இல்லை. குடும்பம் பெரியது. அவரது இரண்டு தங்கைகள், தம்பி, வளர்ப்பு மகள் சுப்புலட்சுமி, அவரது மகன்களுக்கு கல்வி அளிக்கும் பொறுப்பை டாக்டர் முத்துலட்சுமியின் தோள்களில் சுமக்க வேண்டியிருந்தது. புதுக்கோட்டையின் சொகுசான, ஆடம்பர வாழ்க்கையை அவர்கள் இழந்திருந்தனர். மதராசில் விலைவாசி அதிகம். புதுக்கோட்டையில் நன்றியுடன் நோயாளிகள் புதிய காய்கறிகள், பழங்கள், மீன், முட்டைகள், கோழிகள் என அனைத்தையும் இனாமாகத் தந்தனர். இங்கு அனைத்தையும் விலைகொடுத்தே வாங்கவேண்டும்.

சமையல்காரர்கள், தோட்டத்தொழிலாளர்கள், பியூன்கள், உதவியாளர்கள் அனைவரும் மிகுந்த விசுவாசத்துடன் இந்த இணையர்களுக்குப் பணிபுரிந்தனர். அத்துடன் அவர்கள் அனைவரும் புதுக்கோட்டை அரசால் வேலைக்கு அமர்த்தப் பட்டவர்கள். அவர்களில் ஒரு உதவியாளர் மட்டும் இந்த இணையருடன் மதராசுக்கு வந்தார்; ராம்மோகனைப் பார்த்துக் கொள்வதில் உதவி செய்தார். மற்றொரு உதவியாளரை இவர்கள் வேலைக்கு அமர்த்திக்கொள்ள வேண்டியிருந்தது.

மேலும் சௌகரியங்களுக்காக அவர்கள் அடிக்கடி வீட்டை மாற்ற வேண்டியிருந்தது. குதிரைவண்டி ஒன்றும் தேவைப்பட்டது. அத்துடன் சமையல்காரர், உதவியாளர், வண்டியோட்டி, வீட்டுப்

பணியாள் தேவைப்பட்டனர். இவர்களுக்கு மூன்று வேளை சாப்பாட்டுடன் சம்பளமும் அளிக்கவேண்டும்.

மெட்ராஸ் மருத்துவக் கல்லூரியில் டாக்டர் சுந்தரம் ரெட்டி உடற்கூற்றியல் துறை துணைப் பேராசிரியராக நியமனம் பெற்றார். ஆனால், அந்தப் பணி தொடர்பான அரசு விதிகள் அவர் தனியாக மருத்துவத் தொழில் செய்வதை அனுமதிக்கவில்லை. அதனால் அவருக்குப் பதிலாக பிரைவேட்டாக மருத்துவத் தொழில் செய்யும் பொறுப்பை முத்துலட்சுமி ஏற்றுக்கொண்டார். இவ்வாறாக அவர் விட்டுச் சென்ற அந்த மருத்துவத் தொழிலை மீண்டும் தொடங்கினார். சிகிச்சை அளிப்போரின் எண்ணிக்கை பன்மடங்காக வளர்ந்தது. ஆனால், கைக்குழந்தையோ இரவில் அவரைத் தூங்க விடவில்லை.[15]

ராம்மோகனுக்கு நான்கு வயதானதும் அவனுக்கு வித்தியாப்பியாசம் செய்து வைக்க இணையர் முடிவு செய்தனர். முறைப்படி கல்வி கற்கத் தொடங்குவதைக் குறிக்கும் சடங்கு இது. டாக்டர் வரதப்ப நாயுடு ஏழை மற்றும் அநாதைக் குழந்தைகள் இல்லத்தின் குழந்தைகளுக்கு உணவு அளித்து அந்த நாளை சிறப்புடையதாக்க டாக்டர் முத்துலட்சுமி விரும்பினார். அந்த இல்லத்திற்கு அவர் ஒருமுறை சென்றிருந்தார். குழந்தைகளின் ஆரோக்கியமற்ற நிலையும், அந்த இல்லத்தின் சுகாதாரமற்ற சூழலும் அவரை அதிர்ச்சிக்குள்ளாக்கின. அந்த இல்லத்திற்கு அடிக்கடி சென்றுவர முடிவு செய்தார். இவற்றை மேம்படுத்த சில யோசனைகளையும் நிர்வாகத்திற்குத் தெரிவித்தார்.

ஆனால், தொடக்கத்தில் இந்தச் சிந்தனைகளை அவர்கள் ஏற்றுக்கொள்ளவில்லை. பின்னாளில், டாக்டர் சுந்தரம் ரெட்டி அந்த இல்லத்தின் செயலராகத் தேர்ந்தெடுக்கப்பட்டார். அவர் சிகிச்சை அளித்த செட்டிநாட்டைச் சேர்ந்த பிரமுகர்களிடமிருந்து ரூ.4000 வசூலித்தார். அப்பணத்தைக் கொண்டு இல்லத்திற்குச் சுற்றுச் சுவர் எழுப்பினார். பின்னர், டாக்டர் முத்துலட்சுமி மதராஸ் சட்டமன்ற கவுன்சிலுக்கு துணைத் தலைவர் ஆனதும், முன்பு முன்வைத்த யோசனைகள் சிலவற்றை அவரால் அமல்படுத்த முடிந்தது.

முத்துலட்சுமி அப்போது இரண்டாவது குழந்தை பிறப்பை எதிர்நோக்கியிருந்தார். குமட்டல் வாந்தியால் மிகவும் பலவீனமாகி இருந்தார். ஐம்பது வயதுகூட நிரம்பாத அவரது தாய் நிமோனியா காய்ச்சல் கண்டு திடீரென்று இறந்து போனார். அப்போது அவர் மகளின் இரண்டாவது பிரசவத்தின் போது உதவியாக இருக்க

மதராசுக்குச் செல்ல தயாராகிக் கொண்டிருந்தார். வயிற்றில் குழந்தை என்பதால், தாயின் ஈமச்சடங்கில் பங்கேற்க முத்து லட்சுமியால் புதுக்கோட்டைப் போக முடியவில்லை. அவருக்கு தேவைப்பட்ட நெருக்கமான குடும்பத்தினரின் ஆதரவு ஏதுமின்றி, மிக கடுமையான துக்கத்தை அவரே தாங்கிக் கொள்ள வேண்டியதாயிற்று.

1919ஆம் ஆண்டு மகாத்மா காந்தி மெட்ராஸ் மெரினா கடற்கரையில் உரையாற்றும்போது அமைதிவழியிலான ஹர்தால் ஒன்றை அறிவிக்கிறார். ஆயிரத்திற்கும் மேற்பட்ட மக்கள் ஜாலியன்வாலா பாக்கில் உயிரிழந்திருந்தனர். சந்திரம்மாளின் மரணம் முத்து லட்சுமியை அதிர்ச்சியில் ஆழ்த்தியிருந்தது. அந்த நேரம் கொடிய இன்ஃபுளுயன்சா தொற்று நோய் டாக்டர் சுந்தரம் ரெட்டியையும் அவரது தங்கை நல்லமுத்துவையும் பாதித்துவிட்டது. இவை அனைத்திற்கும் இடையில் அவரது இரண்டாவது மகன் கிருஷ்ணமூர்த்தி செப்டெம்பர் 12, 1919 அன்று பிறந்தான். குடும்பத்திற்குப் பெருமகிழ்ச்சியைக் கொண்டுவந்தான்.

கருவுற்றிருந்த நாட்களில் முத்துலட்சுமியை கவனமாகப் பார்த்துக்கொண்டவர் அவரது பேராசிரியர் லெப்டினென்ட் கர்னல் கிஃபார்டு. பிரசவத்தன்று இரவு முழுவதும் உடனிருந்து உதவியவர் டாக்டர் ஏ.எல்.முதலியார். இந்த முறை பிரசவம் எளிதாகவே இருந்தது. ஆனால், எதிர்பாராத தவறு நிகழ்ந்துவிட்டது. பிறந்த சிசுவின் கண்களைச் சுத்தமான நீரால் கழுவுவதற்குப் பதிலாக கரைசல் ஒன்றால் தாதி துடைத்துவிட்டாள். விளைவாக குழந்தையின் கண்கள் ஆபத்தாக வீங்கிவிட்டன. அறை விளக்குகள் அனைத்தும் பச்சை வண்ணக் காகிதத்தால் மூடப்பட்டன. குழந்தையின் கண்களுக்குச் சிகிச்சை அளிக்க, கண் மருத்துவ மனையின் சூப்பரிண்டெண்டெண்ட் வரவழைக்கப்பட்டார். இரண்டு பிரசவங்களைப் பற்றியும், குடும்பத்தில் ஏற்பட்ட நோய்களைப்பற்றியும் எதிர்காலத் தாய்களுக்கு உதவும் வகையில் டாக்டர் முத்துலட்சுமி ரெட்டி தனது சுயசரிதையில் விவரமாக எழுதி உள்ளார்.

முத்துலட்சுமி மருத்துவத் தொழிலின் மூலம் மாதம் ஏறத்தாழ ரூ.3000 ரூபாய் சம்பாதித்தார். அந்தக் காலத்தில் அது நல்ல தொகைதான். எனினும், எப்போதும் அவர் பணமுடையிலேயே இருந்தார். டாக்டர் சுந்தரம் ரெட்டியின் ரசனைகள் எப்போதும் விலை உயர்ந்தவை என்பதால் அதில் ஆச்சரியம் ஏதுமில்லை. குழந்தைகள்,

முன்னறிவிப்பின்றிப் புதுக்கோட்டையிலிருந்து வரும் உறவினர்கள், நண்பர்களின் வருகையால் உதவியாளர்களின் எண்ணிக்கை அதிகமானது. குடும்பம் பெரிதாகிவிட்டது.

வெளியூர்களில் இருந்து வரும் இசைக்கலைஞர்கள், நாட்டியக் கலைஞர்களை முத்துலட்சுமி எப்போதும் அன்புடன் வரவேற்று உபசரிப்பார். அவர் வீட்டில் இல்லாத சமயத்திலும் அப்படி வருபவர்களின் தேவைகள் கவனித்து கொள்ளப்பட்டன. தனக்குப் 'பிரைவஸியே இல்லை' என்று டாக்டர் சுந்தரம் அடிக்கடி வேடிக்கையாகப் பேசுவதுமுண்டு.

திருமண வாழ்வின் சோதனைகள், வேதனைகள், மகிழ்ச்சிகரமான தருணங்கள், அச்சங்கள் அனைத்தையும் இந்த இருவரும் அனுபவித்தார்கள். பொருளாதார நிர்வகிப்பின் காரணமாக எழும் நெருக்கடிகள், இருபத்து நான்கு மணி நேரமும் வேலை செய்வதால் பெற்றோர்களாக குழந்தைகளைப் பார்த்துக்கொள்ள முடியாமை ஆகியவற்றையும் அனுபவிக்கவேண்டியிருந்தது.

எனினும், இவை அனைத்தின் மூலமாக சமுதாயத்தில் மனிதர்களின் நிலை பற்றி அவர்கள் அறிந்துகொண்டனர்; எண்ணற்ற பெண்களின் வாழ்வில் மாற்றங்கள் ஏற்படுத்தும் வகையில் சமூகப் பணியாற்றுவதற்குப் போதுமான நேரத்தை டாக்டர் முத்துலட்சுமி கண்டுபிடிப்பதற்கு இந்த அனுபவங்கள் உதவின.

✦

4. வாழ்வெனும் நாடக மேடை

பயப்படுவதற்கு வாழ்க்கையில் எதுவும் இல்லை; வாழ்க்கை புரிந்து கொள்ளப்பட வேண்டும். அதிகம் புரிந்துகொள்ள வேண்டிய நேரம், இது. ஆகவே நாம் குறைவாகவே அச்சம் கொள்வோம்.

மேரி கியூரி (1867-1934)

முத்துலட்சுமி வாழ்வின் அடித்தளமாக அச்சமின்மை இருந்தது. அம்மா சந்திரம்மாளிடம் இருந்து பெற்றுக்கொண்ட குணம். இந்தக் குணம் சிரத்தையுடன் வளர்ந்தது, அவருக்கு ஊக்கமளித்தது, விழிப்புணர்வைத் தந்தது. மருத்துவப் பணியை மிகத் துணிவுடனும் எளிதாகவும் மட்டும் அவர் மேற்கொள்ளவில்லை; அப்பணியுடன் அவர் தாய்மையை இணைத்தார். அப்பணியுடன் இணைத்து எண்ணற்ற முன்னோடி சமூகச் சீர்திருத்தங்களிலும் ஈடுபட்டார். கல்வியிலும் சுகாதாரச் சேவையிலும் மெட்ராஸ் மாகாணத்தில் மிகவும் செல்வாக்கு மிக்க பெண்களில் ஒருவராக அவர் ஆனார், எண்ணற்ற உயிர்களைக் காப்பாற்றினார். அவர் நிறுவிய நிறுவனங்கள் அக்காரியத்தைத் தொடர்ந்து செய்தன.

மாற்று தாய் கொண்டு குழந்தைக்குப் பால் கொடுக்கும் பழக்கத்தைப் போக்குவது, அவர் பிரசாரம் செய்யத் தொடங்கிய முதல் விஷயங்களில் ஒன்றாக இருந்தது. மேற்தட்டுக் குடும்பங்களில் கௌரவம் சார்ந்த விஷயமாக இந்த வழக்கம் நிலவியது. செலவு

செய்ய வசதிமிக்க பெண், தான் பெற்ற குழந்தைக்குத் தாய்ப்பால் கொடுக்க பொருளாதாரத்தில் தாழ்ந்த வகுப்பைச் சேர்ந்த பெண்ணை வேலைக்கு / வாடகைக்கு அமர்த்திக் கொள்கிறாள்.

முத்துலட்சுமியும் அவருடன் பிறந்தவர்களும் இவ்வாறு மாற்றுத் தாயால் தாய்ப்பால் ஊட்டப்பட்டவர்கள். சிறுவயதில் உடல் நிலைக் குறைவுடன் வளர்ந்ததற்கு இதுதான் காரணம் என்று அவர் உணர்ந்தார். மருத்துவ மாணவியாக இருக்கும்போதே, இப்படிக் குழந்தை வளர்க்கும் பிரச்சனையை எடுத்துப் பேசவேண்டும் என்று மனத்தில் உறுதி ஏற்படுத்திக் கொண்டார்.

வன்முறை உடலுறவின் காரணமாக சவ்வு கிழிக்கப்பட்டு வரும் வளரிளம் பருவத்துச் சிறுமிகளைப் பரிசோதித்து, ஒரு மருத்துவராக அவர் சிகிச்சை அளித்திருக்கிறார். அவர்களில் பெரும்பாலோர் பலவீனமானவர்களாக, ஊட்டச்சத்து குறைபாட்டால் பாதிக்கப் பட்டவர்களாக இருந்தனர். முழுக் காலத்திற்கும் கருவைத் தக்கவைத்துக் கொள்ளும் அளவுக்கு அவர்களது கருப்பை வலுவாக இல்லாத நிலையில் பல கருச்சிதைவுகள் அவர்களுக்கு ஏற்பட்டிருக்கின்றன. திரும்பத் திரும்ப இவ்வாறு நிகழும்போது, அந்த இளம்பெண்கள் இரத்த சோகை நோயால் பீடிக்கப்பட்டு, பலவீனம் அடைந்து விடுகிறார்கள். அத்துடன் அவர்களில் பலரும் காசநோய் பாதிப்புக்கும் ஆளாகிவிடுகிறார்கள்.

எனவே, பிரசவத்தின்போது அதிக எண்ணிக்கையில் இளம் பெண்கள் இறந்துபோவது ஆச்சரியமல்ல. ஆனால், அந்தக் கணவன் மீண்டும் திருமணம் செய்து கொள்கிறான். புதிய மனைவி வருகிறாள். இவள், ஒருவேளை முந்தைய பெண்ணைக் காட்டிலும் வயதில் குறைந்தவளாக இருக்கலாம். தாயில்லாத அந்தக் குழந்தையையும் அவள் பார்த்துக்கொள்ள வேண்டும். அத்துடன், தனது பிரசவத்திற்கும் தயாராக இருக்கவேண்டும் என்று எதிர் பார்க்கப்படுகிறாள்.

இந்த இடைவிடாத சுழற்சி முத்துலட்சுமிக்கு அருவருப்பாக இருந்தது. இதை எண்ணி அவர் வேதனைப்பட்டார். தனது சுயசரிதையில், மூன்று மனைவிகளை இழந்த 40 வயதுள்ள ஒருவருக்கு மணம் முடிக்கப்பட்ட 12 வயது சிறுமியின் நிகழ்வை விவரிக்கிறார். அந்தப் பெண் பூப்பெய்துவதற்கு முன்பே அவளை இவர் மணம் செய்து கொண்டார். பொறுமை காக்கும்படி அந்தக் கணவனை முத்துலட்சுமி கெஞ்சினார். ஆனால், அந்த மனிதன் கேட்கவில்லை. ஓர் ஆண்டு சென்றபின் அந்தப் பெண்ணும்

பிரசவத்தில் இறந்துபோவது எவருக்கும் ஆச்சரியமான செய்தியாக இருக்கவில்லை.[1]

சகோதரி சுப்பலட்சுமி சாரதா இல்லத்தில் முத்துலட்சுமி கௌரவ மருத்துவ ஆலோசகராக பணியாற்றினார். அங்கு அவர் இளம் விதவைகளைப் பார்க்க நேர்ந்தது. சுப்பலட்சுமி - முத்துலட்சுமி என்ற இந்த இரு பெண்மணிகளுக்கும் இடையில் அதிக ஒற்றுமைகள் இருந்தன. இருவரும் 1886 ஆம் ஆண்டில் பிறந்தவர்கள்; ஒருவர் இறந்து ஓராண்டு முடிவதற்குள் மற்றவரும் இறந்துபோனார். அதாவது முத்துலட்சுமி 1968லும் சகோதரி சுப்பலட்சுமி 1969ம் ஆண்டிலும் இறந்தனர். வெவ்வேறு காலகட்டங்களில் என்றாலும் இருவரும் மதராஸ் மாகாணத்தின் சட்டமன்ற உறுப்பினர்களாக பணியாற்றியவர்கள். அந்த சமயத்தில் மைலாப்பூரின் புரவலர்கள் பிராமணரல்லாத பெண்களை இளம் விதவைகள் இல்லத்திலும் அவர்கள் நடத்தும் பள்ளியிலும் சேர்ப்பதற்கு எதிர்ப்பு தெரிவித்தனர். இதனைக் கண்ட முத்துலட்சுமி, தான் பெண்களுக்கென ஓர் இல்லத்தையும் பள்ளியையும் ஏற்படுத்தும் போது அது அனைத்து சாதியினருக்குமாகவே இருக்கும் என்று உறுதிபூண்டார்.[2]

அவர்களது நிறுவனங்களை நிர்வகிப்பதிலும் பணிகளைத் தொடர்ந்து செய்வதிலும் இரு பெண்களும் கைகோர்த்துச் செயல்பட்டனர். எடுத்துக்காட்டாக, சிறுமிகள் உணவு உண்பதில் ஆர்வமற்று இருப்பதைச் சகோதரி சுப்பலட்சுமி கவனித்தார். அவர்கள் வீட்டில் மீந்துபோகும் உணவைச் சாப்பிட்டுப் பழக்கப்பட்டவர்கள். இதைப் பற்றி முத்துலட்சுமியிடம் அவர் பேசினார். அவர்களுக்கான ஊட்டச்சத்து அட்டவணை ஒன்றை முத்து உருவாக்கினார். அத்துடன் அவர்கள் தினமும் கீரைகளும் தானியங்களும் சாப்பிட வேண்டும் என்றும் வலியுறுத்தினார்.

பெண்களின் வாழ்க்கையை மாற்றுவதில் கல்விக்குப் பெரும் ஆற்றல் இருக்கிறது என்ற ஆழமான நம்பிக்கை இரு பெண்மணி களுக்கும் இருந்தது. இளம் விதவைகளுக்குக் கல்வி கற்பிக்க வேண்டும்; அவர்களது மறுமணத்திற்காகப் பிரச்சார இயக்கம் நடத்தவேண்டும் என்ற நோக்கம் கொண்டவையாக சகோதரி சுப்பலட்சுமியின் முயற்சிகள் இருந்தன. இளம் வயதில் திருமணம் என்ற பிரச்சனைக்கான தீர்வு, பெண்களின் கல்வியில்தான் இருக்கிறது என்று முத்துலட்சுமி கருதினார்.

சகோதரி சுப்பலட்சுமி ஒரு கல்வியாளர். அந்தச் சொல் உணர்த்தும் அர்த்தம் ஒவ்வொன்றிற்கும் பொருத்தமானவர். எழும்பூரின்

பி.டி.பள்ளியிலிருந்த விதவைகள் மயிலாப்பூரின் விதவைகள் இல்லத்திற்கு இடம் மாற்றப்பட்டனர். அவர்களிடம் இவர் விடைபெறும்போது அவரது மாணவர்கள் கண்ணீர் விட்டு அழுதனர்.

மதராஸ் மாகாணத்தில் பல இடங்களில் கல்வி நிறுவனங்களை அவர் நிறுவினார். 1920 ஆம் ஆண்டில் ஐஸ் ஹவுஸுக்கு அருகில் குப்பம் பள்ளியை நிறுவினார். பின்னர், அதற்கு லேடி வெல்லிங்டன் உயர்நிலைப் பள்ளி என்று மறுபெயர் இடப்பட்டது. கடற்கரைக்கு அருகில் வசித்த மீனவக் குழந்தைகள் எளிதில் சென்று படிக்கும் வகையில் அப்பள்ளி அமைந்தது. 1927இல் சாரதா வித்யாலயா பள்ளியை நிறுவினார். பின்னர் அது ராமகிருஷ்ணா மிஷன் நிர்வாகத்திடம் ஒப்படைக்கப்பட்டது. அவர் இறுதியாக நிறுவிய பள்ளி மயிலாப்பூரின் மையத்தில் அமைந்த வித்யா மந்திர்.

முத்துலட்சுமி குடும்பத்தில் மூத்தவர். அதனால், தனது இரண்டு மகன்களையும் வளர்ப்பு மகளையும் கவனித்துக் கொண்டு, அவர்களுக்குக் கல்வி கற்பிப்பதுடன், தனது உடன் பிறப்புகளின் பொறுப்பையும் எடுத்துக் கொண்டார். அவரது விழுமியங்கள் உடன்பிறப்புகளிடமும் காணப்பட்டன. இந்தியப் பெண்கள் கல்வியில் முன்னோக்கிச் செல்வதற்கு அடுத்த அடியாக எது இருக்க வேண்டும் என்ற தலைப்பில் கட்டுரை ஒன்றை எழுதும்படி பி.டி.பள்ளியின் இறுதி வகுப்பில் படிக்கும் மாணவிகளிடம் கூறப்பட்டது. முத்துலட்சுமியின் தங்கை நல்லமுத்து, அவள் எழுதிய கட்டுரைக்குப் பரிசு பெற்றார். அதில் அவர், மெட்ராஸில் பெண்களுக்கான கல்லூரி ஒன்று வேண்டும் என்ற கோரிக்கையை வைத்திருந்தார்.[3]

சில நாட்களுக்குப் பின், கல்விக்கான நிர்வாகக் குழு உறுப்பினர் ஒருவர் பள்ளிக்கு வருகை தந்தார். அவர் முன்னிலையில் நல்லமுத்துவை அந்தக் கட்டுரையைப் படிக்கச் சொன்னார்கள். கட்டுரையால் அவர் ஈர்க்கப்பட்டார். எனினும் எந்த இந்தியப் பெண்ணாவது, ஐந்து ஆண்டுகள் கல்லூரியில் கழிக்க விரும்புவாளா என்ற சந்தேகம் அவருக்கு இருந்தது. நகைச்சுவையாக, இந்த வகுப்பிலிருக்கும் எத்தனைப் பெண்கள் கல்லூரிக்குச் செல்ல விரும்புகிறீர்கள் என்று அவர் கேட்டார். அனைவரின் கைகளும் மேலே உயர்ந்தன. மெட்ராஸ் மகளிர் கல்லூரி அடுத்த ஆண்டு 1914 இல் அமைக்கப்பட்டது. 1917 இல் அதன் பெயர் குயின் மேரி கல்லூரி என மாற்றப்பட்டது.

நல்லமுத்து அக்கல்லூரியில் படித்தார், கற்பிக்கவும் செய்தார். அதுனுடைய முதல் இந்திய முதல்வராகவும் ஆனார். விதவைகள் இல்லத்தின் பெரும்பான்மைப் பெண்கள் குயின் மேரி கல்லூரியில் பட்டம் பெற்றனர்; தங்களுக்கு வேலையும் தேடிக்கொண்டனர்.

அனைத்துச் சமூக-அரசியல் நிகழ்வுகளையும், நாட்டில் நிகழ்ந்து வரும் மாற்றங்களையும் முத்துலட்சுமி அறிந்து வைத்திருந்தார். 1913 ஆம் ஆண்டில் அவர் லேடி வைட்ஹெட் என்பவரைச் சந்தித்தார். அவர் மதராசின் குடிசைப்பகுதிகளில் பெண்கள் மற்றும் குழந்தைகளின் நிலைமைகளை மேம்படுத்தும் நோக்கில் சமூகச் சேவை அமைப்பு ஒன்றை ஒருங்கிணைத்து வந்தார். அதில் உறுப்பினராகச் சேர்ந்த முத்துலட்சுமி, குடிசைப்பகுதிகளின் பெண்களுக்கும் குழந்தைகளுக்கும் இலவசமாக மருத்துவ ஆலோசனைகள் வழங்கினார்.[4]

கல்வியிலும் சமூகத் தடைகளிலிருந்து விடுதலை பெறுவதிலும் பெண்களுக்கு இருந்த நாட்டத்தை தியோசாபிகல் சொசைட்டி உணர்ந்தது. பரஸ்பரம் அவர்கள் உதவி கொள்வதற்காக பெண்களை ஒன்றிணைக்க இந்தியப் பெண்கள் சங்கத்தை (டபிள்யூ.ஐ.ஏ) உருவாக்க முடிவு செய்தது. அன்னி பெசன்ட், டோரதி ஜின ராஜதாசா, கமலாதேவி சட்டோபாத்தியாயா, மார்கரட் கசின்ஸ், முத்துலட்சுமி ரெட்டி மற்றும் பலர் இதில் தம்மை ஈடுபடுத்திக் கொண்டனர். பெண் கல்வி, பெண்களுக்கு சமச் சொத்துரிமை, பெண் குழந்தைகளின் திருமண வயதை உயர்த்துதல் குறித்த பிரசாரங்களில் ஈடுபட்டனர்.

சம வாக்குரிமை, சட்டமன்றங்களில் இடஒதுக்கீடு, பெண்களின் வாக்குரிமை அவர்களது திருமணத்துடன் இணைக்கப் பட்டிருப்பதை நீக்குதல் மற்றும் பாரபட்சம் காட்டாமலிருத்தல் ஆகியன அவர்களது கோரிக்கைகளின் ஒரு பகுதியாகும். அரசியலமைப்பு ஏற்பாடுகளில் இருக்கவேண்டியவை என்று பேசப்பட்ட, இந்தியப் பெண்களின் உரிமைகளைப் பாதுகாக்கும், மேம்படுத்தும் நோக்கம் கொண்ட குறிப்பிடத்தக்க, துணிவான முன்மொழிவுகள் அவை.

முத்துலட்சுமி, இந்தியப் பெண்கள் சங்கத்தின் முதல் இந்திய உறுப்பினர். அதன் சார்பாக 1918 ஆம் ஆண்டில் ஸ்திரி-தர்மா என்ற இதழ் வெளியானது. அன்றுமுதல் பல ஆண்டுகளுக்கு அந்த இதழின் ஆசிரியராகவும் பணியாற்றினார். அதில் அதிக அளவில் ஆங்கிலத்தில் கட்டுரைகள் வெளிவந்தன. எனினும் இந்தி, தமிழ், தெலுங்கு போன்ற மொழிப்பிரிவுகளையும் உள்ளடக்கி ஒரு

பன்மொழி இதழாகவே வெளிவந்தது. 'பெண்களின் உலகம்', 'பெண்களின் கடமை', 'பெண்களுக்கான நீதி' என்றெல்லாம் நாம் கூறமுடிகிற அந்த 'ஹவுஸ் ஜேர்னல்', இந்தியப் பெண்கள் இயக்கத்தின் குரலாக இருக்கவேண்டும் என்ற நோக்கத்துடன் இயங்கியது.

'பெண் பிரச்சனை' பேசப்பட்ட வழிகளில் ஒன்றாக பொதுமக்களின் கருத்தை வெளிக்கொணர்வது இருந்தது. பெண்கள் தம் பிரச்சனைகளை முன்வைக்க ஸ்திரி-தர்மா போன்ற பத்திரிகைகளைப் பயன்படுத்தத் தொடங்கினர். அதன் விளைவாக இந்தியப் பெண்கள் இயக்கத்தின் குரலும் வெளிவரத் தொடங்கியது. குழந்தைத் திருமணம், விவாகரத்து, பர்தா முறை, பெண்களின் சொத்துரிமை மற்றும் மரபுவழி உரிமைகள் குறித்தும், இந்தியப் பெண்களின் ஆரோக்கியம் மற்றும் நல்வாழ்வு உள்ளிட்ட வேலைவாய்ப்பு, சுகாதாரம், கல்வி[5] போன்ற பிரச்சனைகள் குறித்தும் பொதுமக்களுக்கு தகவல்களைத் தெரிவிக்கும் செயல் பாடுகளில் ஸ்திரி-தர்மா அதன் பங்களிப்பைச் சரியாகச் செய்தது.[6]

இந்தியா தனது செயல்பாடுகளில் பெண்களின் முன்னேற்றத்திற்கு முக்கியம் அளித்து அவர்களை மேம்படுத்தினால் அதிகாரத்தைப் பெற முடியும் என்ற இந்தியப் பெண்கள் சங்கத்தின் கருத்தை முத்துலட்சுமி முற்றிலும் ஏற்றுக்கொண்டார். சமூகத்தின் பழக்கவழக்கங்களையும் அணுகுமுறைகளையும் மாற்றுவது மெதுவாக நடைபெறும் கடினமான செயல் என்பதால் சட்டத்தின் மூலம் பெண்களுக்கு விடுதலையும் சுதந்திரமும் சமமாக வழங்கப் பட வேண்டும் என்று அவர் கருதினார்.

அவர்கள் எதிர்கொள்ளும் சூழ்நிலைகளை எதிர்த்து போராடும் தைரியம் இருந்தால், குறைந்தபட்சம் பெண்களுக்குச் சட்டத்தின் உதவியாவது கிடைக்கும். ஸ்திரி-தர்மா இதழ் மூலம்தான் எதிர்கால இந்திய அரசியலமைப்புடன் தொடர்புடைய இந்தியப் பெண்கள் சங்கத்தின் கோரிக்கைகள் முன்வைக்கப்பட்டன. அந்தப் பத்திரிகை எதிர்கால அரசியலமைப்பிற்கு முக்கியமான இலக்குகளையும் கொள்கைகளையும் குறிப்பாக முன்வைத்தது:

1. ஆண் வேட்பாளருக்குரிய அதே தகுதிகளுடன் இருந்தால், பொதுத் தொகுதிகளில் போட்டியிடுவதற்குப் பெண்கள் அனுமதிக்கப்பட வேண்டும்.

2. இவ்வாறு பெண்கள் பெறக்கூடிய தொகுதிகள் தவிர்த்து, கூடுதலாக, குறிப்பிட்ட விகிதத்தில் இருக்கைகள் / தொகுதிகள்

- மாகாண சபைகள் அனைத்திலும் பெண்களுக்கு, குறைந்த பட்சம் சோதனை அடிப்படையில் மூன்று பொதுத் தேர்தல்கள் காலத்திற்காவது ஒதுக்கப்பட வேண்டும். நாயர் கமிட்டியின் பரிந்துரைப்படி 5 சதவிகிதமாக அது இருக்கலாம்.

3. அடுத்த வட்டமேசை மாநாடு தீர்மானிக்கும் ஏதேனும் ஒரு பொருத்தமான வழியில் இடஒதுக்கீட்டு இடங்கள் நிரப்பப்பட வேண்டும்.

4. வயது வந்த ஆண்கள், பெண்கள் இருவருக்கும் வாக்குரிமை பாதுகாக்கப்படுகிறது. திருமணமானவரோ ஆகாதவரோ, வாக்களிப்பதற்கான பொதுவான தகுதிகளில் ஏதேனும் ஒன்றைப் பெற்றிருந்தால் எந்தப் பெண்ணிற்கும் வாக்குரிமை உண்டு.

அரசியலமைப்பு சீர்திருத்தங்களுக்கான மாண்டேகு செம்ஸ்ஃபோர்டு கமிஷன் 1917இல் இந்தியாவில் சுற்றுப்பயணம் மேற்கொண்டது. இந்தியப் பெண்கள் சங்கத்தின் பிரதிநிதிகள் கமிஷனைச் சந்தித்தனர். பெண்களுக்கு வாக்குரிமை வழங்கவேண்டும் என்று வாதிட்டனர். ஆண்கள் பலரும் இதை எதிர்த்தனர். கமிஷன் கோரிக்கையை நிராகரித்தது, ஆனால், இந்தியப் பெண்கள் சங்கம் சோர்ந்துவிடவில்லை. சம வாக்குரிமை கோரிக்கையை அதன் செயல்பாட்டின் முக்கிய இலக்காக ஆக்கிக் கொண்டது.

இந்தியப் பெண்கள் சங்கம், பெண்களுக்கான வாக்குரிமை பற்றிய பிரச்சனையில் 1917ம் ஆண்டு முழுவதும், இந்தியாவின் முக்கிய அரசியல் குழுக்களுடன் தீவிரமான லாபியில் ஈடுபட்டது; அவர்களுடன் தொடர்புகளை நிறுவிக்கொண்டது. இந்த விஷயத்தில் அவர்களை இணங்க வைத்தது. இந்தியத் தேசியக் காங்கிரசும், அதன் பல கமிட்டிகளும், முஸ்லிம் லீகும் அவற்றின் வருடாந்திர அமர்வுகளில் பெண்கள் வாக்களிப்பதில் இருக்கும் தகுதியிழப்பு அம்சங்களை நீக்குவதற்குத் தொடர்ந்து தீர்மானங்களை நிறைவேற்றின. மேலும், அனைத்துக் கட்சிகளும் பிரிட்டிஷாரை நோக்கி வைத்த அரசியலமைப்புக் கோரிக்கைகளுடன் இந்தப் பிரச்சனையும் சேர்த்துக்கொள்ளப்பட்டது. தொடர்ந்து பேசப்படும் இந்தப் பிரச்சனைக்கு, ஆதரவு தெரிவிக்கும் குழுக்களைப் பரவலாகப் பெற்றது, இந்தியப் பெண்கள் சங்கத்தின் முக்கியமானதொரு சாதனையாகப் பாராட்டப்பட்டது.[7]

சவுத்பரோ கமிஷன் 1918 இல் இந்தியாவிற்கு வந்தது. மற்ற விஷயங்களுடன் வாக்குரிமை குறித்த பிரச்சனையையும் ஆய்வு

செய்தது. இந்தியப் பெண்கள் சங்கம் அவர்களைச் சந்தித்தது; பிரச்சனைக்கு ஆதரவாக கட்டமைத்திருந்த தனது அமைப்பை அதற்குப் பயன்படுத்தியது. மற்ற பெண்கள் அமைப்புகளின் ஆதரவுடன், பெண்களுக்குச் சம வாக்குரிமையைக் கோரியது. ஆனால் இந்தியாவின் சமூக நிலைமைகள் பெண்களுக்கு வாக்குரிமையை அளிக்கும் அளவுக்கு இன்னும் முதிர்ச்சி அடையவில்லை என்று கமிஷன் கருதியது. அதனால், இந்தியப் பெண்கள் சங்கத்தின் கோரிக்கையை நிராகரித்தது.

பெண்களுக்கான வாக்குரிமை குறித்த பிரிட்டிஷாரின் கொள்கை மீது வலிமையான, தெளிவான விமர்சனங்கள் வைக்கப்பட்டன. அரசாங்கத்திற்கு எழுதிய கடிதங்களிலும் பத்திரிகைகளில் எழுதிய கட்டுரைகளிலும் பிரிட்டிஷாரின் பாசாங்குத்தனத்தை அது அம்பலப்படுத்தியது. சம உரிமைக்கான அதன் கோரிக்கையைத் தொடர்ந்து வலியுறுத்தியது.

கருத்து சுதந்திரம், பாரபட்சமின்மை மற்றும் பலவற்றை உள்ளடக்கிய உரிமைகள் மசோதா (Bill of Rights) ஒன்றை நிறைவேற்ற இந்தியப் பெண்கள் சங்கம் அழுத்தம் கொடுத்தது. முக்கியமாக, பாலினப் பாகுபாட்டை எதிர்ப்பதை இலக்காகக் கொண்ட அடிப்படை உரிமை இதில் இருந்தது. பாலினத்தின் அடிப்படையில் எவ்விதமான தகுதியிழப்போ இயலாமையோ இருக்கக்கூடாது. முத்துலட்சுமி ரெட்டி இந்தச் சீர்திருத்தங்களின் அவசியத்தைத் தனது சக்திவாய்ந்த உரைகளில் தெளிவாக விளக்கினார்.

ஸ்திரி-தர்மாவிற்குப் பங்களித்தவர்கள் தொடர்ந்து மற்றொரு பிரச்சனைக்கு எதிராகவும் வாதிட்டனர்; அது 'குழந்தை திருமணமென்ற குற்றம்'. அவர்களை 'வலுவான, மகிழ்ச்சியான, படித்த மற்றும் சுதந்திரமான இளைஞர்களாக, இளைஞிகளாக, வளர்வதற்கு அனுமதிக்கும் சுதந்திரமும் கல்வியும் அவர்களுக்கு ஏன் மறுக்கப்படவேண்டும்?

மசோதாவை ஆதரிக்குமாறு அரசியல்வாதிகளுக்கு இந்தியப் பெண்கள் சங்கம் அழுத்தம் கொடுத்தது. 'ஷார்தா மசோதாவை (Sarda's bill) எதிர்த்தால், உலகமே உங்களைப் பார்த்து சிரிக்கும்' என்பன போன்ற கோரிக்கை பதாகைகளை ஏந்தி அமைப்பின் பிரதிநிதிகள் முழங்கினர். இந்தக் குழுவினர் காந்திக்கு அழுத்தம் கொடுத்ததன் விளைவாக, குழந்தைத் திருமணங்களால் ஏற்படும் தீமைகள் குறித்து அவரது உரைகளில் பேச வைத்தனர். வெற்றியுடன்

மசோதா நிறைவேறியதற்கு இந்தியப் பெண்கள் சங்கத்திற்கு நன்றி கூறலாம். ஏனெனில், நவீனத்துவத்தின் மீது இந்தியா கொண்டிருக்கும் உறுதியை வெளிப்படுத்தும் ஒரு வழிமுறையாக அந்த அமைப்பு இந்த மசோதாவை முன்வைத்தது.[8]

சிறுமிகளின் திருமண வயதை அதிகரிக்க வேண்டும் என்ற கோரிக்கைக்கு ஆதரவாக முத்துலட்சுமி சில தகவல்களைச் சேகரித்திருந்தார்.

மெட்ராஸ் மாகாணத்தில்
திருமணமான பெண்கள் மற்றும் விதவைகளின் எண்ணிக்கை - 1926.

வயது	திருமணமானவர்கள்	விதவைகள்
0 - 5 ஆண்டுகள்	*20,369*	*1,316*
5-10 ஆண்டுகள்	*1,23,472*	*6,146*
10-15 ஆண்டுகள்	*5,37,206*	*23,623*
15-20 ஆண்டுகள்	*11,76,063*	*60,544*
20-25 ஆண்டுகள்	*17,69.587*	*1,57,026*
25-30 ஆண்டுகள்	*16,55,732*	*2,23,384*

இந்தியப் பெண்கள் சங்கமும் ஸ்திரி-தர்மாவும் பெண்ணிமை என்ற புதிய சிந்தனைக்காக நடத்திய போராட்டம் பொதுவெளியில் மட்டுமின்றி வீட்டிற்குள்ளும் நடந்தது என்பது ஒரு சுவாரஸ்யமான அம்சம். அவர்களது கவனக் குவிப்பும் அதில் இருந்தது. ஒரு நடுத்தர வர்க்கத்தவரின் வீட்டின் உட்புறம், 'பெண்கள் பிரச்சனைகளது வரலாற்றின்' முக்கிய மையப்புள்ளியாக செயலாற்றியது. அந்த வீடு பெண்கள் உரிமைகளுக்கான போர்க்களமாக மாறியது. இந்தியப் பெண்கள் அன்றாடம் எதிர்கொள்ளும் பிரச்சனைகள் இப்படியாக வீட்டின் உட்புறம்தான் அதிகமாகக் காணப்படுகின்றன.[9]

பிரிட்டனின் காலனியப்படுத்தும் செயலுக்கான முதன்மை நியாயமாக வீட்டிற்குள் பெண்களின் நிலை இருந்தது. இந்தியா அரசியல்ரீதியாக இன்னும் தயாராகவில்லை என்ற அதன் வாதத்திற்கும் அடிப்படையாக அமைந்தது.

இந்தியப் பெண்கள் சங்கம் குறித்த தகவல்களும் அதன் பிரபல்யமும் மெட்ராஸில் 1920 ஆம் ஆண்டு வாக்கில் அதிகரித்தது. இந்திய மகளிர் சமாஜம் என்ற பெயரில் பெண்களுக்கான இல்லம் ஒன்றையும் குழந்தைகள் ஆதரவு மையம் ஒன்றையும் மயிலாப்பூரில்

நிறுவுவதற்குத் தேவையான முயற்சிகளை முத்துலட்சுமி முன்னெடுத்தார். ஓராண்டிற்குள், 9200 குழந்தைகள் மையத்திற்குக் கொண்டு வரப்பட்டன; அங்கு குழந்தைகள் தூய்மையான நீரில் குளிப்பாட்டப்பட்டு மருத்துவ உதவிகளும் அளிக்கப்பட்டன. தாய்மார்களுக்கு உணவு, சுகாதாரம் குறித்து ஆலோசனைகள் வழங்கப்பட்டன. இரு மையங்களிலும் முத்துலட்சுமி இலவசமாக சேவை அளித்தார்.

திருமணத்திற்கு ஒப்புதல் தரும் வயதை உயர்த்தும் முயற்சிகளில் வீட்டுப் பிரச்சனையைப் பொதுவெளிக்குக் கொண்டுவரும் உத்தி வெளிப்படையாகத் தெரிந்தது. அதற்கு ஆதரவளித்த ஹர் பிலாஸ் சார்தாவின் பெயர் சூட்டப்பட்ட சார்தா சட்டம் நிறைவேறுவதற்கு முத்துலட்சுமி இந்தியப் பெண்கள் சங்கத்திற்குள் தீவிரமாகப் பணியாற்றினார், பிரிட்டிஷ் அதிகாரிகளும் பழமைவாத ஆண்களும் கடுமையாக எதிர்த்தனர்; அதையும் மீறி, குழந்தைத் திருமணத் தடைச் சட்டம் 28-09-1929 அன்று இந்திய இம்பீரியல் லெஜிஸ்லேட்டிவ் கவுன்சிலில் நிறைவேறியது. இந்தச் சட்டம் முதலில் பெண் குழந்தைகளின் திருமண வயதை 14 ஆகவும், ஆண்களுக்கு 18 ஆகவும் நிர்ணயம் செய்தது; அதன்பின்னர் சிறுமிகளுக்கு 18 ஆகவும், ஆண்களுக்கு 21 என்றும் திருத்தியது.

வளரிளம் பருவப் பெண்களின் ஆரோக்கியத்திற்கும் நல்வாழ்வுக்கும் இச்சட்டம் அவசியமான முதல்படியாக இருந்தது; எனினும், இதைச் செயல்படுத்துவது அவர்கள் எதிர்கொண்ட மிகப்பெரிய சவால்களில் ஒன்றாக சீர்திருத்தவாதிகளுக்கு இருந்தது. முதல் பிரச்சனையாக உரிய வயதுக்கும் கீழுள்ளவர்களுக்கு நடக்கும் திருமணங்கள் பற்றி எவரும் வெளியில் சொல்வதில்லை; தங்கள் சமூகத்தில் சட்டத்தை மீறுபவர்கள் குறித்துப் புகாரளிக்க துணிவுடன் முன்வந்தவர்கள், அதிகாரிகள் அதைப்பற்றி விசாரிக்கும் முன் ஒரு தொகையை டெபாசிட் ஆக செலுத்தவேண்டிய கட்டாயம் ஏற்பட்டது. மற்றொரு சவாலும் இருந்தது; அதாவது, எச்சரிக்கப்பட்ட போதிலும், இதுபோன்ற திருமணங்கள் தொடர்ந்து நடந்தன; அல்லது பெரும்பாலான குடும்பங்கள் சட்டத்தை ஏமாற்றி நடத்தின; இவை அனைத்தும் பிரிட்டிஷ் இந்தியாவிற்கு வெளியில் நடந்தன.[10]

இதுபோன்ற பொறுப்புகளை ஏற்றுக்கொண்டு இயங்கினாலும், தனது பெரிய குடும்பத்தின் பொறுப்பை முத்துலட்சுமி விட்டுவிடவில்லை. ரவீந்திரநாத் தாகூரின் சாந்திநிகேதனில் படித்த ஓவியரான மராட்டிய இளைஞர் ஒருவருக்கு இளைய தங்கை

சுந்தராம்பாளை மணம் முடித்துவைத்தார். அந்த இளைஞர் தாகூர் உதவித்தொகையில் லண்டனில் ஓவியப் பயிற்சி பெற்றவர். பெங்களூரில் இருந்த கலைப் பள்ளியில் பணிபுரிந்தார். இருப்பினும், அந்தக் கதை சோகத்தில் முடிந்தது. பெங்களூரில் மகிழ்ச்சியான, கர்ப்பிணித் தாயாக அவர் வாழ்ந்தார்.

சுந்தராம்பாள் தனது மலத்தில் ரத்தத் துளிகளைக் கண்டுபிடிக்கும் வரை அது நீடித்தது. முத்துலட்சுமி தனது சகோதரியை ஒரு மாதத்திற்கும் மேலாக அருகிலிருந்து கவனித்துக் கொண்டார். வேதனையிலிருந்து சகோதரி மீளவேண்டி, இரவில் கண்விழித்து மணிக்கணக்கில் பிரார்த்தனை செய்தார். அவளது அக்கா அருகிலிருக்க சுந்தராம்பாள் 1923ல் இறந்துபோனார். மனம் உடைந்த முத்துலட்சுமி, புற்றுநோய் சிகிச்சையில் இறங்க வேண்டும் என்று உறுதி ஏற்றார்.

இரண்டு ஆண்டுகளுக்குப் பின் 1925 இல், அவருக்கு அந்த வாய்ப்பு கிடைத்தது. முத்துலட்சுமி, பெண்கள், குழந்தைகளின் நோய்களில் முதுகலை படிப்புக்காக 11 மாதங்கள் இங்கிலாந்து செல்வதற்கு இந்திய அரசின் உதவித்தொகை பெற பனகல் ராஜா உதவினார். மிகவும் சுறுசுறுப்பான, இடைவிடாத மருத்துவப் பணிகளிலிருந்து முத்துலட்சுமிக்கு ஓய்வு தேவைப்பட்டது. எனவே கணவர், வளர்ப்பு மகள் சுப்புலட்சுமி மற்றும் மகன்கள் ராம்மோகன் மற்றும் கிருஷ்ணமூர்த்தி ஆகியோரையும் லண்டனுக்கு அழைத்துச் செல்ல அவர் முடிவுசெய்தார். லண்டன் ஸ்கூல் ஆஃப் எகனாமிக்ஸில் படிப்பதற்கு நல்லமுத்துவிற்கு ஏற்கெனவே உதவித்தொகை கிடைத்திருந்தது.

மெட்ராஸ் உயர்நீதிமன்றத்தில் அப்போது வழக்கறிஞராக இருந்த சகோதரன் சி.என்.ராமையாவிடம் சொத்துக்கள், உடைமைகள் அனைத்தையும் ஒப்படைத்துவிட்டு முத்துலட்சுமி லண்டனுக்குக் கப்பலேறினார். ராமையா சாதி எதிர்ப்பு இயக்கங்களில் தீவிரமாக ஈடுபட்டவர்; உயர் வகுப்பினருக்கும் ஒடுக்கப்பட்டவர்களுக்கும் இடையிலான பிரச்சனைகளைத் தீர்ப்பதற்காக அடிக்கடி கிராமங்களுக்குச் செல்வார். ஒருமுறை அவ்வாறு சென்றிருந்தபோது, காவல்துறையால் துரத்தப்பட்டு, தப்பிக்க முயன்றபோது காயம் அடைந்தார். 'செப்டிக்' ஆகிவிட்ட காயம் அவருக்கு மரணத்தைக் கொண்டு வந்தது.[11]

அவரது இறப்பிற்கு இரங்கல் தெரிவிக்கும் வகையில் ஊர்வலமும் பொதுக்கூட்டமும் நடைபெற்றது.[12] இங்கிலாந்து சென்று சேர்ந்த

பின்னர்தான் முத்துலட்சுமிக்கு இந்தத் தகவல் கிடைத்தது. அவரது தங்கை சுந்தராம்பாளின் மரணத்தைத் தொடர்ந்து மிக நெருக்கமாக இந்த இறப்பும் ஏற்பட்டது. அவர் நிலைகுலைந்து போனார். சகோதரனின் இறுதிச்சடங்கில் கலந்துகொள்ள முடியாமல் போனது அவரது வருத்தத்தை அதிகப்படுத்தியது.

முத்துலட்சுமி ரெட்டி குடும்பத்தினரின் கடல் பயணம் அவர்களுக்கு ஒரு சாகசம் போல் அமைந்துபோனது. பதினெட்டு வயது சுப்புலட்சுமிக்கு கடல்-நோய். அவளுக்குக் குமட்டலும் வாந்தியும். அதுமட்டுமின்றி ஏதோ வேலை செய்யும்போது விரல் ஒன்றைக் வெட்டிக் கொண்டாள். முத்துலட்சுமி, கவனமாக தைத்துக் கட்டுப்போட்டுப் பேணிய பிறகும், சில ஆண்டுளுக்கு அந்தத் தழும்பு அப்படியே இருந்தது.[13] அவரது 11 வயது மற்றும் 6 வயது மகன்களும் கணவரும் வேறு பிரச்சனைகளை எதிர்கொண்டனர். அதில் சிறியதாக ஒன்றைச் சொல்லவேண்டும் என்றால், கணிசமான தொகையைக் குடிநீருக்காக அவர்கள் செலவழித்தனர். தாக விடாய் தீர்த்துக் கொள்ள ரூ.1 கொடுக்க வேண்டியிருந்தது. கப்பலில் கடுங்குளிர். அவர்களிடம் இருந்தவை பருத்தி ஆடைகள். அவை குளிருக்கு பயன்படவில்லை. குளிருக்குத் தேவையான அவர்களது ஆடைகள் முந்தியே அனுப்பப்பட்டுவிட்டன; அதனால், இந்தத் துன்பத்தை அவர்கள் எதிர்கொள்ள நேர்ந்தது.

அவர்களது லண்டன் விஜயம் தொடர்ச்சியான இடர்ப்பாடுகளால் நிறைந்திருந்தது. மார்செய்ல்ஸிலிருந்து வந்த அவர்களது ரயில் விக்டோரியா நிலையத்தை மிகத் தாமதமாக அடைந்தது. இருண்ட, மழை கொட்டும் இரவு. அவர்களை வரவேற்பதற்காகக் காத்திருந்த நண்பர்கள் வீடு திரும்பிவிட்டனர். மொத்தக் குடும்பமும், சாமான்களுடன், டாக்ஸி ஒன்றில் தம்மைத் திணித்துக்கொண்டு நல்லமுத்து தங்கியிருந்த விடுதிக்குச் சென்றனர். படிப்பவர்கள் தங்கும் விடுதி அது; குடும்பங்களுக்கு அல்ல. செல்ல வேண்டிய அறை மூன்றாவது மாடியில் இருந்தது. எல்லாவற்றிற்கும் மேலாக, விரும்பத்தகாத, பசியைத் தூண்டாத உணவுதான் கிடைத்தது. குளிர்ந்த மீனும் இறைச்சியுமே சாப்பிடுவதற்கு இருந்தன.

புதிய சூழலில் வசிப்பது பெரும் சவால். பொருத்தமான வசிப்பிடத்தைக் கண்டடைவது சிரமமாக இருந்தது. அந்தத் தம்பதியர் அணுகிய பல தங்கும் விடுதிகளில் நம்பிக்கை இழக்கச் செய்யும் அறிவிப்பு வாசலிலேயே ஒட்டியிருந்தது: குழந்தைகள் அனுமதிக்கப்படுவதில்லை.

வித்தியாசமான உணவும் சூழ்நிலைகளும் ராம்மோகனுக்குப் பழகிப்போனது. ஆனால், கிருஷ்ணமூர்த்தி வசதியான உணவான தயிர் சாதம், மோர், மிளகு ரசத்தையும் விரும்பினான். குளிர்ச்சியான வானிலை காரணமாக அடிக்கடி நோய்வாய்ப்பட்டான். அவனது பெற்றோர் அவனை வெப்பமான தட்பவெப்பநிலை நிலவும் தெற்கு பிரான்ஸ் போன்ற ஓரிடத்தில் வசிக்க அழைத்துச் செல்வது குறித்து தீவிரமாக யோசித்தனர். நல்வாய்ப்பாக, லண்டன் அவனுக்கு ஒத்துப்போய்விட்டது. உடல்நிலையில் படிப்படியான முன்னேற்றம் ஏற்பட்டது.

இங்கிலாந்தில் அந்த மக்களின் நடத்தைகளும் பழக்கவழக்கங் களும் குடிமை விதிகளும் முற்றிலும் வேறுபட்டவை; எனினும், அந்தக் குடும்பம் ரசித்து மகிழ்வதற்கு அவற்றில் நிறைய இருந்தன. ஆணுறுப்பில் முன்தோல் குறுக்க அறுவை சிகிச்சைக்காக ராம்மோகன் மருத்துவமனையில் அனுமதிக்கப் பட்டு இருந்தபோது, செவிலியர்கள் அவனை வார்டில் வந்து பார்ப்பார்கள்; இதுவரையில் ஓர் இந்தியச் சிறுவனை அவர்கள் பார்த்ததில்லையாம்!

ஒவ்வொரு உணவிற்கும் முன்னும் பிரிட்டிஷார் தம் உடைகளை மாற்றிக்கொண்டு அமர்வதும், அந்தச் சிறுவர்களுக்கு வேடிக்கையாக இருந்தது. லண்டனில் 'ஷாப்பிங்' செல்வது ஓய்வான மனநிலையைத் தந்ததை முத்துலட்சுமி உணர்ந்தார். அத்துடன் ஆங்கிலத்தில் அவருக்கிருந்த புலமையும் பேச்சுத்திறனும் பிரிட்டிஷ் சகாக்களை வியப்பில் ஆழ்த்தியது கண்டு அவர் மகிழ்ந்தார்.[14]

அவர்களது கல்விக்குத் தடங்கல் ஏற்படக்கூடாது என்பதற்காக மூன்று குழந்தைகளும் லண்டன் பள்ளி ஒன்றில் சேர்க்கப்பட்டனர். பெற்றோர்கள் மருத்துவமனைகளில் பணி செய்துகொண்டிருந்த போது, மாலை நேரங்களில் ஆங்கிலேயச் செவிலித்தாய்கள் அவர்களைக் கவனித்துக் கொண்டனர். குழந்தைகள் அவர்களாகவே பூங்காக்களில் அதிக நேரம் நடந்தனர். அது நல்லது, பாதுகாப் பானது என்று முத்துலட்சுமி மகிழ்ச்சியடைந்தார்; பிரிட்டிஷார் அவர்களிடம் அன்புடனும் கரிசனத்துடனும் நடந்து கொண்டிருந்தனர். போர்டிங் ஹவுஸிலிருந்த ஐரிஷ் பணிப் பெண்களுக்கு இந்தக் குடும்பத்தை மிகவும் பிடித்துப்போயிற்று. அதனால், ஞாயிற்றுக் கிழமைகளில் அவர்களது சமையலறையைப் பயன்படுத்தி இந்திய உணவுகளைச் சமைத்துக்கொள்ள முத்து லட்சுமியை அனுமதித்தனர்.

ஆங்கிலேயர்களிடம் பார்க்கமுடிகிற புகழ்பெற்ற சம்பிரதாயங் களால், விதிகளுக்குக் கீழ்ப்படிந்து நடக்கும் முறைகளால் முத்துலட்சுமி ஈர்க்கப்பட்டார். ஒருநாள் சப்வே ரயில் நிலையம் ஒன்றில் எஸ்கலேட்டரில் விபத்தைச் சந்திக்க நேர்ந்தபோது, ஓர் அந்நியன் அவரைப் பாதுகாப்பான இடத்திற்குத் தூக்கிச் சென்றார். அந்த நபருக்கு நிறைவான நன்றி சொல்லும் முன் அந்த இடத்திலிருந்து அவர் நகர்ந்து சென்றுவிட்டார்.[15]

ஒருமுறை டாக்டர் சுந்தரம் ரெட்டி குழந்தைகளுடன் நிலத்தடி ரயிலில் பயணம் செய்தார். அவர்கள் வெஸ்ட் ஹாம்ப்ஸ்டெட் நிலையத்தில் இறங்கவேண்டும். நிலையத்தில் ரயில் நின்றதும் அவர் முதலில் இறங்கிவிட்டார். ஆனால், சிறுவர்கள் கீழே இறங்குவதற்குள் ரயில் நகர்ந்துவிட்டது. தந்தையுடன் சேர்ந்து கொள்வதற்காக ரயிலிலிருந்து குதிக்கவிருந்த குழந்தைகளைப் பெட்டியிலிருந்த பயணிகள் பிடித்து நிறுத்தி விபத்தைத் தவிர்த்தனர். டாக்டர் ரெட்டி அடுத்த நிலையத்திற்கு தொலைப்பேசினார். அதிகாரிகள் முறையாகச் செயல்பட்டு குழந்தைகளைத் தந்தையுடன் மீண்டும் சேர்த்தனர்.

லண்டனில் அறுவை சிகிச்சை நிபுணர் விக்டர் போனி, முத்துலட்சுமிக்கு கருப்பை வாய் நீக்கும் சிகிச்சையைச் செய்தார். ஏற்கெனவே இந்தியாவில் இதேபோன்ற ஒரு சிகிச்சையை எடுத்துக்கொண்டிருந்தார். அது புற்று நோய் இல்லை என்று உறுதிசெய்ய இந்த அறுவை சிகிச்சை அவசியமாக இருந்தது. மருத்துவமனையில் நோயாளியாக, தன்னார்வச் சேவைகள் எப்படி நடக்கின்றன என்பதை அவர் கவனித்தார். அவர்கள் வெளிப் படுத்திய குடிமை உணர்வையும் பாராட்டினார்.

லண்டனில் அவர் இருக்கையில், சர்வதேச பெண்கள் காங்கிரஸில் பங்கேற்க பாரீசுக்கு வரும்படி முத்துலட்சுமிக்கு அழைப்பு வந்தது. உலகளவில் பெண்களினம் சந்திக்கும் பிரச்சனைகள் குறித்து மாநாட்டில் விவாதிக்க உலகம் முழுவதிலுமிருந்து சிறப்பு வாய்ந்த, முன்னணியில் இயங்கிய பெண்கள் கலந்துகொள்ள இருந்தனர். 42 நாடுகளில் இருந்து வந்திருந்த பிரதிநிதிகள் பெண்களின் நிலை குறித்து ஆழ்ந்த கவலையை வெளிப்படுத்தினர்.

பெண்களின் பிரச்சனைகளில் உலகெங்கிலும் காணப்படும் பொதுத் தன்மைகளை முத்துலட்சுமி கவனித்தார், கீழ்த்திசையோ மேற்குலகோ அனைத்து நாடுகளிலும் பெண்களின் தேவைகள் ஒரே மாதிரியாகத்தான் இருந்தன. எல்லா இடங்களிலும் பெண்களுக்கு

ஏதாவது மனக்குறைகள் இருக்கின்றன; துன்புறுத்தலுக்கு ஆளாகிறார்கள்; அநீதியை மற்றும் சமத்துவமின்மையை எதிர் கொள்கிறார்கள் என்பதைக் கவனித்தார்.[16]

உருகுவேயைச் சேர்ந்த டாக்டர் பவுலினா லூயிசா 'சமமான நன்னடத்தை விதிகள் மற்றும் பெண்கள் விற்கப்படுதலுக்கு எதிராக' ஆற்றிய உரையால் முத்து ஈர்க்கப்பட்டார். உருகுவே நாட்டவர் அறிவில் சிறந்து விளங்குகிறார்கள் என்பதற்கும், ஆராய்ச்சித் திறனிற்கும், உண்மையையும் நீதியையும் உறுதியுடன் அவர்கள் உயர்த்திப் பிடிப்பதற்கும் சாட்சியை அந்த உரை இருப்பதாக உணர்ந்தார். சோர்போன் பல்கலைக்கழகத்திற்கும், லூயி பாஸ்டர் நினைவுச்சின்னம் மற்றும் நெப்போலியனின் அரண்மனை ஆகியவற்றிற்கும் பல்வேறு மருத்துவமனைகளுக்கும் சென்று பார்த்ததை முத்துலட்சுமி மகிழ்ச்சியுடன் அனுபவித்தார். பிரெஞ்சு மேற்தட்டு மனிதர்களில் பலரையும் சந்தித்தார்.

மகளிர் வாக்குரிமைக்கான சர்வதேசக் கூட்டமைப்பின் கூட்டத்திலும் இந்தியப் பெண்கள் சங்கத்தின் சார்பாக அவர் கலந்துகொண்டார். இனம் அல்லது மத வேறுபாடின்றி அனைத்துப் பெண்களின் முன்னேற்றத்திற்காகவும் அந்த அமைப்பு பாடுபட்டது. (அந்த நேரத்தில்) இந்தியப் பெண்கள் சங்கத்திற்கு இந்தியாவில் 61 கிளைகளும் 3000 உறுப்பினர்களுக்கு மேல் இருக்கின்றனர் என்று அந்தக் கூட்டத்தில் அவர் தெரிவித்தார்.

நாட்டின் விவகாரங்களில் பெண்கள் உயிர்ப்புடன் பங்கு கொள்ள வேண்டும் என்பதில் பெரும்பான்மை ஆண்கள் சாதகமான நிலை எடுத்திருந்தனர். இருப்பினும், ஓர் இந்தியனின் சராசரி வயது 25ஆகவும், கல்வியறிவு பெற்றிருந்த ஆண்களின் சதவீதம் ஏறக்குறைய ஒன்பதாகவும், பெண்களின் சதவீதம் இரண்டுக்கு குறைவாகவும் இருந்தது. அறியாமை, வறுமை, ஆரோக்கிய மின்மை குறித்த உண்மைகளைக் கல்வி மட்டுமே வீட்டிற்குக் கொண்டு வரும் என்ற தனது கருத்தை அவர் வலியுறுத்திப் பேசினார். இந்தியா முழுவதும் இலவசமாக, கட்டாயத் தொடக்கக் கல்வியை நிறுவும் நோக்கம் அவருக்கு இருந்தது.

ரெட்டி இணையர்கள் சிலோன் வழியாக இந்தியாவுக்குத் திரும்பினார்கள்.[17] முத்துலட்சுமிக்கு, தம்பியின் மனைவி சிலோனில் பிறந்தவர் என்பது நினைவுக்கு வந்தது. அவரது இழப்பு அவரை பெரிதும் வருத்தியது. சிறிய கப்பலில் பாக் ஜலசந்தி வழியாக அவர்கள் தனுஷ்கோடி வந்து சேர்ந்தனர். அங்கிருந்து ரயிலில்

மெட்ராஸ் வந்து சேர்ந்தனர். ரயில் நிலையத்தில் அவர்களுக்குப் பெரிய வரவேற்பு அளிக்கப்பட்டது. அவரை கௌரவிக்கும் விதமாக இந்தியப் பெண்கள் சங்கம், அன்று மாலை கூட்டம் ஒன்றை ஏற்பாடு செய்தது. லண்டன் மற்றும் பாரீஸில் தனது அனுபவங்கள் குறித்து அவர் விரிவாக உரையாற்றினார்.

இப்போது மெட்ராஸ் திரும்பி வந்தபின், குடும்பத்தை மீண்டும் அவர் இங்கே குடியமர்த்த வேண்டியிருந்தது; சகோதரனின் மரணத்தைத் தொடர்ந்து செய்யவேண்டிய ஏற்பாடுகள், குழந்தைகளைப் பள்ளியில் சேர்த்தல், குடும்பத்தை ஒருநிலைக்குக் கொண்டு வருதல் போன்ற பலதரப்பட்ட விஷயங்களைக் கவனிக்க வேண்டியிருந்தது. அவருக்கு ஓர் இன்ப அதிர்ச்சியும் காத்திருந்தது. சட்டமன்றத்திற்குப் பரிந்துரைக்க விரும்பிய பெண்களின் பெயர்களை இந்தியப் பெண்கள் சங்கம் வெளியிட்டது. பட்டியலில், கமலாதேவி சட்டோபாத்தியாயாவுக்கு அடுத்ததாக இரண்டாவது இடத்தில் முத்துலட்சுமியின் பெயர் இருந்தது.

டாக்டர் முத்துலட்சுமி ரெட்டி 14-12-1926 அன்று மதராஸ் மாகாண சட்டமன்றத்தின் நியமன உறுப்பினராக முதல் முறையாக நுழைந்தார். இந்தியாவில் சட்டமன்றத்தில் உறுப்பினரான முதல் பெண்மணி ஆவார். சட்டமன்ற துணைத் தலைவராக 24-01-1927 அன்று ஒருமனதாக தேர்ந்தெடுக்கப்பட்டார். அத்தகைய பதவியை வகித்த உலகின் முதல் பெண்மணி ஆனார்.

உலகம் முழுவதிலுமிருந்து பெண்கள் அமைப்புகளிடம் இருந்து அவருக்கு வாழ்த்துச் செய்திகள் குவிந்தன. பல இடங்களிலும் பாராட்டுக் கூட்டங்கள் நடத்தப்பட்டன; பொதுக் கூட்டங்களிலும் மாநாடுகளிலும் பேசுவதற்கு அவரை அழைத்தனர். பெண்களுக்கும் குழந்தைகளுக்குமான சமூக சீர்திருத்தம், கல்வி, ஆரோக்கியத்திற்கான மசோதாக்களையும் தீர்மானங்களையும் சபையில் முன்வைப்பதற்கு முன், முன்தயாரிப்பாக அவர் ஆய்வுகளும் ஆராய்ச்சியும் ஏராளம் செய்தார்.

பல்வேறு பண்பாடுகளைச் சார்ந்த மனிதர்களுடன் பழகியது, பெண்கள் எதிர்கொள்ளும் அந்தரங்கப் பிரச்சனைகளில் மருத்துவராகப் பெற்ற அனுபவம் ஆகியன அசாதாரண ஆழமும் பரப்பும் கொண்ட, அவருக்கென்ற தனிப்பட்ட தத்துவம் ஒன்றை உருவாக்கித் தந்தன. அறிவின் மீது அவருக்கு இருந்த ஆர்வம், அவர் பெற்றிருந்த ஆன்மிகப் பரிமாணத்தை வெளிப்படுத்தியது: தீர்வுகளுக்கான தேடல், ஏழைகளை மேம்படுத்துதல், அவர்கள்

மீதான அக்கறை, சுய ஒழுக்கம், மிக ஆழ்ந்த நம்பிக்கைகளைப் புரிந்துகொள்ளுதல், பெண்களின் அச்சங்களும் விழைவுகளும் என்பன அவை.

பெண்கள் அவர்களுக்கான தெரிவுகளைத் தேர்ந்தெடுக்க, வாழ்க்கையை ஒழுங்கமைத்துக் கொள்ள, விருப்பமான தொழில்களைத் தேர்ந்தெடுக்க, குற்ற உணர்வின்றி வாழ்க்கையை அனுபவிக்க சாதாரண பெண்களும் தங்களுக்கு இருக்கும் உரிமைகளை மதிக்கவும், கோரவும் தொடங்குகிற உணர்வு நிலைதான், நாகரிகத்தின் உண்மையான வாகனம் என்று முத்துலட்சுமி நம்பினார்.

இந்தியர்களுக்கும் ஆங்கிலேயர்களுக்கும் இடையில் நடந்த அனைத்துப் பேச்சுவார்த்தைகளிலும் இந்தியப் பெண்கள் சங்கம் தீவிரமாகப் பங்கேற்கத் தொடங்கியது. 1933ம் ஆண்டு நடந்த சர்வதேச மகளிர் காங்கிரசில் இந்தியப் பெண்கள் சங்கத்தின் சார்பாகக் கலந்துகொள்வதற்கு முத்துலட்சுமி தேர்ந்தெடுக்கப் பட்டார்.

பெரெங்கரியா என்ற கப்பலில் அவர் நியூயார்க் சென்றார். கலந்துகொண்ட ஒரே இந்தியர் அவர். புடைவையில் மிகவும் பகட்டாக நடமாடிய அவருக்கு அமெரிக்கர்கள் அன்பான வரவேற்பளித்தனர். அவர் காந்தியை அறிவாரா, அவரது தோழியா என்பது குறித்து பத்திரிகைகள் ஆர்வமாக எழுதின. அடுத்த கேள்விகள், இந்தியாவில் சாதி, தீண்டாமை, குழந்தைத் திருமணம் மற்றும் அரசியல் சூழ்நிலை குறித்ததாக இருந்தன. அவரது புகைப்படங்கள் செய்தித்தாள்களில் 'சேர்க்கைகளும் மிகைப் படுத்தலுமாக' வெளிவந்தன.

பத்திரிகையாளர்களிடம் இருந்து வருமென்று அவர் எதிர்நோக்கிய இந்த மாதிரியான கேள்விகளுக்குத் தயாராகத்தான் அவர் இருந்தார். அதனால், அவற்றிற்கெல்லாம் பதிலெழுத முடிவு செய்தார். லேடி ராக்பெல்லர் வழங்கிய விருந்தில் கலந்து கொண்டார். நியூயார்க்கையும் சென்ட்ரல் பார்க்கையும் சுற்றி மேற்கொண்ட சிற்றுலாவை அனுபவித்தார். நதியை நோக்கி அமைக்கப்பட்டிருந்த புதிய அற்புதமான தேவாலயத்தையும் அந்தப் பெரிய தேவாலயத்தின் இசைக்குழுவின் அற்புதமான இசையையும் கேட்டு வியந்தார்.

மாநாட்டிற்கு வருகை தந்திருந்த டச்சு, இத்தாலி, ரோமானிய, சிரிய, ஸ்வீடன், டேனிஷ் சார்பாளர்களைச் சந்தித்து அவர்களுடன்

சிகாகோவிற்கு ரயிலில் பயணித்தார். மாநாட்டில், படைக்கலக் குறைப்பு கமிட்டி, லீக் ஆஃப் நேஷன்ஸ், சிகாகோவின் தேசிய கவுன்சில் ஆகியவற்றின் முக்கியமான உறுப்பினர்களுக்கு அவர் அறிமுகம் செய்துவைக்கப்பட்டார். மாநாட்டரங்கில் உரைகள், கலந்துரையாடல்கள் தவிர்த்து, சிறப்பு விருந்தினர்களைக் கௌரவிக்கும் வகையில் விருந்துகளும், இரவு விருந்துகளும், பொழுதுபோக்கு நிகழ்வுகளும் இருந்தன. ஆக்கப்பூர்வமான குடியுரிமை, அவ்விஷயத்தில் பெண்களின் பங்கு குறித்து அவராற்றிய உரைகள் பெரிதும் பாராட்டப்பட்டன. அந்த அனுபவத்தைத் தனது சுயசரிதையில் விரிவாக விவரித்துள்ளார்.

சிகாகோ கண்காட்சிக்குச் சென்று பார்வையிட்ட முத்துலட்சுமி, அது அற்புதமான ஒன்று என்று கூறினார். கல்வி, சுகாதாரம், அறிவியல், வர்த்தகம், வணிகம், கலை, வாகனம், போக்குவரத்து, இயந்திரம், கட்டடக்கலை, ஓவியம், சிற்பம், இசை போன்ற பல்வேறு துறைகளில் மனிதர்கள் அறிவாலும் திறமையாலும் சாதித்திருப்பவை அங்கு காட்சிப்படுத்தப்பட்டிருந்தன. அழகான பார்டருடன் நெய்யப்பட்டிருந்த அவரது புடைவைகள் அங்கு பெரிதும் ரசிக்கப்பட்டன.

ஒருநாள் மாநாட்டு மண்டபத்தின் வாயிலுக்கு அருகே முத்து நின்று கொண்டிருந்தார். அருகில் பூக்கள் விற்றுக் கொண்டிருந்த ஒருவன், அவரது அழகான புடைவையை மெச்சும் விதமாக இவருக்குப் பூங்கொத்து ஒன்றை அளித்தான்.

லண்டனில் 1934இல் நடந்த வட்டமேஜை மாநாட்டில் இந்தியப் பெண்கள் சங்கத்தின் சார்பாகக் கலந்துகொள்வதற்காக மேலும் சில வெளிநாட்டுப் பயணங்களை அவர் மேற்கொண்டார்.[18] கல்வி சீர்திருத்தத்திற்கான ஹெர்டோக் கமிட்டியின் உறுப்பினராக பர்மாவுக்கும் சென்றார். சிலோன் சென்றபோது மலைத் தோட்டங்களில் இந்தியப் பெண் தொழிலாளர்கள் எதிர்கொள்ளும் வேதனைகளை நேரில் சென்று ஆய்வு செய்தார். இவை குறித்த அவரது துல்லியமான அறிக்கைகள் பெரிதும் பாராட்டப்பட்டன. மருத்துவராக, தாயாக, சமூக சேவகராக, தற்போது சட்டமன்ற உறுப்பினராக பல மகுடங்களை அவர் தரித்திருந்தார். அனைத்துப் பாத்திரங்களையும் அவருக்கே உரிய துல்லியத்துடன், முழுமையான திறனுடன் ஏற்று செய்தார்.

✦

5. யுக தர்மம்

குறிப்பிட்ட சூழலிலோ, மாறிவரும் சூழ்நிலைகளிலோ உருவாகும் வற்றாத பிரச்சனைகளை ஒவ்வொரு சமூகத்திலும் மனிதர்கள் தம் இருப்பிற்காக எதிர்கொள்ள வேண்டியுள்ளது என்கிறார் காந்தி. இந்தக் காலத்தில் ஆற்ற வேண்டியதாக யுக தர்மம் இருக்கிறது. மேற்கொள்ளும் முயற்சிகளில், தவறுகளிலிருந்து அவற்றுக்கான பதில்களைக் கண்டறிவது தவிர்த்து, அதற்கு வேறு வழி இல்லை.

- பிக்கு பரேக்[1]

கூடத்திற்குள் அவர் நுழைந்ததும் மகாத்மா காந்தி, அமர்ந்திருந்த பஞ்சு மெத்தையிலிருந்து எழுந்தார். அருகில் வந்த அவரைத் தழுவிக் கொண்டார்; பெண்களுக்கு எவ்விதமாகச் சேவை செய்ய நினைக்கிறாய் என்று கேட்டார். அருகில் கஸ்தூர்பா காந்தி நின்று கொண்டிருந்தார். சுதந்திரப் போராட்ட வீரரும், காங்கிரஸ் கட்சியின் முன்னணி உறுப்பினருமான எஸ்.சீனிவாச ஐயங்காரின் மௌபரிஸ் சாலை இல்லத்தில் 1927ம் ஆண்டில் முத்துலட்சுமி காந்தியைச் சந்தித்தார்.

சீனிவாசனின் குடும்ப மருத்துவர் அவர். முத்துலட்சுமிக்கு அவர்கள் நண்பர்களும்கூட. அவரது மகள் அம்புஜம்மாள் வீட்டிற்கு ஸ்ரீனிவாச காந்தி நிலையம் என்று பெயர் வைத்திருக்கிறார். அங்கு மகாத்மாவின் அஸ்தியைத் துளசிச் செடியின் கீழ் வைத்திருக்கிறார்.

சட்டமன்றத்தில் தான் முன்வைக்க விரும்பும் சிறுமிகள் மற்றும் பெண்களின் பாதுகாப்பு மசோதாவை காந்தியிடம் காட்டிய முத்துலட்சுமி, அவரது வாழ்த்துகளை வேண்டினார். மசோதாவின் முதன்மை நோக்கத்துடன் முழுமையாக உடன்படுவதாக காந்தி அறிவித்தார். பின்னர் அவர் 'யங் இந்தியா'வில் அதைப் பற்றி எழுதி முழுமையான ஆதரவைத் தெரிவித்தார்.[2]

1926க்கும் 1930க்கும் இடைப்பட்ட காலம், முத்துலட்சுமிக்கு அரசியல் ரீதியாகவும் சமூக ரீதியாகவும் முனைப்பு மிக்கதாக இருந்தது. இந்தியாவில் காலனியத்திற்கு எதிராக ஒரு புதிய முன்னணி உருவாகி, உலகளவில் அங்கீகாரத்தைப் பெற போராடிக் கொண்டிருந்தது. அவர்களைப் பரம்பரையாக அடக்கி வைத்திருந்த நடவடிக்கைகளுக்கு எதிராகப் பெண்கள் போராடத் தொடங்கி இருந்தனர். அவர்களால் முறைப்படியான கல்வியைப் பெற முடிந்தது. அது அனைத்துச் சாதியினருக்கும் கதவுகளைத் திறந்துவைத்தது.

திறன்சார்ந்த தொழிலாளர்களும் சமூகப் படிநிலை துரத்திய தொழில்களை செய்துகொண்டு இருந்தவர்களும் தங்களது விடுதலைக்குப் புதிய விடியல்களை எதிர்பார்த்திருந்தனர். நவீன உலகம் உருவாக்கிய தொழில்களைத் தேடி இளம் தலைமுறையினர் நகரங்களுக்கு இடம் பெயர்ந்தனர்; அதனால், பெரிய நிலப் பிரபுத்துவ உடைமைகள் உடைந்து சிறியதாகிக் கொண்டிருந்தன. இவை அனைத்திற்கும் மத்தியில்தான் இந்தியாவில் பெண்மை குறித்த மரபுவழி கருத்தாக்கத்தை அடிப்படை மறுவரையறைக்கு உட்படுத்தவும், அதைக் கட்டுடைத்து புதியதாக உருவாக்கவும், அதைச் சமகால உலகுடன் தொடர்புப்படுத்தவும் முத்துலட்சுமி இவை சார்ந்த பிரச்சனைகளை எடுத்துப்பேசினார், முயற்சிகளை மேற்கொண்டார்.

மரபு சார்ந்த விஷயம் ஒவ்வொன்றும் ஆதார வளம் போன்றதுதான். மானுடத்தின் நிலை குறித்து அறிந்து கொள்வதற்கான ஒரு நுட்பமான, மதிப்புமிக்க ஆதாரம்; பொதுவான பாரம்பரியத்தின் பகுதி என்று கூறிய காந்தியுடன் முத்துலட்சுமி உடன்பட்டார். 'எனது வீட்டின் அனைத்துப் பக்கங்களிலும் சுவர்கள் எழுப்புவதையும் ஜன்னல்களால் அடைக்கப்படுவதையும் விரும்பவில்லை. அனைத்து நாடுகளின் பண்பாடுகளும் வீட்டிற்குள் வீசவேண்டும். என்னுடன் விவாதம் செய்யவேண்டும்' என்ற காந்தியின் கூற்று அவரை ஈர்த்தது. ஒருவர் அவரது சமயத்தைப் பற்றி

அறிந்துகொள்வது அவசியம் என்று அவர் கருதினார்; பள்ளிகளில் அது கற்பிக்கப்பட வேண்டும் என்று பரிந்துரைத்தார்.[3]

காந்தியின் சொற்களும் கருத்துகளும் அவருக்கு மிகுந்த ஊக்கத்தையும் பலத்தையும் அளித்தன. ஒரு மரபின் அடிப்படை விழுமியங்களும் நுண்ணோக்குகளும் மிகவும் சரியானவையாக இருக்கும். அவை அனைத்தையும் பிணைக்கக்கூடியவை என்றார் காந்தி. ஏனெனில், அவை கடுமையான வாழ்க்கை அனுபவங்களால் உருவாக்கப்பட்டவை. அவற்றை விமர்சித்தவர்களின் எதிர்ப்பையும் / சரிபார்ப்பையும் வென்று பிழைத்தவை. கடுமையான சோதனையிலிருந்து தப்பிப்பிழைத்தவை. ஒவ்வொரு சமூகமும் இரண்டு நிலைகளில் தீவிரமாகப் பேசப்படுகின்றன. சமூகத்தின் அடிப்படை விழுமியங்களும் நுண்ணோக்குகளும் சமூகத்தின் மையமாக அதை ஒருங்கிணைக்கும் கொள்கைகளும் நிலைத்து நிற்கும் முக்கியத்துவம் கொண்டவை. அதேநேரம், அதன் நம்பிக்கைகளும் நடைமுறைகளும் தொடர்ச்சியான மாற்றங் களுக்கு உட்பட்டவை.[4]

முத்துலட்சுமி, 31 ஆகஸ்ட் 1929 அன்று திருவல்லிக்கேணி இந்து உயர்நிலைப்பள்ளியில் காந்திக்காகப் பெரிய கூட்டம் ஒன்றை, இந்தியப் பெண்கள் சங்கத்தின் சார்பில் ஏற்பாடு செய்தார். அந்தப் பெண்கள் மகாத்மாவின் பணிகளுக்காக அவரிடம் பணப்பை ஒன்றை வழங்கினர். நிச்சயமாக இது போதாது என்று கேலி செய்தபடி அவர் வாங்கிக்கொண்டார்.

மதராஸ் மாகாணத்தின் தென் பகுதிகளுக்கு முத்துலட்சுமியும் அவருடன் பயணம் செய்தார். கூட்டங்களில் காந்தி பேசிய உரைகள் பலவற்றை அவர் பேசும்போதே முத்துலட்சுமி தமிழில் மொழிபெயர்த்தார். காந்திஜியிடம் அவர் கண்ட குழந்தை போன்ற எளிமையும், திறந்த மனமும், ஓரளவுக்குச் சர்ச்சைக்குரிய விஷயங்களாக அந்தக் காலக்கட்டத்தில் கருதபட்டவைக்கு அவர் அளித்த உடனடியான ஆதரவும் முத்துலட்சுமியின் மனத்தில் அழியாத தாக்கத்தை ஏற்படுத்தின.

அந்தச் சந்திப்பிற்குப்பின், அவரது சீர்திருத்த நடவடிக்கைகளுக்கு சட்டமன்றத்தில் ஆதரவு தேவை என்று உணரும்போதெல்லாம் காந்திக்கு எழுத அவர் தயங்கவில்லை;[5] காந்தியும் அவருக்குத் தனது முழுமையான ஆதரவை உறுதியளித்தார்.

முத்துலட்சுமியும் அவரது குடும்பத்தினரும் இங்கிலாந்திலிருந்து 1926இல் இந்தியா திரும்பினர். தெருவில் அநாதைகளாய் அலையும்

குழந்தைகளைக் காவல்துறை அழைத்துச் செல்லும் வழக்கம் அப்போது இருந்தது. அவர்களுக்கு அடைக்கலம் கொடுத்து, ஆதரவும் பாதுகாப்பு அளிப்பதற்குக் குழந்தைகள் உதவிச் சங்கம் என்ற அமைப்பு இயங்கி வந்தது. முத்துலட்சுமி அதில் உறுப்பினராக சேர்ந்தார்.

இறையியலாளர் திருமதி ஸ்டாண்ட்ஃபோர்டுடன் இணைந்து பல அமைப்புகளைத் தொடங்கினார் முத்துலட்சுமி. சீனியர்களுக்கும் ஜூனியர்களுக்கும் பதிவு செய்யப்பட்ட சான்றளிக்கப்பட்ட பள்ளிகள், ஆண்கள் மற்றும் பெண்கள் கிளப், சிறார் நீதிமன்றங்கள், தாற்காலிகச் சிறார் இல்லங்கள் போன்றவை அவை. ஆதரவற்ற, நடத்தை மோசமாக இருக்கும் சிறுவர், சிறுமியர்களுடன், மனநலம் குன்றிய சிறுவர்களுடன், பாலியல் செயல்களுக்காகக் கடத்தப்படும் மைனர் சிறுமிகளுடனும் தொடர்பு கொண்டு பேசுவதற்கு இவை அவருக்கு வாய்ப்பளித்தன.

தேர்ந்தெடுக்கப்படும் இந்தியப் பிரதிநிதிகள் கொண்ட சட்டமன்றங்கள் மூலம் இந்தியாவில் அரசாங்கம் அமைவதற்கு மாண்டேகு-செம்ஸ்ஃபோர்ட் சீர்திருத்தக் குழு பரிந்துரைத்தது. அதைப் பின்பற்றி இந்திய அரசாங்கச் சட்டம் 1919ன் கீழ் மெட்ராஸ் லெஜிஸ்லேட்டிவ் கவுன்சில் 1921ஆம் ஆண்டு அமைக்கப்பட்டது. சபையின் காலம் மூன்று ஆண்டுகள். சட்ட மன்றம் முதல்முறையாக 09-01-1921 அன்று மெட்ராஸ் செயின்ட் ஜார்ஜ் கோட்டையில் கூடியது. 1926ம் ஆண்டு நடந்த தேர்தலில், சி.வி.எஸ்.நரசிம்ம ராஜு மதராஸ் சட்டமன்றத்தின் தலைவராகத் தேர்ந்தெடுக்கப்பட்டார். சபைக்கான துணைத் தலைவர் தேர்தல் 24-01-1927 அன்று நடந்தது. பெண்கள் தேர்தலில் போட்டியிடவும், சட்ட மன்றங்களில் ஆண்களுடன் சமமாக அமரவும் ஏப்ரல் 1926ல் இந்திய அரசாங்கம் அனுமதி அளித்திருந்தது. துணைத்தலைவர் பதவிக்கு முத்துலட்சுமி ரெட்டியின் பெயரை நீதிக்கட்சியின் உறுப்பினர் பி.டி.ராஜன் (ஏப்ரல் 22, 1892 - செப்டம்பர் 25, 1974) முன்மொழிந்தார். அனைத்துக் கட்சிகளும் இதை ஏற்றுக்கொண்டன. தீர்மானம் ஒருமனதாக நிறைவேறியது.

பிரிட்டிஷார் ஆட்சியில் சட்டமன்ற உறுப்பினராக இருப்பதால், அவரது கருத்துகளை வெளிப்படுத்தவும் அவை சார்ந்து செயல்படவும் தனக்கு ஒரு தளம் கிடைத்திருப்பதை முத்துலட்சுமி அறிந்திருந்தார். விடுதலை இயக்கத்தை ஆதரித்தாலும் அதற்கான போராட்டங்கள் மற்றும் ஹர்த்தால்களில் பங்கேற்பதில்லை என்று அவரும் சகோதரி சுப்பலட்சுமியும் முடிவு செய்திருந்தனர். தான்

விரும்பிய சீர்திருத்த நடவடிக்கைகளில் ஈடுபடுத்திக்கொள்ள முயன்ற அவர், அதையொட்டி மிகப்பெரிய நிர்வாகப் பணி அவசியம் என்பதையும் அறிந்திருந்தார். எனினும் அவர் அஞ்சவில்லை.

சட்டமன்ற உறுப்பினராக, இந்தியப் பெண்கள் சங்கத்துடனும், அகில இந்திய மகளிர் கூட்டமைப்புடனும் தனது தொடர்பை அவர் உயிர்ப்புடன் வைத்திருந்தார். அத்துடன் சாரதா இல்லம், பெண்கள் சேவை இல்லம் (இப்போது மெட்ராஸ் சேவா சதன்), மைனர் சிறுமிகளுக்கான இந்திய மகளிர் சமாஜத்தின் சங்கம் ஆகிய வற்றுடனும் தொடர்ந்து தொடர்பில் இருந்தார். மெட்ராஸ் மகப்பேறு மற்றும் குழந்தைகள் நலச் சங்கத்தின் தீவிர உறுப்பினராக இருந்தவர், ஆரோக்கியத்திற்கான பள்ளி ஒன்றைத் திறக்கவும் பாடுபட்டார். முஸ்லிம் பெண்கள் சங்கத்தைத் தோற்றுவித்த வர்களில் இவரும் ஒருவர்.

மதராஸ் சட்டமன்றத்தின் துணைத் தலைவராக 1926 ஆம் ஆண்டில் அவராற்றிய உரைகளின் பெரும்பகுதியைச் சிறப்புக் குழந்தை களுக்கான மருத்துவமனை ஒன்றைத் திறக்கவும் பெண்கள் பள்ளிகளில் மருத்துவப் பரிசோதனையைக் கட்டாயமாக அமுல்படுத்தவும், மகளிர் நிறுவனங்களுக்குச் சிறப்பு மானியங்கள் வழங்கக் கோரியும், மருத்துவமனைகளில் பெண் மருத்துவ அதிகாரிகளை நியமிக்க வேண்டியும், மகளிர் காவல் படை ஒன்றை அமைப்பதற்கும் அவர் அர்ப்பணித்தார்.

குடிப்பழக்கத்தால் குடும்பங்களில் ஏற்படும் தீய விளைவுகள் குறித்துத் தீவிரமாக உரையாற்றினார். மதுவிலக்கை ஆதரித்துப் பேசினார். ஏறத்தாழ மன்றத்தில் அவர் எழுப்பிய ஒவ்வொரு கேள்வியும் பெண்களையும் குழந்தைகளையும் பாதிக்கும் விஷயங் களாகவே இருந்தன. பெண்களுக்கும் வெவ்வேறு சாதியினருக்கும் தனித் தேர்தல் தொகுதிகள் ஒதுக்குவதற்கு எதிராக அவர் பேசினார். குழந்தைக் குற்றவாளிகளுக்குத் தண்டனை அளிப்பதைத் தடுக்க தேவையான விதிகளைச் சேர்க்கும் வகையில் மெட்ராஸ் குழந்தைகள் சட்டத்தில் திருத்தங்களுக்காக அவர் வாதிட்டார்.

லீக் ஆஃப் நேஷன்ஸின் வெளியீடுகள், அவர் முன்னெடுக்கும் சீர்திருத்தங்களுக்கான பிரசாரத்துடன் தொடர்புடைய கட்டுரைகள் அனைத்தையும் படித்தார். சட்டமன்ற உறுப்பினர்களும், பொது மக்களும் குறிப்பாக ஊடகத்தினர் கேட்கும் கேள்விகளுக்கும் பதில் அளிக்கத் தன்னை நன்கு தயார்படுத்திக்கொண்டார்.[6]

பெரும்பான்மையான நவீனத்துவவாதிகள் அவருக்கு ஆதரவு அளித்தனர். ஆனால், தேசியவாதிகள் சிலரும், இந்து, முஸ்லிம் பழமைவாதிகளும், மண வயது மற்றும் பர்தா முறை போன்ற மத விஷயங்களில் அரசாங்கம் தலையிடலாம் என்ற கருத்தாக்கத்தை எதிர்த்தனர்.

திருமணச் சட்டங்கள் அனைத்தும், குறிப்பிட்ட மதத்தின் வேத நூல்களின் அதிகாரத்தின் கீழ்தான் இருந்தன.[7] அவர் இணைந்திருந்த இந்தியப் பெண்கள் சங்கமும், அகில இந்திய மகளிர் கூட்டமைப்பும், அனைத்து மதத்தைச் சேர்ந்த பெண்களிடமும் வேண்டுகோள் விடுத்தன. அவர்களையும் தம்முடன் அழைத்துச் சென்றன. இந்த ஒருங்கிணைந்த ஆற்றல் பெண் கல்விக்கான முக்கிய முட்டுக்கட்டைகளில் ஒன்றை அகற்றும். எழுச்சிப் பெற்றுவரும் தேசத்தின் அரசியல் மற்றும் சமூக வாழ்வில் பெண்கள் முழுமையாக பங்கேற்பதை எளிதாக்கும் என்று பெண்கள் நம்பிக்கைக் கொண்டிருந்தனர்.

பெண்களைக் கட்டிப்போட்டிருக்கும் சங்கிலிகளிலிருந்து விடுதலை பெறுவதற்கு, கல்வி அவர்களுக்கு உதவும் என்று முத்துலட்சுமி நம்பினார். 1927 ஆம் ஆண்டில், வங்காளத்தின் பொதுக்கல்வி இயக்குநர் இந்தியப் பெண்களிடம் ஒரு வேண்டுகோள் விடுத்தார்: கல்வி அடிப்படையில் 'உங்களுக்கு என்ன வேண்டும் என்பதை ஒரே குரலில் சொல்லுங்கள்'. பத்திரிகைகள் இதைப் பரபரப்பாக பேசின.

இந்த வேண்டுகோள் குறித்து மார்கரெட் கஸின்ஸ் இந்தியப் பெண்கள் சங்கத்தின் இதழான ஸ்திரி-தர்மாவில் கட்டுரை எழுதினார். இந்தியப் பெண்கள் சங்கத்தின் கிளைகளுக்குக் கடிதங்களும் எழுதினார். நாடு முழுவதும் உள்ள பெண்களிடம் தலமட்ட அளவில் குழுக்களை உருவாக்குமாறு வேண்டுகோள் விடுத்தார்; கல்வி தொடர்பாக அவர்கள் சந்திக்கும் பிரச்சனைகள் பற்றிய கருத்துகளை எடுத்துரைத்துப் பேச அரசியலமைப்பு மாநாடுகளை நடத்துமாறு கோரினார்.

'இந்த மாநாடு ஒவ்வொன்றிலிருந்தும் பூனாவில் நடைபெறும் அகில இந்திய மகளிர் மாநாட்டில் கலந்துகொள்வதற்கான பிரதிநிதிகள் தேர்ந்தெடுக்கப்பட வேண்டும்' என்று அவர் விரும்பினார். 'நாற்பது முதல் ஐம்பது பெண்களுக்கு மிகாமல்' கலந்துகொள்ளும் இந்த மாநாடு, பூர்வாங்கமாக நடைபெறும் மாநாடுகளின் நடைமுறை களிலிருந்து 'கல்வி சீர்திருத்தங்கள் குறித்து பெண்களின் அதிகாரப்

பூர்வமான கருத்துகளை பிரதிபலிக்கும் மெமொரண்டம் ஒன்றை' ஒருமனதாக உருவாக்க வேண்டும்' என்றார்.⁸

அகில இந்திய மகளிர் கூட்டமைப்பு 1927இல் உருவானது. தொடர்ந்து சங்கங்கள் பதிவு சட்டம் XXI 1850இன் கீழ் 1930இல் பதிவுசெய்யப்பட்டது. சமூகப் பிரச்சனைகளையும் கல்வி சார்ந்த பிரச்சனைகளையும் விவாதிக்க வேண்டியிருக்கும் என்பதை அதைத் தோற்றுவித்தவர்கள் உணர்ந்திருந்தனர். பூனாவில் கூடிய பிரதிநிதிகள், பெரிய அளவிலான பிரச்சனைகள் குறித்து விவாதித்தனர்.

பெண் கல்வியைப் பற்றி விவாதித்தபோது, பெண்கள் கல்வி பெறுவதை மறுக்கும் சமூக வழக்கங்களிலிருந்து அந்தப் பிரச்சனையைப் பிரித்துப் பார்ப்பதில் உள்ள சிரமத்திற்கு அழுத்தம் கொடுத்தனர். நீண்ட காலத்திற்கு முன்பே, இந்தப் பிரச்சனைகளை அரசியலிலிருந்து பிரிக்கமுடியாது என்பது தெளிவாகத் தெரிந்தது. மற்ற அமைப்புகளுடன் இணைந்து அகில இந்திய மகளிர் கூட்டமைப்பு இந்தியத் தேசியவாதம் குறித்தும் 'பெண்கள் பிரச்சனைகள்' குறித்தும் விவாதிக்கத் தொடங்கியிருந்தது.

ஆனால், தம்மைப் பெண்ணியவாதிகள் என்று அடையாளப் படுத்திக்கொள்ள அவர்கள் விரும்பவில்லை. தேசத்தைக் காட்டிலும் பெண்களின் உரிமைகளுக்கு அவர்கள் முன்னுரிமை அளிக்கவில்லை என்பதுடன், ஆண்களுக்கு எதிராகவும் செயல்படவில்லை, ஆண்களை எதிரியாகப் பார்க்கவில்லை என்பதும் அவர்களின் இந்த நிலைப்பாட்டிற்குக் காரணமாக இருந்தது.⁹

அவரது நெருங்கிய தோழியும், கவிஞரும், சுதந்திரப் போராட்ட வீரருமான சரோஜினி நாயுடு ஒரு முன்மாதிரி இந்தியாவை முன்வைத்தார். இந்தியாவை 'வீடு' என்றும், இந்திய மக்களை 'கூட்டுக் குடும்ப உறுப்பினர்கள்' என்றும், இந்தியப் பெண்ணை 'அம்மா' என்றும் அழைத்தார். இந்தக் கருத்துடன் முத்துலட்சுமி ஒத்துப்போனார். குழந்தைத் திருமணமும், அவர்களைத் தனிமைப்படுத்தி வைப்பதும், பெண்கள் பள்ளி செல்வதற்கு எதிரான தடைகளும் இந்தப் பாத்திரங்களை ஏற்று, பெண்கள் செயல் படுவதைத் தடுத்தன. 1920கள் மற்றும் 1930களைச் சேர்ந்த பெண்களுக்கு, அவர்களைக் கட்டுப்படுத்தும் வழக்கங்களிலிருந்து விடுதலை பெற்றால்தான் இந்தியாவின் மீளுருவாக்கத்திற்கு பங்களிப்பது சாத்தியம் என்பது தெளிவாகத் தெரிந்திருந்தது.¹⁰

இந்தியாவின் பெண்கள் அமைப்புகள் முன்னெடுத்த முதல் சமூகச் சீர்திருத்த பிரச்சனை, 1927ம் ஆண்டில் அறிமுகப்படுத்தப்பட்ட இந்து குழந்தைத் திருமண மசோதாவாகும். பெண்களின் கல்விக்கும் ஆரோக்கியத்திற்கும் கேடு விளைவிக்கும் ஒன்றாக தொடக்கத்தில் இருந்தே அவர்கள் உணர்ந்திருந்த இப்பிரச்சனைக்கு ஆதரவு அளிக்கும்படி அகில இந்திய மகளிர் கூட்டமைப்பும் இந்தியப் பெண்கள் சங்கமும் பெண்களைத் திரட்டின. அதற்கான வாதத்தை மேம்படுத்துவதில் அவை முக்கியப் பங்காற்றின; அரசியல் ரீதியாக மனுக்கள் அளித்தல் எனும் வழிமுறையைத் தீவிரமாகப் பயன்படுத்தினர். அதன்மூலம் அரசியல் களத்தில் பங்கேற்றனர்.[11]

வெறுமனே குழந்தைகளைப் பெற்றெடுத்தல், வீட்டைப் பராமரித்தல் என்றில்லாமல் பெண்கள் பொறுப்பேற்றுச் செயல்பட வேண்டும் என்று முத்துலட்சுமி விரும்பினார். சமூகத்தில் அவர்களது பெரும் பங்களிப்பு தேவையாக இருக்கிறது என்றார். சுதந்திரமான விழுமியங்களைக் கொண்ட, ஒரு முற்போக்கான அரசாங்கம் அனைவரது முன்னேற்றத்தையும் கணக்கில் எடுத்துக்கொள்ளும் என்று அவர் நம்பினார். அவர் பெற்றிருந்த கல்வியும் அந்தஸ்தும் அவருக்கு அளித்த அதிகாரத்தைப் பயன்படுத்தி, சாத்தியமான இடங்களில் எல்லாம் சுய அதிகாரத்தையும் தெரிவையும் பிரயோகிப்பதை விரும்பினார்.

பிரிட்டிஷார் 08-11-1927 அன்று சர் ஜான் சைமன் தலைமையில் சட்டப்பூர்வ ஆணையம் ஒன்றை நியமித்தனர். 23-12-1919 முதல் செயல்படுத்தப்பட்ட மாண்டேகு-செம்ஸ்ஃபோர்ட் சீர்திருத்தங்களின் செயல்பாட்டை ஆராய்வதற்கு அது அமைக்கப் பட்டது. ஆணையத்தின் அனைத்து உறுப்பினர்களும் பிரிட்டிஷ் பாராளுமன்றத்தைச் சேர்ந்தவர்கள். இந்த முடிவு இந்தியர்களின் சுயமரியாதை உணர்வுக்கு இழைக்கப்பட்ட பெரும் அவமானமாகக் கருதப்பட்டது.

அதையொட்டி தேசத்தில் பெரும் கூச்சல் எழுந்தது. கமிஷன் 03-02-1928 அன்று இந்தியா வந்தபோது அதைப் புறக்கணிக்க காந்தி விடுத்த அறைகூவலின் பின்னால், ஒட்டுமொத்தத் தேசமும் திரண்டது. ஆணையம் சென்ற இந்திய நகரங்கள் அனைத்திலும் ‘சைமனே திரும்பிப்போ’ முழக்கங்களுடன் கறுப்புக் கொடிகள் குழுவினரை வரவேற்றன. சைமன் அறிக்கையின் குறைபாடுகளை இந்தியப் பத்திரிகைகள் தாமாகவே முன்வந்து வெளிப்படுத்தின. ஆணைய உறுப்பினர்களின் இந்திய விரோத அணுகுமுறையை

வெளிப்படையாகக் கண்டித்தன. அரசியல் சார்ந்த படைப்புகள் அனைத்தும் அறிக்கை வெறும் 'கண் துடைப்பே' என்று கருதின.[12]

செல்வாக்கு மிக்க தமிழ் செய்தித்தாளான சுதேசமித்திரன் 19-02-1929 அன்று இவ்வாறு எழுதியது: 'ஆணையத்தின் உறுப்பினர்கள் கோஷா பெண்களைப் போல் நேற்று மெட்ராசுக்கு வருகை தந்தனர். உண்மையில் அவர்களின் நிலை பரிதாபத்திற்குரியதாக இருந்தது. துறைமுகத்தில் ஆணைய உறுப்பினர்களுக்கு ஒரு சிலரே வரவேற்பு அளித்தனர்; ஆனால், அதேநேரத்தில் ஆயிரக்கணக்கான மக்கள் பகிஷ்கரிப்பு நடவடிக்கைகளில் ஈடுபட்டிருந்தனர். குறிப்பிட்ட வர்க்கத்தைச் சேர்ந்த சிலர், அந்த வர்க்கத்தின் சார்பாக ஆணையத்திற்கு வரவேற்பு அளிப்பதற்கு அவர்களுக்கு என்ன உரிமை இருக்கிறது என்பது விளங்கவில்லை. அத்தகைய வரவேற்புரைகளை இந்திய மக்கள் தாம் வழங்கினார்கள் என்று சர் ஜான் சைமனும் அவரது சகாக்களும் நினைத்தால், அவர்கள் உண்மையில் முட்டாள்களாகத்தான் இருக்கவேண்டும்.'

இந்தப் புறக்கணிப்பில் அன்னி பெசன்ட் இணைந்தார். காங்கிரசும் அதன் கூட்டணிக் கட்சிகளும் இணைந்துகொண்டன. இவர்களை முத்துலட்சுமியும் பின்தொடர்ந்தார். ஆணையத்தின் பணிகளுக்கு உதவுவதற்கு அமைக்கப்பட்ட பல அரசாங்க அமைப்புகளில், துணை அமைப்புகளில் ஒன்றாக இந்தியாவின் கல்வி முன்னேற்றத்தை ஆய்வதற்கான அமைப்பும் இருந்தது. பெண்கள் கல்வியில் கவனம் செலுத்தும் குழுவில் பணியாற்ற முத்துலட்சுமி அழைக்கப்பட்டார், சைமன் கமிஷனை அவர் புறக்கணித்தார். எனினும், தேசிய அளவில் கல்வி சார்ந்த ஆழமானதொரு ஆய்வை மேற்கொள்ள கிடைத்த அரிய வாய்ப்பை இழக்க அவர் விரும்பவில்லை.

சிறந்த கல்வியாளராகக் கருதப்பட்ட, புதிதாக தோற்றுவிக்கப் பட்டிருந்த டாக்கா பல்கலைக்கழகத்தின் துணைவேந்தர் சர் பிலிப் ஹார்டோக் அந்தக் குழுவின் தலைவராக இருந்ததும் இதற்கு உதவியிருக்கலாம். பெண்களுக்கான கல்வி மட்டுமின்றி, சுயராஜ்ஜியத்திற்கான இந்தியர்களின் உரிமை சார்ந்து அவர் கொண்டிருந்த பரிவு மிகுந்த அணுகுமுறையால் முத்துலட்சுமி ஈர்க்கப்பட்டார். மேலும் சிறந்த கல்வி, சம உரிமைகள், சம வாய்ப்புகள் மீது பெண்களுக்கு இருந்த விழைவுகளுக்குச் சாதகமாகவும் இருந்தார். குழுவின் செயலராக இருந்த மதராஸ் மாகாணத்தின் பொதுக்கல்வி இயக்குநர் சர் ஆர்.எம்.ஸ்ட்ராத்தமும் பெண்களின் முன்னேற்றத்தின் மீது பெரும் அனுதாபம் கொண்டிருந்தார்.

பெண்களுக்குக் கல்வி அளிக்கும் பல நிறுவனங்களுக்கு ஹார்டோக் கமிட்டி விஜயம் செய்தது. பெண் கல்வி குறித்த முத்துலட்சுமியின் புரிதல் வேகமாக விரிவடைந்தது. பர்மா (இப்போது மியான்மர்) உள்ளிட்ட பிரிட்டிஷ் இந்தியாவின் மாநிலம் ஒவ்வொன்றிற்கும் செல்வதன் மூலம் பெண் கல்வியின் முன்னேற்றம் குறித்த நேரடி அறிவு கிடைப்பதை எண்ணி அவர் மகிழ்ந்தார்.

'பர்தா அணிந்த, பர்தா அணியாதவர் வசிக்கும் இந்த நாட்டில் அனைத்துப் பகுதியிலும் மக்களைச் சந்தித்தது, சுவாரஸ்யமாக இருந்தது. அத்துடன் கற்றுக் கொள்வதற்கும் உதவியது. பர்தா வழக்கம் நடைமுறையிலிருக்கும் மாநிலங்களிலும் பெண்களுக்கான 'பள்ளிகள்' நடத்தும் நன்கு படித்த, அறிவார்ந்த பெண்களும் இருந்தனர்.' என்பதை அவர் கவனித்தார்.[13] குழுவினர் சென்ற இடமெல்லாம் முத்துலட்சுமிக்கு அன்பான வரவேற்பு அளிக்கப் பட்டது; அவர் பேசுவதைக் கேட்க சிறுமிகளும் பெண்களும் அதிக எண்ணிக்கையில் கூடினர்.

சைமன் கமிஷனிடம் ஹார்டோக் கமிட்டியின் அறிக்கை 1929ஆம் ஆண்டு அளிக்கப்பட்டது. இந்தியக் கல்வி வரலாற்றில் அந்த அறிக்கை தனிச்சிறப்பு மிக்க அந்தஸ்தைப் பெற்றிருக்கிறது. இந்தியாவில் கல்வியின் நாடித்துடிப்பை உணர்வதற்கு அது முயன்றது; தொடக்கக் கல்வி, இடைநிலை மற்றும் உயர்நிலை குறித்தும், கல்வியின் வேறு சில அம்சங்கள் தொடர்பாகவும் நடைமுறை சார்ந்த பரிந்துரைகளையும் அளித்தது. விரிவாக்கத்தைக் காட்டிலும் ஒன்றுசேர்ப்பதை இந்த அறிக்கை முக்கியமாகக் கருதியது. அதனால், பிரிட்டிஷ் அரசாங்கத்தின் கல்விக் கொள்கையில் பெரும் தாக்கத்தை ஏற்படுத்தியது.[14]

அந்த நேரத்தில் கல்வியில் கணிசமான முன்னேற்றம் ஏற்பட்டிருந்ததைக் குழுவால் கவனிக்க முடிந்தது. மக்கள் பொதுவில் கல்வியைத் தேசிய முக்கியத்துவம் வாய்ந்த விஷயமாகக் கருதினர். தொடக்கப் பள்ளிகளில் மாணவர் சேர்க்கை அதிகரித்ததன் மூலம் அதை அறிய முடிந்தது. கல்வியின் மீது இருந்த அக்கறையின்மை மாறி வருவதைக் கவனிக்க முடிந்தது.

பெண்களும் முஸ்லிம்களும் பிற்பட்ட வகுப்பினரும் விழித்துக் கொண்டனர். பள்ளியில் சேருவோரின் எண்ணிக்கையில் விரைந்த முன்னேற்றம் ஏற்பட்டது. எனினும், நாட்டில் எழுத்தறிவில் ஏற்பட்டிருந்த வளர்ச்சி குறித்து திருப்தி ஏற்படவில்லை.

ஆரம்பக் கல்வி புறக்கணிக்கப்பட்டு இருந்ததை இந்த அறிக்கைதான் முதன்முதலில் அதிகாரப்பூர்வமாக அங்கீகரித்தது. அத்துடன், தொடக்கக் கல்வியின் மோசமான நிலைக்கு மாகாண அரசாங்கங்கள்மீது குற்றம் சாட்டியது. ஆரம்பக் கல்வியின் பிரச்சனைகள் அடிப்படையில் கிராமப்புறம் சார்ந்தவை என்று சுட்டிக்காட்டிய குழு, விரயம் மற்றும் தேக்கநிலை பிரச்சனையின் மீது கவனத்தை ஈர்த்தது. தரமான முன்னேற்றம் வேண்டும் என்று குழு வாதிட்டது.

தொழில்துறை மற்றும் வணிகப் பாடங்களுக்கு முக்கியத்துவம் அளிப்பதாக இடைநிலைக் கல்வி இருக்கவேண்டும் என்று ஹார்டோக் கமிட்டி கூறியது. இதன் வழியாக மாணவர்கள் வாழ்க்கைக்குத் தேவையான தொழில்களை மேற்கொள்ள வாய்ப்பு ஏற்படுத்தித் தந்தது. இணைப்புக் கல்லூரிகளின் வளர்ச்சியை குழு பாராட்டியது. அதேநேரம், பல்கலைக்கழகக் கல்வியின் தரம் வீழ்ச்சியடைந்துவிட்டதை விமர்சித்தது. பல்கலைக்கழகங்கள் மக்களின் தேவைகளைப் பூர்த்தி செய்யத் தவறிவிட்டன என்ற கருத்தை உறுதிப்படக் கூறியது.

சகிப்புத்தன்மையும், சுதந்திர மனப்பான்மையும், பெரும் பொறுப்புகளை ஏற்கத் தகுதியும் கொண்ட மாணவர்களை உருவாக்குவது பல்கலைக்கழகங்களின் கடமை. பல்கலைக்கழக நூலகங்களை மேம்படுத்த வேண்டும் என்பது ஆணையத்தின் முக்கியமான பரிந்துரைகளில் ஒன்றாகும்.[15]

இறுதியாக, ஆசிரியர்களின் நிலைமைகளை மேம்படுத்தினால்தான் கல்வியில் தரமான முன்னேற்றம் சாத்தியம் என்று கமிட்டி தெளிவாகக் குறிப்பிட்டது.[16] ஆசிரியர்களின் ஊதிய விகிதத்தையும் வேலை நிலைமைகளையும் மேம்படுத்துவதற்கும் பரிந்துரை செய்தது. நல்ல ஊதியமும் வேலைப் பாதுகாப்பும் ஆசிரியர்களுக்கு அளிக்கப்படாவிட்டால், எந்தக் கல்விமுறையும் வெற்றி பெறாது என்று மிகச்சரியாகக் குறிப்பிட்டது. இதில் கெடுவாய்ப்பு என்னவென்றால், ஆசிரியர்கள் குறித்த பரிந்துரைகளை அமல் படுத்துவதை அரசாங்கம் தெரிவு செய்யவில்லை என்பதே.

இதற்கிடையில் பெண் குழந்தைகளின் திருமண வயதை உயர்த்துவது குறித்த விவாதம் மிகவும் வலுத்தது. மதராஸ் சட்ட மன்றத்தில் முத்துலட்சுமி கொண்டு வந்த தீர்மானம் ஒருமனதாக ஏற்றுக்கொள்ளப்பட்டது. வைஸ்ராய் லார்ட் இர்வினுக்கு ஒரு தூதுக்குழுவை அனுப்ப அகில இந்திய மகளிர் கூட்டமைப்பு

ஏற்பாடு செய்தது. அத்துடன் நாடு முழுவதும் பொதுக் கூட்டங்கள் ஏற்பாடு செய்யப்பட்டன. இவ்வாறாக, பெண்கள் இயக்கத்திற்கும் தேசியவாத இயக்கத்திற்கும் இடையில் தொடர்பை உறுதிப் படுத்திக்கொள்ள குழந்தைத் திருமணத் தடைச்சட்டம் நடை முறையில் உதவியது.

அலகாபாத்தில் திருமணத்திற்குச் சம்மதம் அளித்தல் மற்றும் அதற்கான வயதை உயர்த்துவது குறித்து விசாரித்த எம்.வி.ஜோஷி கமிட்டியின் முன் முத்துலட்சுமி ரெட்டி சாட்சியம் அளித்தார். காந்திஜி இந்தக் கோரிக்கையை முழு மனதுடன் ஆதரித்தார். 'ஒப்புதல் அளிப்பதற்கான வயதை வெறுமனே பதினான்கு என்றில்லாமல் அதைப் பதினாறாக உயர்த்துவதை உறுதியாக ஆதரிக்கிறேன். அதன்மூலம், உரிய வயதை அடையாத அப்பாவிச் சிறுமிகள் ஆண்களின் இச்சையிலிருந்து காப்பாற்றுவதை நோக்கமாகக் கொண்ட எந்தவொரு இயக்கத்தையும் நான் மனதார ஆதரிக்கிறேன்'.

மறுபுறத்தில், மதம் சார்ந்த விஷயங்களில் தலையிடுகிறது என்று மசோதாமீது கடுமையான விமர்சனங்கள் எழுந்தன. முத்துலட்சுமி கொண்டுவந்த தீர்மானம் அவரைப் பெரும் புயலின் நடுவே நிறுத்தியது. சட்டமன்றத்தில் கருத்துவேறுபாடுகளும் காரசாரமான விவாதங்களும் நடந்தன. ஆனால், முத்துலட்சுமி உறுதியாக இருந்தார். சில ஆண்டுகளுக்குப் பின்பற்றப்படும் எந்தவொரு நடைமுறையும், ஒரு வழக்கமாக மாறிவிடும் என்று அவர் உறுதியாகக் கூறினார்.

சதி போன்ற ஒரு கொடிய வழக்கம் இது இல்லை என்று சட்டமன்ற உறுப்பினர் காம்ப்பெல் வாதிட்டதும் அவர் கொதித்தெழுந்தார். குழந்தைத் திருமணம் இன்னும் கொடியது. ஏனென்றால், அந்தச் சிறுமிக்கு அது வாழ்நாள் முழுவதுமான வேதனை என்று கடுமையாக வாதிட்டார். இவரது பதில் காம்ப்பெல்லின் வாயடைக்க வைத்தது.

அதன்பின் தீர்மானத்தை விமர்சிப்பதை அவர் தவிர்த்தார்.[17] கிராமப்புறங்களுக்குச் சென்று இந்தப் பிரச்சனை குறித்து முத்து பொதுக்கூட்டங்களில் பேசினார். வெறுப்பும் விரோதமும் நிறைந்த கூட்டங்களை எதிர்கொண்டார். சில குண்டர்கள் அவர்மீது கற்களையும் வீசினர்.[18] ஆனால், அவற்றைத் தனது பயணத்திற்கான உந்துசக்தியாக எடுத்துக்கொண்டார். தன்னை விமர்சித்தவர்

களுக்குப் பதிலளிக்க வலுவான சொற்களையும் அவர் பயன்படுத்தத் தொடங்கினார்.

குழந்தைத் திருமணத் தடைச் சட்டம், 1929 இந்திய இம்பீரியல் லெஜிஸ்லேட்டிவ் கவுன்சிலில் 28-09-1929 அன்று நிறைவேறியது. திருமண வயதைப் பெண் குழந்தைகளுக்குப் பதினான்காகவும், ஆண்களுக்குப் பதினெட்டாகவும் அது நிர்ணயித்தது. மசோதாவை ஆதரித்த ஹர் பிலாஸ் சார்தாவின் பெயரால் அது சார்தா மசோதா என்று பிரபலமாக அறியப்படுகிறது. ஆறு மாதங்களுக்கு பின், 01-04-1030 அன்று நடைமுறைக்கு வந்தது; பிரிட்டிஷ் இந்தியா முழுமையிலும் அமல்படுத்தப்பட்டது.

முத்துலட்சுமி ஆய்வு செய்த பெண்கள் நலன் சார்ந்த மற்றொரு பகுதியாக, இளம்பெண்கள் கடத்தலுக்கு உதவி செய்த நகரத்தின் பாலியல் விடுதிகள் இருந்தன. அங்கிருக்கும் மைனர் பெண்கள் பாதுகாப்பான இடங்களுக்குக் கொண்டுசெல்லப்பட்டு, குற்றவாளிகள் தண்டிக்கப்பட வேண்டும் என்று விரும்பினார்.

இளம்பெண்கள் அறநெறியற்ற முறையில் கடத்தப்படுவதை ஒடுக்கும் வகையில் அவர் அறிமுகம் செய்த மசோதா 1927ஆம் ஆண்டு காலாவதியானது. முத்துலட்சுமி 1928இல் மசோதா ஒன்றை அறிமுகப்படுத்தினார். இந்தக் கொடுமையான செயலில் ஆதாயத்திற்காக ஈடுபட்டவர்களைத் தண்டிக்க வேண்டும் என்று அது கோரியது. அந்த மசோதா தேர்வுக் குழுவிற்கு அனுப்பப் பட்டது. இளம்பெண்களின் அறநெறியற்ற கடத்தலை ஒடுக்கும் சட்டம் 1932ஆம் ஆண்டில் அமல்படுத்தப்பட்டது. சட்டம் நிறைவேறிய பின்னர் சேர்க்கப்பட்ட திருத்தங்கள், மீட்கப் பட்டவர்களைச் சிறையில் அடைக்கக்கூடாது; பாதுகாப்பு இல்லங்களுக்கு அனுப்ப வேண்டும் என்ற முத்துலட்சுமி தெளிவாகக் கூறியதைப் பிரதிபலித்தன. பெண்கள் கடத்தப்பட்டு அடைக்கப்பட்டிருக்கும் இடத்திற்குக் காவல்துறையினர் செல்லும் போதெல்லாம், சிறப்புப் பயிற்சி பெற்ற பெண் நலப் பணியாளர் ஒருவரும் செல்ல வேண்டும் என்ற விதியை சேர்ப்பதற்குத் தீர்மானம் ஒன்றை 1954ஆம் ஆண்டில் கொண்டு வந்தார்.

1933ஆம் ஆண்டு வாக்கில், விழிப்புணர்வு குழுவினர் 123 விபச்சார விடுதிகளை மூடினர்; மேலும் மீட்கப்பட்ட மைனர் இளம்பெண்கள் குழந்தைகள் உதவி சங்கத்திற்கும் சேவா சதனுக்கும் அனுப்பப்பட்டனர். இந்தியப் பெண்கள் சங்கம் 1934ஆம் ஆண்டில் ஆனந்த வில்லா என்ற பெயரில் மீட்பு இல்லம் ஒன்றை நிறுவியது.

முத்துலட்சுமி தனது வரவேற்பு உரையில், இந்த இல்லம் பாலியல் விடுதிகளிலிருந்து மீட்கப்பட்ட சிறுமிகளையும் பெண்களையும் வரவேற்று, பாதுகாக்கும் என்று கூறினார்.

அவர்களது தார்மீக மற்றும் ஆன்மீக நலனுக்குத் தேவையானதைச் செய்யும். அவர்கள் தம் சொந்தக் காலில் நிற்க உதவும் வகையில் கல்வியும் பயிற்சியும் அளிக்கும் என்றும் கூறினார். இந்த இல்லங்கள் உண்மையில் அவர்களது நலனுக்கு தேவையானவற்றை அளிக்கின்றனவா அல்லது அவர்களைக் கட்டுப்படுத்துகின்றனவா? பாலியல் தொழிலை முற்றிலும் ஒழித்துவிட முடியுமா? இவ்வாறான பல கேள்விகளை அவர் எதிர்கொண்டார். தீமைகள் இருக்கும் வரையிலும், மனித வேதனைகளைப் போக்குவதற்கு நேர்மையான முயற்சிகள் மேற்கொள்ளப்பட வேண்டும் என்று முத்துலட்சுமி பதிலளித்தார். 'நாம் சகித்துக் கொண்டிருக்கும், தீவிரமாக எதிர்க்காத தீமைகளுக்கும் நாம்தான் பொறுப்பு' என்று அவர் இடித்துரைத்தார்.

முத்துலட்சுமி, அவர் முன்வைக்கும் வேண்டுகோள் ஒவ்வொன்றிலும் சட்டங்கள் அனைத்தும் ஆண்களுக்கும் பெண்களுக்கும் சமமாக இருக்கவேண்டும்; இருவரும் இணைந்து செய்யும் குற்றம் எதற்கும் இருவரும் சமமாகப் பொறுப்பேற்க வேண்டும் என்றும் கூறுவார்.

முத்துலட்சுமி முன்வைத்த மசோதாக்களுக்காக அவரை எதிர்த்தவர், அவருக்கு எதிராக வாதிட்டவர், அவரது ஊரான புதுக்கோட்டையைச் சேர்ந்த அறிஞரும் சிறந்த பேச்சாளருமான எஸ்.சத்தியமூர்த்தி ஆவார். முத்து பிறந்த ஓராண்டு கழித்து 1887இல் பிறந்தவர். முத்துலட்சுமி படித்த அதே கல்லூரியில் படித்தார். ஆனால், அவர் ஒரு பழமைவாதி. முத்துலட்சுமியைப் போன்றே அவரும் புதுக்கோட்டை ராஜா கல்லூரியில் இண்டர்மீடியட் படிப்பை முடித்துவிட்டு மதராசுக்குச் சென்றார். மதராஸ் கிறித்துவக் கல்லூரியில் வரலாறு படித்து முடித்த பின்னர் சட்டப் படிப்பைத் தொடர்ந்தார்.

அவரது அரசியல் வாழ்க்கை 1919ஆம் ஆண்டில் தொடங்கியது. மாண்டேகு-செம்ஸ்ஃபோர்ட் சீர்திருத்தங்களையும் ரவுலட் சட்டத்தையும் எதிர்த்து இங்கிலாந்தின் கூட்டு நாடாளுமன்றக் குழுவைச் சந்திக்கச் சென்ற காங்கிரஸ் பிரதிநிதிகள் குழுவின் செயலராக அவர் நியமிக்கப்பட்டார். இந்திய மக்களின் கருத்துகளைப் பிரிட்டிஷ் மக்களின் முன்னால் விளக்கிப்

பேசுவதற்காக 1926ஆம் ஆண்டில் அவர் மீண்டும் இங்கிலாந்துக்கு அனுப்பப்பட்டார். அந்த நேரத்தில் அங்கு அவர் 'தி ஹிந்து' நாளிதழின் லண்டன் நிருபராகவும் செயல்பட்டார். விடுதலைப் போராட்டத்தில் பங்கேற்றதற்காக 1940இல் கைது செய்யப்பட்டார். சிறையில் இருந்தபோது பெற்ற காயத்தால் முதுகுத் தண்டு பாதிக்கப்பட்டு, 1943 இல் இறந்தார்.

பத்திரிகைகள் முத்துலட்சுமியின் மசோதாவை ஆதரித்தன; விவாதத்தின்போது ஓர் அம்சத்தில் சமரசம் செய்து கொண்டு, மற்றொன்றில் விட்டுக்கொடுக்க வேண்டியிருந்தது. 'விபச்சாரி' என்ற சொல்லை அவர் மறுவரையறை செய்ய விரும்பினார். ஆண் கற்புடன் இல்லாமல், பெண் கற்பு சாத்தியமில்லை. எனவே ஆண்கள், பெண்கள் என்று இருபாலரையும் அந்த வரையறையின் கீழ் கொண்டுவர வேண்டும் என்று விரும்பினார்.[19] ஆனால், ஆண்கள் எதிர்ப்புத் தெரிவித்தனர். இறுதியாக, 'பணத்திற்காக, பொறுப்பற்ற முறையிலான உடலுறவு' என்பதாக அச்சொல்லை வரையறுக்க மன்றம் ஒப்புக்கொண்டது.

மூன்றாம் தரப்பினரைத் தண்டிக்கும் ஷரத்து மசோதாவில் கைவிடப்பட்டது; எனவே குற்றம் சாட்டப்பட்டவரே, பெரும்-பாலும் பாதிப்புக்கு ஆளானார். அத்துடன் இந்தக் குற்றத்தைச் செய்பவர்கள் பெரும்பாலும் ஆண்கள்; அதிகாரத்தில் உயர்நிலையில் உள்ளவர்களுடன் தொடர்பு வைத்திருப்பவர்கள். ஆகவே, எப்போதும் தண்டனையின்றி அவர்கள் விடுவிக்கப் பட்டனர். சாதனைக்காக அதிகமான பாராட்டுரைகளைப் பெற்றாலும், இவ்வாறான விடுபடல்கள் முத்துலட்சுமிக்கு வருத்தத்தை ஏற்படுத்தியது. இந்த நீக்கத்தைச் சமன்செய்யும் வகையில், பெண்களின் பாதுகாப்பிற்கு அதிகமான பெண் காவலர்கள் நியமனத்தை ஏற்க வைத்தார்.

இந்தியாவில் எதிர்கொள்ளப்படும் பிரச்சனைகளுடன் மட்டும் தனது பார்வையை அவர் நிறுத்திக்கொள்ளவில்லை. சட்டமன்ற உறுப்பினராக, இலங்கையின் மலைத் தோட்டங்களுக்கு அவர் சென்றார். அங்கு வசித்த இந்தியத் தொழிலாளர்களின் நிலைமைகளை நேரில் பார்த்தார். கூலித்தொழிலாளர்களிடம் அவர் தமிழில் பேசினார். அவர்கள் எங்கிருந்து வந்தார்கள், ஏன் இப்படிப் பாதகமான சூழலில் வேலை செய்கிறார்கள் என்று விசாரித்தார். அவர்களது கல்வி, சுகாதாரம் மற்றும் நிதி நிலைமை குறித்து விரிவான ஆய்வுகள் மேற்கொண்டார். மேம்பாட்டிற்கான

பரிந்துரைகளுடன் அறிக்கை ஒன்றைத் தயாரித்தார். அனைத்து சிலோன் மகளிர் சங்கம், பௌத்தச் சங்கம், முஸ்லிம் சங்கம், ஒய்.எம்.சி.ஏ கூட்டங்களில் ஆற்றிய உரைகளில் அவர்களது பிரச்சனைகளை எடுத்துரைத்து, ஆதரவாகப் பேசினார்.

மகாத்மா காந்தியின் உப்பு சத்தியாக்கிரகத்தின் போதும், அவர் சிறையிலிருந்தபோதும் சத்தியாக்கிரகிகள் மீது காவல்துறை நடத்திய அடக்குமுறைகளைக் கண்டித்து முத்துலட்சுமி மதராஸ் சட்டமன்ற உறுப்பினர் பதவியை 1930 ஆம் ஆண்டில் ராஜினாமா செய்தார். காந்தி கைது செய்யப்பட்ட செய்தி கிடைத்தபோது அவர் உதகையில் ஓய்வு விடுமுறையில் இருந்தார். உடனடியாக தனது விருப்பத்தை அறிவித்தார். உறுப்பினர் என்பதிலிருந்தும் சபையின் துணைத் தலைவர் பதவியிலிருந்தும் அவர் ராஜினாமா செய்த கடிதங்கள் ஒரு மணி நேரத்திற்குள் ஆளுநரின் கைகளில் சேர்ந்துவிட்டன.

சட்டமன்றத்தில் அவரது சிறப்பான சேவைகளை அங்கீகரித்துப் பாராட்டும் வகையில் இந்தியப் பெண்கள் சங்கத்தின் தலைமையகத்தில் முத்துலட்சுமிக்கு 31-10-1930 அன்று பாராட்டுக் கூட்டம் ஒன்று நடத்தப்பட்டது. மதராஸின் முக்கிய குடிமக்கள் கையொப்பமிட்ட வாழ்த்து மடல் ஒன்றைச் சமூக சேவகரும் இந்திய அரசியல் நிர்ணய சபையின் உறுப்பினருமான அம்மு சுவாமிநாதன் அவருக்கு வழங்கினார். முற்றிலும் பெண்களின் நன்மைக்காகவே, அவருக்குச் சட்டமன்றத்தில் கிடைத்த நேரம் முழுவதையும் பயன்படுத்தியவர் என்று முத்துலட்சுமி புகழப்பட்டார்.

சட்டப் பேரவையில் முதல் பெண்மணியாக, சிறுமிகளின் திருமண வயதை உயர்த்துதல், அறநெறியற்ற முறையில் ஒழுக்கக்கேடான விஷயங்களுக்கு பெண்களைக் கடத்துதல், இளம்பெண்களைத் தேவதாசிகளாக அர்ப்பணிப்பதை எதிர்த்தல் போன்ற பல மசோதாக்களைச் சட்டமன்றத்தில் அவர் முன்வைத்தார்.

அத்துடன், அவற்றிற்கு ஆதரவாக எஸ்.சத்தியமூர்த்தி, சி.ராஜகோபாலாச்சாரி போன்ற சிறந்த பேச்சாளர்களை, தலைவர்களை விவாதங்களின்போது எதிர்த்துப் போராடி வென்றதும் சாதாரணச் சாதனை அல்ல. ஒரு சீர்திருத்தவாதியாக, ஏற்க முடியாத நடைமுறை வழக்கங்களுக்கு வைக்கப்படும் நியாயத்தைக் கேள்விக்குட்படுத்தினார்; அதில் வெளிப்பட்ட பகுத்தறிவற்ற தன்மையை அம்பலப்படுத்தினார். விவாதங்களின் போது, மாறுபட்ட அணுகுமுறைகளையும், உணர்வுகளையும்,

பரிவுடன் கூடிய புரிதலையும், விமர்சனப்பூர்வமான உணர்வையும், பொறுமையையும், கோபத்தையும் வெளிப்படுத்தினார்.

அவரது மகன் டாக்டர் கிருஷ்ணமூர்த்தி இவ்வாறு எழுதுகிறார்: '(சபையிலிருந்து ராஜினாமா செய்த பின்) அடுத்து என்ன செய்வது என்று முடிவு எடுப்பது அவருக்கு மிகவும் கடினமானதாக இருந்தது. அவர் முன் மூன்று தெரிவுகள் இருந்தன. சட்டமன்ற உறுப்பினர் ஆவதற்குமுன் அவர் செய்த, மிகப் பரவலாக செய்து கொண்டிருந்த, ஆதாயமளித்த மருத்துவத் தொழிலுக்குத் திரும்புவது; இரண்டு, அரசியலில் நுழைவது; மூன்று, நிறைவேறுவதற்கு அவர் பொறுப்பாக இருந்த பல சமூக சீர்திருத்தச் சட்டங்கள் நடை முறைப்படுத்துவது தொடர்பான நடவடிக்கைகளைத் தொடர்ந்து மேற்கொள்ள வேண்டும்.

ஒருநாள் அவரது மதராஸ் வீட்டில் கணவருடனும் தந்தையுடனும் சில விஷயங்களைப் பேசிக் கொண்டிருந்தார். தேவதாசி முறையிலிருந்து தப்பித்து ஓடி வந்திருந்த மூன்று இளம் பெண்கள் அவர் வீட்டுக்கதவைத் தட்டினர். முடிவெடுப்பது அவர் கையிலிருந்து பிடுங்கப்பட்டது. அவர்களுக்காக அவ்வை இல்லத்தையும் ஒரு கல்வி நிறுவனத்தையும் நிறுவுவது அவரது அடுத்த வேலையாக அமைந்தது.[20]

✦

6. தேவதாசிகள் பிரச்சனை

பாதுகாக்க வேண்டிய தகுதி பெற்ற எந்தவொரு கலையும் அல்லது பண்பாடும் நிச்சயமாக காலங்களைத் தாண்டி, அனைத்து நிலைமைகளையும் வென்று தனித்து நிலைத்திருக்கும். இக்கலையுடன் இணைத்துப் பேசப்படும் அருவருப்பான விஷயங்களும், காலம் அதன்மீது படிய வைத்திருக்கும் பொருக்குகளும் அந்தத் தெய்வீகக் கலையை மங்கலாக்கி வைத்துள்ளன; பலரும் அதை வெறுக்க வைத்துள்ளன. அனைவரும் கற்கும் வகையில் இவற்றில் இருந்து அதை விடுபடவைக்க நாம் முயலவேண்டும்... அப்போதுதான் நூற்றாண்டுகளின் மரபுச் செல்வமான இந்தியாவின் கலை, மேலும் அதிகமாகப் பிரகாசிக்கும்; உலக மக்களின் மதிப்பையும் வியப்பையும் பாராட்டுதலையும் பெறும்.

- டாக்டர் முத்துலட்சுமி ரெட்டி[1]

'**தேவதாசி**' என்ற சொல் தமிழில் தகாத சொற்பிரயோகமாகக் கருதப்படுவதை எண்ணி முத்துலட்சுமி மிகவும் விசனம் கொண்டார். அந்தச் சாபத்திலிருந்து தேவதாசிகளுக்குப் பிறந்த பெண்களை விடுவிக்கவேண்டும்; அதிலிருந்து விலகிய, ஒரு சுதந்திரமான எதிர்காலத்தை அவர்களுக்கு வழங்கவேண்டும் என்று விரும்பினார். பெண்களை மிகவும் ஒடுக்கி வைக்கும் சமூக அமைப்பின் அங்கமாக நடனமும் இசையும் இருந்தால், அவை

நிறுத்தப்பட வேண்டும்; ஒரு புதிய கலை வடிவம் உருவாக வேண்டும் என்று எண்ணினார்.[2]

தேவதாசிகள் குறித்தும் அவர்களின் மரபொழுங்குகள் மற்றும் வழக்கங்கள் குறித்தும் ஏராளம் எழுதப்பட்டுள்ளன. பாரம்பரிய இசைக்கும் நடனத்திற்குமான பிரமிப்பூட்டும் ஆதாரமாக அந்த அமைப்பு இருந்தது என்று பல ஆராய்ச்சியாளர்கள் கருத்துத் தெரிவித்துள்ளனர்.

தேவதாசி ஒரு நித்திய சுமங்கலி (நித்தியமான இறைவனை அவள் மணந்துகொள்வதன் காரணமாக ஒருபோதும் அவள் விதவையாக மாட்டாள்; அவள் அமங்கலமாக கருதப்பட மாட்டாள்). அவளுக்குப் பாலியல் சுதந்திரம் உண்டு. சாதாரணப் பெண்களுக்குக் கிடைத்திராத சலுகைகளை அனுபவித்தவள். அப்படியானால், முத்துலட்சுமி 'தேவதாசிகளுக்குப் பின்னால்' ஏன் சென்றார்?

புதுக்கோட்டை திலகவதியார் ஆதீனத்தின் முதல் பெண் மடத்தலைவராக இருந்தவர் முத்துலட்சுமியின் தாய்வழி உறவினர் சாய்மாதா சிவபிருந்தாதேவி (1927-1998). இவர் சிவராம நட்டுவனாரின் மகள் மற்றும் மிருதங்க வித்துவான் திருகோகர்ணம் ரங்கநாயகியின் சகோதரி.

இசை, நடனம் சார்ந்த இதழான ஸ்ருதியின் ஆசிரியருக்கு அவர் ஒரு கடிதம் எழுதினார். 'டாக்டர் முத்துலட்சுமி ரெட்டி எனது தாய்வழி பெரியம்மா. அந்த நாட்களில், எந்தச் சமூகத்தைச் சேர்ந்த பெண்ணாக அவள் இருந்தாலும், அவள் சாதாரண அழகுசாதனப் பொருட்களைப் பயன்படுத்தினாலும், 'ஏன் தேவரடியாளைப் போல அலங்காரம் செய்து கொள்கிறாய்?' என்று அவர்களை அவதூறாகப் பேசுவது சகஜமாக இருந்தது குறித்து வேதனையுடன் குறிப்பிட்டுள்ளார்.

'முகத்தை அலங்கரித்துக் கொள்வது என்பது முற்றிலும் தேவதாசிகளுக்கே உரிய தனித்த வழக்கம் கிடையாது. ஆனால், அந்த அவதூறு சொற்கள் நேரடியாகவோ அல்லது மறைமுக மாகவோ அவர்களை நோக்கித்தான் இருக்கும். ஓர் உண்மையான தேவதாசி தனக்கான நடத்தை விதிகளைப் பின்பற்றுகிறார். தனது அங்கீகரிக்கப்பட்ட கணவனாக ஒரு மனிதனைத் தெரிவு செய்வதில் மிகக் கவனத்துடன் இருக்கிறார்.

'அப்படி ஒருவரைத் தேர்ந்தெடுத்துவிட்டால், வாழ்க்கை முழுவதும் அவனுடன்தான் இருக்கிறாள். தேவரடியாள் என்ற

சொல்லின் பொருள் சிதைந்துபோனது; குமட்டும் வகையில் தவறாகப் பயன்படுத்தப்பட்டது. எனது பெரியம்மா டாக்டர் முத்துலட்சுமி ரெட்டி இந்த நிலை குறித்து மிகவும் வேதனை அடைந்தார்; தேவதாசிகள் மீது சுமத்தப்பட்ட களங்கத்தை நீக்கத் தீர்மானித்தார். இதற்கான மசோதாவை அவர் சட்டமன்றத்தில் முன்வைத்ததற்கான உண்மையான காரணம் இதுதான்.

'இந்தச் சமூகத்தைச் சேர்ந்த மனிதர்களை ஒழுக்கக்கேடான செயல்களிலிருந்து பாதுகாக்கும் நடவடிக்கை என்று இதை யாரும் நினைக்கவேண்டாம். அப்படி யோசிக்க உண்மையில் எந்த அடிப்படையும் இல்லை. ஏனென்றால், ஒரு சிறு எண்ணிக்கையில் உள்ளவர்கள் தவிர்த்து, மற்ற அனைவருமே கற்புடைய இல்லத்தரசிகளைக் காட்டிலும் மேலானவர்கள். பல நேரங்களில் பெரியம்மா எனக்கு இதை விளக்கியிருக்கிறார். எல்லா சாதியிலும் சமூகத்திலும் நல்லவர்களும் கெட்டவர்களும் இருப்பார்கள்.

'பாலியல் தொழில் எந்தவொரு குறிப்பிட்ட சமூகத்தின் ஏகபோகமும் இல்லை. இன்றைக்கு ஒழுக்கக் குறைவான செயல்களில் ஈடுபடுவது - ஒரு பொழுதுபோக்காக அல்லது ஆடம்பரமாக அல்லது அனைத்துச் சமூகங்களிலும் பலரிடம் காணப்படும் ஒரு தொழிலாகவும் மாறிவிட்டது."[3]

'பிரிட்டிஷார் நாட்டை ஆண்ட ஆரம்ப ஆண்டுகளில், அதாவது கடந்த நூற்றாண்டின் முப்பது மற்றும் நாற்பதுகளில், பிரித்தானியர்கள் தமது செழிப்பை உறுதி செய்யும் வகையில் அப்பகுதியின் பொருளாதார மற்றும் அரசியல் கட்டுப்பாட்டின்மீது கவனம் செலுத்தினர். நாட்டின் மத விவகாரங்களில் தலையிடாமல் நடுநிலையோடு நடத்தல் என்ற போர்வையில் சமூக மாற்றங்கள் கெட்டிக்காரத்தனமாக தவிர்க்கப்பட்டன. தேவதாசி சட்டமும், அரசாங்கம் மிக அலட்சியமாக இருந்த சூழலின் மத்தியில்தான் இயற்றப்பட்டது' என்று எழுதுகிறார் முத்துலட்சுமியின் மகன் கிருஷ்ணமூர்த்தி.[4]

தமிழில் தேவதாசி என்ற சொல், கடவுள்-தேவர் மற்றும் அடியார் என்ற இரு சொற்களிலிருந்து உருவானது. கோயிலின் தெய்வத்திற்குச் சடங்கின் வழி அர்ப்பணிக்கப்பட்ட பெண்கள் அவர்கள். கோயிலில் அவர்கள் சேவை செய்தார்கள். தெய்வத்திற்குச் சாமரம் வீசுதல் (விசிறிகள் திபெத்தியக் காளைகளின் முடியால் செய்யப்பட்டவை), கும்ப ஆரத்தி என்ற புனித விளக்கை ஏந்திச் செல்வது ஆகியன அவர்களது கடமைகள்.

இறைவனின் சில குறிப்பிட்ட வழிபாட்டு நேரங்களில் அல்லது முக்கிய வீதிகளின் வழியாக இறைவன் வீதியுலா செல்லும்போது அவன்முன் பாடவும் ஆடவும் அவர்களுக்கு உரிமை இருந்தது. அவர்கள் வசிப்பதற்குக் கோயில் இடம் தரும்; ஓரளவுக்கு சுமாரான ஊதியமும் வழங்கும். ஆண்கள் பாடுவார்கள், இசைவாக, இவர்கள் நடனமாடுவார்கள்; நடன நிகழ்ச்சிகளையும் இவர்கள் வடிவமைத்தனர்; அதன் வழியாக உயர்வான கலை வடிவங்களைத் தந்தனர்.

கோயில்களில் தேவதாசிகள் பணியமர்த்தப்பட்டது பழமையான வரலாறு. தஞ்சாவூரின் இராஜராஜேஸ்வரம் என்ற பிரகதீஸ்வரர் கோயிலின் கல்வெட்டு கூறும் தகவல் இது. ராஜராஜன் என்று அழைக்கப்பட்ட சக்தி வாய்ந்த சோழ மன்னன் அருள்மொழி வர்மன் அக்கோயிலை பொது ஆண்டு 1010இல் அர்ப்பணித்தான். கோயில் திறப்பு விழாவின்போது பல்வேறு கோயில்களிலிருந்து 400க்கும் மேற்பட்ட தேவதாசிகள் அழைத்துவரப்பட்டனர். கோயிலின் சேவைகளுக்காக, இளம் பெண்கள் தானமாக அளிக்கப்பட்டனர். வேலைக்கு அமர்த்தப்பட்டனர் அல்லது விலைக்கு வாங்கப் பட்டனர்.

தெய்வங்களின் கோபத்தைத் தணிக்கவும், அவர்களின் அருளையும் நன்மதிப்பையும் பெறுவதற்கும் அவர்கள் பயன்பட்டனர். ராணியின் மணவாழ்வு நீடித்திருத்தல்; அரசனுக்கு நீண்ட ஆயுள்; இளவரசர்களின் நலன்; ஆன்மிகத் தகுதி தேடும் ராணுவத் தளபதி;5 அவர்களது விருப்பங்கள் நிறைவேறுவதற்காக மகளை இறைவனுக்கு அர்ப்பணிக்கும் பெற்றோர்கள் என்ற வகையில் இவை நடந்தன.

சாதியையும் சமூகம் அளிக்கும் சலுகைகளையும் மீறித்தான் இந்தப் புனிதச் சேவைக்கு அர்ப்பணிப்புகள் செய்யப்பட்டன. ஒரு சந்தர்ப்பத்தில் இளவரசி ஒருத்தி தானாகவே முன்வந்து கோயில் ஒன்றுக்கு தன்னை அர்ப்பணித்துக் கொண்டாள். அவளது தந்தை தனது செல்வத்தின் பெரும்பகுதியை இறைவனுக்கு வரதட்சணையாக அளித்தார்.

கடவுளை மணம் செய்துகொண்டதும் தேவதாசிகள் நித்திய சுமங்கலிகளாக ஆகிவிடுகின்றனர். சாதாரண மானுடப் பெண்ணின் கணவன் இறந்துவிட்டால் அந்தப் பெண் மங்கலச் சூத்திரத்தை அகற்றவேண்டும். அத்துடன் அவள் அபசகுனமாக அல்லது அமங்கலியாக கருதப்படுவாள். அனைத்துச் சடங்கு

நிகழ்வுகளிலிருந்தும் விலக்கி வைக்கப்படுவாள். ஆனால், தேவதாசிகள் நித்திய மங்கல நிலையில் வாழ்வதாகக் கருதப்பட்டது.

திருமணமான பெண்கள் இந்த நிலை குறித்துப் பொறாமை கொண்டனர். அச்சம் கொண்டதற்கும் சாத்தியம் இருந்தது. இதனால் தேவதாசிகளைத் திருமண விழாக்களுக்கு அழைப்பதை சமூகம் அனுமதித்தது. பொறாமையால் ஏற்படும் 'கண் திருஷ்டியின்' விளைவுகளை அகற்றவும், மணமகளை ஆசீர்வதிக்கவும், அவளிடம் இருப்பதாகக் கருதப்படும் மங்கலத் தன்மையை அப்பெண்ணுக்கு அளிப்பதற்கும் அவர்கள் எதிர்பார்க்கப்பட்டனர்.

தேவதாசிகள் பலரும் அவர்கள் வாழ்நாள் முழுவதும் ஒரே ஒரு புரவலரைத்தான் வைத்துக்கொண்டிருப்பார்கள். அந்த மனிதர் இவர்களது குடும்பத்திற்கு ஆதரவாக இருப்பார். அவரது ஆசைக்கும் விருப்பத்திற்கும் ஏற்ப, பணமோ அல்லது அவரது வயல்களில் விளையும் பொருளோ கொடுப்பார். எனினும் இந்த உறவின் மூலமாகப் பிறக்கும் குழந்தைகள் ஒருபோதும் அவரது சட்டப்பூர்வ வாரிசுகளாக இருக்கமுடியாது. அல்லது வாரிசுரிமை எதையும் கோர முடியாது. தந்தை என்று அவரது பெயரையும் கூறிக்கொள்ள முடியாது. இந்தச் சலுகைகள் அனைத்தும் அவரது சட்டப்பூர்வ மனைவிக்கும் அவளது குழந்தைகளுக்கு மட்டுமே வழங்கப் பட்டன. குடும்பத்தை உடைத்து, களங்கம் ஏற்படுத்துபவளாக தேவதாசி கணிக்கப்பட்டாள்.

அச்சம், மடம், நாணம், பயிர்ப்பு போன்ற குணங்களும் கணவன் தவிர்த்து வேறு ஆண்களிடம் வெறுப்புக் காட்டும் பண்பும் பெண்களுடன் பிறந்தவை என்று பண்டையத் தமிழ் இலக்கியங்கள் விவரிக்கின்றன. இந்தப் பண்புகள் அனைத்தும் ஒரு 'பொது மகளிருக்கு' தேவையில்லை. ஏனெனில், இசை, நடனம், அவளது இளமை ஆகியவற்றால்தான் அவள் ஆண்களை ஈர்க்கிறாள். தேவதாசியை, பரத்தை (தமிழில் வேறொரு பெண் அல்லது விபச்சாரி) என்று அழைக்கமுடியாது என அறிஞர்கள் பலரும் கூறுகின்றனர்; ஏனெனில், தேவதாசி, தன்னை இறைவனுக்கு அர்ப்பணித்துக் கொண்டவள். பிந்தையவர் அப்படியில்லை.

கடுமையான எதிர்ப்புகளுக்கு மத்தியில் இந்த முறையை ஒழிப்பதற்கு முத்துலட்சுமி நடத்திய போராட்டத்தில் அவர் வெளிப்படுத்திய இரும்பு போன்ற உறுதியை வேறு இரு பெண்களும் வெளிப்படுத்தினர். அவரது அம்மா கோவிலூர் சந்திரம்மாளும் மூவலூர் ராமாமிர்தம்மாளும்தாம் அவர்கள்.

பிறந்த குடும்பத்தின் பழக்கவழக்கங்களையும் மரபுகளையும் கோவிலூர் சந்திரம்மாள் எதிர்த்தார். அவரது பதினோறாவது வயதில் பொட்டுக்கட்டுதல் சடங்கு நடந்தது. மிகவும் வயதான புரவலர் நாராயணசாமி ஐயரின் கைகளைப் பிடித்தபடி அவர் இவ்வாறு அறிவித்தார்: 'நீங்கள் என் கணவர். வாழ்நாள் முழுவதும் உங்களுக்கு விசுவாசமாக இருப்பேன். தயவுசெய்து எனக்கு ஒரு வீட்டைக் கொடுத்து இங்கிருந்து என்னை அழைத்துச் செல்லுங்கள். இந்தச் சமூகத்தின் வழக்கத்தைப் பின்பற்ற விரும்பவில்லை.'

நாராயணசாமி அந்தப் பொட்டுக்கட்டுதல் சடங்கில் தயக்கத்துடன்தான் கலந்துகொண்டிருந்தார். ஒரு தேவதாசியையும் அவளது குடும்பத்தையும் ஆதரிக்கும் அளவுக்கு அவர் நிலவசதியுள்ள பணக்கார ஜமீன்தார் அல்ல. அவர் மேன்மை தாங்கிய ராஜாவின் கல்லூரியின் முதல்வர். புதுக்கோட்டை ராஜாவின் அரண்மனையில் ஆசிரியராகவும் இருந்தார். மாதச் சம்பளம் வாங்கும் குறைந்த வருமானம் கொண்டவர். நன்கு படித்தவர், அரண்மனைத் தொடர்பில் இருப்பவர் என்பதால் அவர் மதிக்கப் பட்டார். சந்திரம்மாளின் பொட்டுக்கட்டுதல் நிகழ்வில் அதிகாரப் பூர்வப் புரவலராக இருக்கும்படி ராஜாவின் சகோதரியே கேட்டுக் கொண்டார் என்பதால், அதை மறுக்க முடியாத நிலையில் அவர் இருந்தார்.[6]

முத்துலட்சுமிக்கு ஆறு வயதானவுடன், சந்திரம்மாளின் சகோதரரும் அவரது சித்தப்பாக்களும் அவருடைய எதிர்காலம் குறித்து விவாதிக்கத் தொடங்கினர். அவர்களது சமூகம் பெண்களுக்கு விதித்திருக்கும் முறைகளை சந்திரம்மாள் பின்பற்றாததால் அவர்மீது அவர்கள் கோபம் கொண்டிருந்தனர். தாய் வீட்டிற்குத் திரும்ப மறுத்து, வீட்டு வாசலை விட்டு நகர மறுத்த அவரது தாயிடம் கண்ட, அவர் வெளிப்படுத்திய துணிவிற்குச் சாட்சியாக சிறுமி முத்துலட்சுமி இருந்தார்.

'பொட்டுக்கட்டுதல் சடங்கை என்னோடு நிறுத்திக்கொள்கிறேன். எனது மகள்களுக்கு திருமணம் செய்து வைக்கப் போகிறேன். அவர்கள் பொது மகளிராக மாற மாட்டார்கள்,' என்று சந்திரம்மாள் இடிபோல் முழங்கினார். அந்த இளம் பெண்ணின் துணிச்சலைக் கண்டு பொறாமையையும் மரியாதையையும் வெளிப்படுத்தும் வகையில் வதந்தியும் கிசுகிசுப்புகளும் பரவத் தொடங்கின. புரவலர் நாராயணசாமியின் ஆதரவு இருப்பது அவர்களுக்குத் தெரியும். மக்கள் மத்தியில் அவருக்கு மரியாதை இருந்தது. அவர்கள் அவரை

நேசித்தனர் அரண்மனை அதிகாரிகள் பொறாமை கொள்ளும் அளவுக்கு அந்த ஊர் ராஜாவின் ஆதரவு நாராயணசாமிக்கு இருந்தது.[7]

சந்திரம்மாளின் மிக அசாதாரணமான மனவலிமை அனைவரும் அறிந்தது. தவறு என்று பட்டதை உறுதியான சொற்களில் எடுத்துரைப்பார். மேன்மையான குணங்கள் கொண்டவள்; அனைவருக்கும் மிகவும் உதவியாக இருக்கும் பெண்மணி. பார்க்கும் அனைவரிடமும் பரிவுடன் பேசுபவர். மகள்களுக்குத் திருமணம் செய்துவைக்கும் நோக்கத்தில் சந்திரம்மாள் அவர்களை மிகுந்த கட்டுப்பாட்டுடன் வளர்த்தார்.

ஆனால், அவரது முதல் மகள், பரம்பரையின் புரட்சிகரப் பண்பைப் பெற்றிருந்தார். திருமணத்தை மறுத்தார்; கல்விதான் மீட்பிற்கான வழி என்று கருதினார்.[8] மகள்களுக்குத் திருமணம் செய்ய வேண்டும் என்று சந்திரம்மாள், நாராயணசாமி ஐயருடன் தொடர்ந்து சண்டை போட்டார். பெண்களுக்கு அதுதான் மரியாதையைத் தரும் என்றார்.[9] மகள்களுக்கு அவர்களது தந்தையின் பெயர் வேண்டும் என்று விரும்பினார். அந்தச் சமூகத்தைச் சேர்ந்த ஏனைய பெண் குழந்தைகளுக்கு என்றுமே அது அமைந்ததில்லை. அவர்களது தாயின் பிறந்த ஊரின் பெயரை அந்தக் குழந்தைகள் சுமந்தனர். இப்படியாகத்தான் முத்துலட்சுமியும் அவருடன் பிறந்தவர்களும் சி.என். (கோவிலூர் சந்திரம்மாள், நாராயணசாமி ஐயர்)[10] என்ற முன்னொட்டைத் தலைப்பெழுத்தாகப் பெற்றனர்.

மூவலூர் ராமாமிர்தம்மாளை (1883-1962) பெரியார் முத்துலட்சுமிக்கு அறிமுகம் செய்துவைத்தார். பெரியார் அப்போது காங்கிரசில் இருந்தார். சுயமரியாதை இயக்கத்தையும் திராவிடர் கழகத்தையும் தொடங்கிய சமூக ஆர்வலர், அரசியல்வாதி. அவர் 'திராவிட இயக்கத்தின் தந்தை' என்று அழைக்கப்படுகிறார். இளம் பெண்களை அர்ப்பணிக்கும் தேவதாசி முறையை மாற்றுவதற்கு ராமாமிர்தம்மாள் அடித்தளங்களில் பணியாற்றி வந்தார். பெண் கல்வி மற்றும் சுதந்திரம் குறித்து முத்துலட்சுமி பெற்றிருந்த கருத்தியல் நிலைப்பாடும், சட்டம் இயற்றும் அமைப்பில் அவர் உறுப்பினராக இருந்ததும், ராமாமிர்தம்மாள் செய்துவரும் இயக்கப்பணிகளுக்கு உதவும் என்று பெரியார் உணர்ந்தார்.

மூவலூர் ராமாமிர்தம்மாள் 1883ஆம் ஆண்டு திருவாரூரில் பிறந்தவர். அவரது தந்தை கிருஷ்ணசாமி திருவாரூர் தேவதாசிகள் சமூகத்தில் பரவை நாச்சியார் பரம்பரையைச் சேர்ந்தவர். அவரது

சகோதரிகளுக்குக் குழந்தைகள் இல்லை. அதனால், இவர் மகளைத் தத்தெடுத்துக் கொள்ள விரும்பினர்.

ஆனால், முத்துலட்சுமியின் தாயைப் போலவே, அவரும் தனது மகளுக்கு வித்தியாசமான வாழ்க்கை வேண்டும் என்று உறுதியுடன் இருந்தார். அதனால் அவர் மூவலூருக்குப் புறப்பட்டுச் சென்றார். அங்கு அவரது மனைவி சின்னம்மாள் குடும்பத்துடன் வசித்து வந்தார். அங்கு நிலவிய சாதிக் கட்டுப்பாடுகளால் கிருஷ்ணசாமிக்கு வேலை ஏதும் கிடைக்கவில்லை. அதனால் மனைவியையும் மகளையும் கைவிட்டுவிட்டு, மதராசுக்கு ஓடிப்போனார். அங்கு ஒரு பெரிய பணக்காரரின் வீட்டில், தோட்டத்தைச் சுத்தம் செய்து பராமரிப்பவராக வேலை பார்த்தார்.

வாழ்க்கைத் தேவையால் துரத்தப்பட்ட ராமாமிர்தத்தின் தாய், ஐந்து வயது நிரம்பிய அவரை ஆச்சிக்கண்ணு என்ற தேவதாசிக்கு ரூ.10க்கும் ஒரு பழைய புடைவைக்கும் விற்றுவிட்டாள். சிறுமி முகத்தைப் பார்க்க பயந்து, அவள் தூங்கும்போதே ராமாமிர்தத்தை விட்டுவிட்டு கண்ணீருடன் கணவருடன் சேர்ந்து கொள்ள அந்தத் தாய் மதராசுக்குத் தப்பிச் சென்றாள்.

ஆச்சிக்கண்ணு, சிறுமியை அன்புடனும் அக்கறையுடனும் வளர்த்தார். ராமாமிர்தம் எதையும் விரைவாக கற்றுக் கொண்டாள். பத்து வயதிற்குள் இசையிலும், சம்ஸ்கிருதம் மற்றும் தெலுங்கிலும் மிகவும் புலமை பெற்றவள் ஆனாள்.[11] அவளது ஏழாவது வயதில் கெஜ்ஜே பூஜை என்ற (சலங்கை பூஜை) பொருத்தமான சடங்குடன் நடனப் பயிற்சி தொடங்கியது.

நெல் உமி பரப்பப்பட்ட தரையில் நடன வாத்தியாரின் அருகில் அவளை நிற்கச் சொன்னார்கள். இரண்டு பெண்கள் அவர்களுக்கு இடையில் கம்பு ஒன்றைப் பிடித்திருந்தார்கள். அதை இரு கைகளாலும் பிடித்துக் கொள்ளும்படி சொன்னார்கள். வாத்தியார் அவளது கணுக்கால்களைப் பிடித்து, அவர் உச்சரிக்கும் சொற்கட்டுகளுக்கு ஏற்ப, உமியின் மேல் அவளது பாதத்தை வைத்து, சொல்லித் தந்தார். நிகழ்வின் முடிவில் அவருக்குப் பழங்களும் உடைகளும் சன்மானமும் வழங்கப்பட்டன.[12] ராமாமிர்தம் பருவமடைந்ததும், அவள் திருவாரூரில் பிறந்திருந் தாலும், முறைப்படியான பெயர் மூவலூர் ராமாமிர்தம்மாள் என்று அளிக்கப்பட்டது.

அவளுக்கு அரங்கேற்ற நிகழ்வும் திட்டமிடப்பட்டது. பழந்தமிழ் காவியமான சிலப்பதிகாரத்திலும் இந்த வழக்கம் குறிப்பிடப்

படுகிறது. அந்தக் காவியத்தில் அரசவை நடனப்பெண் மாதவிக்கு நிகழ்ந்தது இதுபோன்ற நடைமுறையே. முதன் முறையாக அவள் பொதுவில் நடனமாடியபின், அந்த இளம் நடனப் பெண்ணின் துணையை/அணுக்கத்தை ஒரு புரவலர் விலைக்கு வாங்கிக்கொள்ள முடியும். அவளுடைய வாழ்க்கை விதி, அதைத் தொடரும், பல விஷயங்களைச் சார்ந்து அமையும்.

பொட்டுக்கட்டுதல் சடங்கின் மூலம் கோயிலுக்கு அர்ப்பணிக்கப்படும் பெண்ணின் புரவலராக இருக்கும் அந்த ஆண் எந்த நேரத்திலும் கைவிட்டுச் சென்றுவிடுவான் என்ற நிலைக்கு அவள் தயாராகவே இருக்கவேண்டும், மேலும் அவன் அவளிடம் விசுவாசத்துடனும் பிரியத்துடனும் இருக்க வைக்க அனைத்துத் திறமைகளும் அவளுக்கு தேவைப்பட்டன.

அந்த அமைப்பிற்குள் புதிதாக நுழைபவர்கள் தெய்வத்தைத் திருமணம் செய்து கொள்வதற்குக் குறிப்பிட்ட வயதை எட்டியிருக்க வேண்டும் என்று ஆகமச் சாஸ்திரங்களும் வழிபாட்டு விதிகளும் கூறுகின்றன. தனிநபர் வழிபாடு மற்றும் அவர்களது நடத்தைகளை நெறிப்படுத்தும் காமிகாகாமா என்ற புராதன நூல், தேவதாசிகளின் சமூகப் படிநிலை அமைப்பைச் சார்ந்த ஒரு ருத்ரகணிகைக்கு ஏழு முதல் ஒன்பது வயதுக்குள் தெய்வத்திற்கு மணம் முடிக்கப்பட வேண்டும் என்கிறது.

நல்ல நாளில் நல்ல நேரத்தில் சடங்கு மூலம் இது செய்யப்பட வேண்டும். தேவையான நியமங்களை அறிந்து கடைப்பிடிக்கும் ஓர் ஆச்சாரியார் இந்தச் சடங்கை நடத்திவைக்க வேண்டும். கடுமையான உறுதிமொழிகளை ஏற்று உச்சரித்த பிறகு, அந்தச் சிறுமி கருவறை முன் அமர வைக்கப்படுவாள். ஆச்சார்யர் தெய்வத்தின் கழுத்திலிருந்து தாலிப்பொட்டை (மஞ்சள் நனைத்த நூலில் கட்டப்பட்டிருக்கும் தாலியை) அவிழ்த்து அதைப் பெண்ணின் கழுத்தில் கட்டி, தெய்வத்துடன் அவளது திருமணத்தை நடத்தி புனிதமாக்குவார்.

ஆர்வம் இருக்கும் புரவலர்களிலிருந்து தேர்ந்தெடுக்கப்படும் ஒருவர், அவர் விரும்பும் காலத்துக்கு அந்தச் சிறுபெண்ணின் துணையாக இருப்பார். அந்தச் சிறுமி இறைவனுக்குப் பணமும் வேறுவிதமான பொருட்களும், நிவேதனங்களும் வரதட்சணையாக அளிக்கவேண்டும் என்பது கடமை. இந்தச் செலவுகள் பெரும்பாலும் குறிப்பிட்ட, தெரிந்தெடுக்கப்படும் புரவலரால் ஏற்றுக்கொள்ளப்படும்.

தெய்வத்தின் உருவம் பொறிக்கப்பட்டிருக்கும் செம்பு அல்லது வெள்ளியால் செய்யப்பட்ட முத்திரை சூடுபடுத்தப்பட்டு, அவளது தோள்பட்டையில் அடையாளம் பதிக்கப்படும். அவள் அந்தக் கோயிலுக்கு நிரந்தர அடிமை என்பதை அது குறிக்கிறது. அந்தக் கோயிலுக்குச் செய்ய வேண்டிய சேவையிலிருந்து அவள் வெளியேற முடியாது. அரசனின் அரண்மனையில் அந்தச் சிறுமி பணியமர்த்தப்படுகிறாள் என்றால், அரசனின் முத்திரை பதிக்கப்படும்.[13]

ஒருவேளை அரசன் சில தேவதாசிகளை, எந்தக் கோயிலுக்கு அவர்கள் சொந்தமோ, அங்கு திருப்பி அனுப்பும் சூழல் உருவானால், அரசரின் முத்திரை தோளிலிருந்து அழிக்கப்பட்டு, கோயில் முத்திரை மீண்டும் பதிக்கப்படும். அடையாளம் நீக்க தீச்சுடர் பயன்படுத்தப்பட்டு அந்தக் கடும் சோதனை நிறைவேற்றப்படும் என்று வரலாற்றுப் பதிவு கூறுகிறது.[14]

அவளுக்கு 17 வயதாகும்போது ராமாமிர்தத்திற்கு பொட்டுக்கட்டுதல் நிகழ்வை முடித்து அவளை உள்ளூர் கோயில் தெய்வத்திற்கு அர்ப்பணிக்க ஆச்சிக்கண்ணு முடிவு செய்தார். சடங்கை நடத்துவதற்காக மூவலூர் கோயில் அறங்காவலர்களிடம் விண்ணப்பிக்கப்பட்டது, ஆனால், ஏற்கெனவே கோயிலில் பணியாற்றிய தேவதாசிகள் அதற்கு எதிர்ப்புத் தெரிவித்தனர்.

ராமாமிர்தம் மூவலூரைச் சேர்ந்தவள் இல்லை என்ற அடிப்படையில் எதிர்த்தனர். அப்போது ராமாமிர்தத்தை விரும்புவதாகக் கூறிய 65 வயது முதியவருக்கு ராமாமிர்தத்தை மணம் செய்து வைக்க ஆச்சிக்கண்ணு திட்டமிட்டார். அவர் வரதட்சணை எதுவும் அளிக்க வேண்டாம் என்றும் கூறினார். ஆனால், நடந்தவற்றைப் பார்த்து ராமாமிர்தம் பீதியடைந்தாள். விஷயத்தைத் தன் கையில் எடுக்க முடிவு செய்தாள். கோயிலுக்கு ஓடியவள், அங்கு அவளது இசை ஆசிரியர் சுயம்புப் பிள்ளையைச் சந்தித்து பேசினாள். அவளைத் திருமணம் செய்து கொள்ளும்படி வேண்டினாள்.

அவர் மிகவும் கலங்கிப்போனார்; ‘உனக்கு கெஜ்ஜே பூஜை முடிந்துவிட்டது. நீ தண்டாவை (நடன பயிற்சிக்கான சடங்கு-தண்டம்) முறைப்படி பெற்றுவிட்டாய். ஏற்கெனவே பொது இடங்களில் பாடியிருக்கிறாய். உன்னை எப்படி நான் திருமணம் செய்து கொள்ள முடியும்? அப்படி நாம் திருமணம் செய்து கொண்டாலும் சமூகம் ஏற்றுக்கொள்ளுமா?’ என்று அவளிடம் கூறினார். எனினும், அவளை வாழ்க்கைத் துணையாக

ஆக்கிக்கொள்ள தயாராக இருந்தார். அவருக்கு ஏற்கனவே திருமணமாகி கிராமத்தில் மனைவியும் குழந்தைகளும் இருந்தனர்.

வழுவூரில் இருக்கும் கோயிலுக்கு அவர்கள் சென்றனர்; ஒருவருக்கொருவர் வாழ்நாள் முழுவதும் துணையாக இருப்பது என்று இறைவனுக்கு முன் தீபம் ஏற்றி உறுதி எடுத்துக்கொண்டனர். இதற்கு ஒரே சாட்சியாக மூவலூர் மார்க்கசகாயேஸ்வரர் கோயில் அறங்காவலர் வேலு படையாச்சி இருந்தார்.[15] இந்தத் திருமணத்திற்கு ஆச்சிக்கண்ணு சம்மதிக்கவில்லை. ராமாமிர்தத்தை வீட்டை விட்டுத் துரத்திவிட்டார். ஆத்திரம் கொண்ட பழமை வாதிகள் இந்தத் தம்பதியரை இழிவுபடுத்தப் பல முயற்சிகள் மேற்கொண்டனர்.

ஓர் இளம்பெண்ணைக் கொலைசெய்துவிட்டதாக பொய் வழக்கு ஒன்றை ராமாமிர்தம் மேல் தொடரும் அளவிற்கு அது சென்றது. ஆனால், விசாரணை நடந்த அன்று வழக்கு மன்றத்தில் கொலை செய்யப்பட்டதாகக் கூறப்பட்ட அந்தப் பெண் திடீரெனத் தோன்றியதால் அவர்கள் திட்டம் தோற்றது.[16] ராமாமிர்தமும் சுயம்பு பிள்ளையும் ஒருவருக்கொருவர் ஆதரவாக, உறுதியாக இருந்தனர்.

இந்த நேரத்தில் மதுரையைச் சேர்ந்த ஓர் இளம்பெண் சுயம்புப் பிள்ளையைச் சந்திக்க வந்திருந்தார். அவள் பாடுவதைக் கேட்ட அவர், அந்தப் பெண்ணுக்குச் சிறந்த எதிர்காலம் இருக்கிறது என்று கணித்தார்.[17] அவர் எம்.எஸ்.சுப்புலட்சுமி. கோவிலூர் சந்திரம்மாள், மூவலூர் ராமாமிர்தம் போன்று பின்னாளில் தேவதாசி முறையுடன் தொடர்பைத் துறக்கும் சுயாதீனமான முடிவை அவரும் எடுத்தார்.

பத்திரிகையாளரும் எழுத்தாளருமான வாசந்திக்கு அளித்த பேட்டியில் சுப்புலட்சுமி இவ்வாறு கூறினார். 'என்மீது அதிக அளவுக்கு அழுத்தம் இருந்தது, அந்தச் சூழலிலிருந்து எப்படியாவது வெளியேற விரும்பினேன்'. ஆகவே, பத்தொன்பதாவது வயதில், விரும்பியபடி புறப்பட்டு இரவு ரயில் ஒன்றில் ஏறி டி.சதாசிவம் வீட்டை அடைந்தார்.

பாதுகாப்பான தங்கக் கூண்டை அவர் உருவாக்கினார். சுப்புலட்சுமியின் ஒவ்வொரு நிமிட இருப்பையும் தன் கட்டுப்பாட்டிற்குள் வைத்திருந்தார். 'இசை அவரது உணர்வில் கலந்த விருப்பமாக இருந்தது. சதாசிவம் பாடுவதற்கான வாய்ப்பை அளித்தார். சதாசிவம் சொன்னபடி நடப்பதே தனக்கு நல்லது என்று அவர் நினைத்தார். அப்படி அவள் முடிவு செய்தது சிறந்த உத்தி என்று உண்மையில் உணர்கிறேன்,' என்கிறார் வாசந்தி.[18]

சதாசிவம், அவரது இசை வாழ்வைச் சிறப்பாக நிர்வகித்தார். சாதாரண குடிமகனுக்கு இந்தியா வழங்கும் உயரிய விருதான பாரத ரத்னா விருது அவருக்கு வழங்கப்பட்டது. இவர்மீது சதாசிவம் செலுத்திய முழுமையான கட்டுப்பாடு அதிக ஆய்வுக்கும் பொதுவெளி உரையாடலுக்கும் ஆட்பட்டது. ஆனால் இந்தியாவின் மிகவும் நேசிக்கப்படும் பாடகிகளில் ஒருவராக எம்.எஸ். இருக்கிறார்.

ராமாமிர்தம், முத்துலட்சுமி என்ற இந்த இரண்டு பெண்களும் தங்கள் வழ்வை அவர்கள் கையில் எடுத்துக்கொண்டனர். உறுதிப் பாட்டாலும் கடின உழைப்பாலும் அவர்களைச் சுற்றியிருந்த மனிதர்களைத் திகைக்க வைத்தனர். அத்துடன் சமூகத்தின் ஏனைய பெண்களின் வாழ்க்கையை மாற்றும் பணியிலும் இறங்கினர். அதில் முழுமையாக தம்மை ஈடுபடுத்திக் கொண்டனர்.

பெண் விடுதலையும் அரசியல் சுதந்திரத்திற்கு இணையான முக்கியத்துவம் வாய்ந்ததுதான் என்று மூவலூரில் சுயம்பு பிள்ளை தனது மனைவியுடன் உடன்பட்டார். அவர் ஏற்கெனவே காந்தியச் சித்தாந்தத்தால் ஈர்க்கப்பட்டிருந்தவர். மதிப்பும் கண்ணியமும்தான் ஒரு மனிதனுடைய வாழ்க்கையின் அடிப்படை என்று கருதினார். தம்பதிகள் இசையையும் மொழிகளையும் கற்பித்து வாழ்க்கையை நடத்தினர். ராமாமிர்தத்திற்கு சம்ஸ்கிருதம் நன்றாகத் தெரியும். அதனால், தேவதாசி சமூகத்தைச் சேர்ந்த பெண்களுக்கு ஸ்லோகங்களின் (சம்ஸ்கிருத வசனங்கள்) அர்த்தங்களை விளக்குவாள். அவர்களுடன் இவை குறித்துக் கலந்துரையாடுவார்.

சுயம்பு பிள்ளையை ராமாமிர்தம் திருமணம் செய்து கொண்டதை ஆச்சிக்கண்ணு ஏற்கவில்லை என்றாலும், தனது சொத்தையும் வீட்டையும் வளர்ப்பு மகளுக்குத்தான் கொடுத்தார். அதனால், ராமாமிர்தம் தனது பெற்றோரை மீண்டும் மூவலூருக்கு அழைத்துவர முடிந்தது. 1925இல் மாயவரத்தில் தேவதாசி முறை ஒழிப்பு குறித்து விவாதிக்க பெரிய அளவில் முதல் மாநாடு ஒன்றை இந்தத் தம்பதியினர் ஏற்பாடு செய்தனர். மேளக்காரர்கள் என்று அழைக்கப்பட்ட இவர்கள், நம் பண்பாட்டில் இசையையும், நாட்டியத்தையும் விதைத்தனர். அதன்மூலம் அவர்களது வாழ்வாதாரத்தையும் தேடிக்கொண்டனர். இவர்களுக்கு இசை வேளாளர் என்று பெயர் மாற்றியவர் ராமாமிர்தம். அவரும் அவரது கணவரும் கிராமங்களுக்கும் நகரங்களுக்கும் சென்றனர். முத்துலட்சுமி முன்வைத்த தேவதாசி ஒழிப்பு மசோதாவுக்கு ஆதரவாகப் பேசினர்.

சமூகத்தில் பெண்களின் நிலையை மேம்படுத்தும் நோக்கில் 1892இல் மெட்ராஸ் இந்து சமூக சீர்திருத்தச் சங்கம் உருவாக்கப் பட்டது. பிரிட்டிஷ் அதிகாரிகள் தாங்கள் பங்கேற்கும் தனியார் மற்றும் பொது நிகழ்ச்சிகளில் பெண்கள் நாட்டியமாடும் நடைமுறைக்கு முற்றுப்புள்ளி வைக்க வேண்டும் என்று அந்தச் சங்கம் கவர்னர்-ஜெனரலுக்கும் மெட்ராஸ் மாகாண அரசாங் கத்திற்கும் மனுக்களை அனுப்பியது.[19]

அந்த நூற்றாண்டின் தொடக்கத்தில் ராஜாக்கள் தங்கள் அதிகாரங்களை இழந்தனர்; முதலில் கிழக்கிந்திய கம்பெனியிடமும் அதன் பின்னர் பிரிட்டானியரிடமும். பெரும் நில உடைமைகளும், ஜமீன்தாரி நிலப்பிரபுத்துவ முறையும் மெல்ல மெல்லச் சிதைந்து கொண்டிருந்தன. கல்வியையும் வேலை வாய்ப்பையும் புதிய வாய்ப்புகளையும் தேடி சிறு நகரங்களிலிருந்து புறப்பட்ட ஆண்கள் அதிகாரத்தின், வர்த்தகத்தின் மையமாக இருந்த மதராசில் குவிந்தனர்.

இவ்வாறு இடம்பெயர்ந்து வந்தவர்கள், தம்மோடு அவர்களது பண்பாட்டு நினைவுகளையும் எடுத்து வந்தனர். அவர்களை அடக்கி ஒடுக்கிய விஷயங்களைப் பொருட்படுத்தாமல், பாராட்டத்தக்க நினைவுகளை மட்டுமே தம்முடன் வைத்திருக்க விரும்பினர். இந்தப் புதிய சூழ்நிலையில் தேவதாசி முறையை அங்கீகரித்து ஆதரிப்பது அவர்களுக்குக் கடினமாக இருந்தது. கல்வி கற்க வாய்ப்புக் கிடைத்த பெண்கள் அதிகாரம் பெற்றனர். பலதார மணத்தைக் கேள்வி கேட்கும் அளவுக்கு வலிமை பெற்றனர்.

முத்துலட்சுமி மெட்ராஸ் மாகாணம் முழுவதும் பயணம் செய்து இந்த விஷயம் சார்ந்து நடந்த பல மாநாடுகளில் பங்கேற்றார். தேவதாசி முறை ஒழிப்பு நடவடிக்கைகளில் வனாந்தரத்தில் ஒலிக்கும் ஒற்றைக்குரலாகத் தனது குலை உணர்வதாக மூவலூர் ராமாமிர்தம் குறிப்பிட்டு எழுதியிருந்தார். ஆனால், பெரியார் அவரை முத்துலட்சுமிக்கு அறிமுகப்படுத்திய அன்று, தனது பதவியைப் பயன்படுத்தி சட்டப்பூர்வமான தீர்வைக் கொண்டு வரக்கூடிய ஓர் உறவினரைக் கண்டதுபோல் பரவசமடைந்ததாக அவர் எழுதியுள்ளார்.

பெண் கல்வி, சொத்துரிமை, பெண்களுக்கான வாக்குரிமை, விதவை மறுமணம், திருமண வயதை உயர்த்துதல் ஆகியவற்றுக்காகப் போராடிக் கொண்டிருந்த வேளையில், தனது தாய்க்கு நியாயமாக

ஏதாவது செய்யவேண்டும் என்ற சிறுவயது ஆசையை முத்துலட்சுமி வெளிப்படுத்தினார்.

தேவதாசி பெண்களை, அவர்களது புரவலர்களும் பொது மக்களும் நடத்தும் விதத்தை அவர் கவனித்திருந்தார். மருத்துவராக இளம் பெண்களைப் பரிசோதிக்கும்போது, அப்பெண்களின் உடல்நிலை மிக மோசமாக இருந்ததையும், தான் முடிவு கொண்டுவரப் போராடும் நோய்களால் அவர்கள் எளிதில் பாதிக்கப்படுவார்கள் என்பதையும் குறிப்பிட்டுப் பேசினார்.

தேவதாசி முறைக்கு எதிரான தீர்மானம் கொண்டுவருவதற்கான அறிவிப்பு ஒன்றை முத்துலட்சுமி 1926இல் அரசாங்கத்திற்கு அளித்தார். அந்தச் சமூகத்தின் பெண்களுடன் நடத்தப்பட்ட நீண்ட உரையாடல்கள் மற்றும் விவாதங்களின் உச்சக்கட்டமாக மசோதா இருந்தது. பலரும் இவருக்கு ஆதரவாக இருந்தாலும் சிலர் கடுமையாக எதிர்த்தனர். மெட்ராஸ் இந்து சமய அறக்கட்டளை சட்டத் திருத்த மசோதா என்று அதற்குப் பெயரிட்டார். அர்ப்பணிப்பு என்ற பெயரில் 'நெறியற்ற வாழ்க்கைச் சூழலில்' அந்த இளம் பெண்கள் தள்ளப்படுவதற்கு உடனடியாக முடிவுகட்ட வேண்டும் என்று அவர் விரும்பினார்.

தேவதாசிகளுடன் தொடர்புப்படுத்திப் பேசப்படும் ஒழுக்கக்கேடு, இந்து பாரம்பரியத்திற்குக் கடந்தகாலத்திலும் நிகழ்காலத்திலும் பொருத்தமற்ற ஒன்றாகத்தான் இருக்கிறது. ஆகவே, தேவதாசிகள் கோயில்களுடன் இருக்கும் தொடர்பை அறுத்துக் கொள்ள வேண்டும் என்று கருதினார். கோயில் சேவை அடிப்படையில் தேவதாசிகளுக்கு அளிக்கப்பட்டு, அவர்களது கட்டுப்பாட்டில் உள்ள கோயில் நிலங்கள் அவர்களிடமே கொடுக்கப்பட வேண்டும். கோயில் சேவையிலிருந்து அவர்களை விலக்கவேண்டும் என்பதாக மசோதாவின் முன்மொழிவு இருந்தது.

ஒரு தேவதாசிக்கு நிலத்தின் வருவாயில் ஒரு பகுதிக்கு மட்டுமே உரிமை உண்டு என்றால், கோயில் சேவை என்ற கட்டாயமின்றி அந்த வருமானத்தை அவள் தொடர்ந்து பெறவேண்டும்.[20] அரசாங்கமும் சமயமும் மக்களின் நெறி சார்ந்த வாழ்வைப் பாதுகாக்க வேண்டும்; மாறாக தீநெறிகளை ஒழுங்குபடுத்துவது, உரிமம் வழங்குவது அல்லது புனிதப்படுத்துவது போன்ற செயல்களில் இறங்கக்கூடாது என்றார்.[21] மூவலூர் ராமாமிர்தம் அம்மாளிடமும் பெரியாரிடமும் விவாதித்தபின், நவம்பர் 1927இல் மெட்ராஸ் சட்டமன்றத்தில் தேவதாசி ஒழிப்பு மசோதாவை தாக்கல் செய்தார்.

சட்டமன்றத்தில் அவரது பரம எதிரியான, மூத்த காங்கிரஸ்காரர் சத்தியமூர்த்தி இருந்தார். தேவதாசி சமூகத்தின் பெண்கள், இந்தச் சமூகத்தின் புனிதமான பாதுகாப்பு 'வால்வுகள்', சமூகத்திற்கு இன்றியமையாதவர்கள் என்று பேசினார். அவ்வளவு அக்கறை அவருக்கு இருந்தால், அவரது குடும்பத்துப் பெண்கள் தேவதாசிகளாக இருப்பதற்கு அவர் அனுமதிக்கட்டுமே என்று முத்துலட்சுமி பதிலளித்தார் என்று கூறப்படுகிறது. அதிகம் பிரபலமான, ஆனால், சந்தேகத்திற்கு இடமான விவரம் இது. இந்தச் சொற்பரிமாற்றம் எங்கும் பதிவாகவில்லை. ஆனால், மூவலூர் ராமாமிர்தம் வாழ்க்கை வரலாற்றை எழுதியிருக்கும் பா. ஜீவசுந்தரி இந்தச் சொற்களின் பின்னிருக்கும் குரல் ராமாமிர்தம்மாளுடையது என்கிறார். இந்த வாய்மொழிப் பரிமாற்றம் நிகழ்ந்து, பின்னர் மன்றத்தின் பதிவுகளிலிருந்து நீக்கப்பட்டிருக்க சாத்தியம் உள்ளது.[22]

அந்த விவாதங்களின்போது, தனது அம்மா முத்துலட்சுமி தன்னை எப்படித் தயார் செய்து கொண்டார் என்பதற்குச் சாட்சியாக மகன் கிருஷ்ணமூர்த்தி இருந்தார். 'என் அப்பா டாக்டர் சுந்தரம் ரெட்டியும், பின்னாளில் ஆந்திரா பல்கலைக்கழகத்தை நிறுவிய சித்தப்பா டாக்டர் சர்.சி.ஆர்.ரெட்டியும் அடுத்தநாள் சட்டமன்றத்தில் எதிர்த் தரப்பாக செயல்படப் போகிற அந்த நல்ல மனிதர்களுக்கு எதிராக நடக்கவிருந்த விவாதங்களுக்காக அம்மாவைத் திரும்பத் திரும்ப ஒத்திகையில் ஈடுபடுத்தியதைப் பார்த்துக்கொண்டிருந்தேன். எதிர்க்கட்சியாக. சட்டமன்றத்தில் அம்மா அளித்த சிறந்த பதில்கள், பெரும்பான்மையாக, என் தந்தையின் மூளையில் உதித்தவை என்பதை எவரும் அறிந்திருக்க மாட்டார்கள். அம்மாவின் செயல்களில் அப்பா ஒருபோதும் குறைகண்டதில்லை.'[23]

முத்துலட்சுமி 'ரிவோல்ட்' இதழில் எழுதிய பதிலில், தேவதாசி பிரச்சனையில் அவரது நிலைப்பாட்டை விளக்கக் கூர்மையான சொற்களைப் பயன்படுத்தினார். 'பல நூற்றாண்டுகளாக பெண்களைத் தாழ்ந்தநிலையில் வைப்பதற்குப் பல சட்டங்களும், விதிகளும் கட்டுப்பாடுகளும் உதவியுள்ளன. ஆனால், மனிதர்களின், குறிப்பாக ஆண்களின் மனத்தில் பெண்களைப் பற்றி இழிவான உணர்வை உருவாக்குவதில் மிகவும் சக்திவாய்ந்ததாக ஒழுக்கம் சார்ந்த விஷயங்களில் அவர்கள் இரட்டை நிலை எடுக்கும் தாழ்ந்த சிந்தனைதான் இருக்கிறது.[24]

'பாதுகாப்பு வால்வு என்ற கொள்கையும், அதன் அடிப்படையில் குறிப்பிட்ட எண்ணிக்கையிலான பெண்கள் சமூகத்தில் இருக்க வேண்டும்; அவர்கள் தமது சுயமரியாதையை, கௌரவத்தை,

வசதிகளை, ஆரோக்கியத்தையும் மகிழ்ச்சியையும் தியாகம் செய்ய வேண்டும்; ஆண்களின் இச்சையைத் திருப்திப்படுத்த வேண்டும் என்று அவர்கள் பேசும் இரட்டை நிலை பெண்களது கண்ணியத்தின் மீதான மிக மோசமான தாக்குதல்' என்று அவர் இடித்துரைத்தார்.

'இன்றைய காலகட்டத்தில், அது போன்ற கொள்கையும் அதை அடிப்படையாகக் கொண்டு நிறுவப்பட்ட விதிகள் தொடர்வதும் நமது நாகரிகத்திற்குத் தகுதியற்ற, காலத்திற்கொவ்வாத வெட்கக் கேடான விஷயங்களாகும்.[25] கடந்தகாலத்திலும், நிகழ்காலத்திலும் பெண்கள் அவர்களது தாழ்வு மனப்பான்மையைத் தகர்த்திருக் கிறார்கள். அப்படி இருக்கையில் ஒரு பெண்ணை அவள் எந்தச் சாதியைச் சேர்ந்தவளாக இருந்தாலும், அல்லது எந்த வகுப்பைச் சேர்ந்தவளாக இருந்தாலும், அவளை வெறும் அரட்டை அடிப்பவளாக கறைபடிந்த பொருளாக மாற்றி வைத்திருக்கும் இந்த அமைப்பை எப்படி நாம் சகித்துக் கொள்ள முடியும்? அல்லது உடந்தையாக இருக்க முடியும்?

'என்னால் விளக்க முடியாத அளவுக்கு இந்த அமைப்பில் சமத்துவமின்மை மிக ஆழமாக ஊறிப்போயிருக்கிறது. அத்துடன் மனிதத் தன்மையற்ற, அநீதியான அமைப்பில் குறிப்பிட்ட சாதியை அல்லது சமூகத்தைச் சேர்ந்த களங்கமற்ற குழந்தைகள், மற்றவர்களின் தேவைகளைத் தீர்க்கும் வகையில் அனைத்துவிதக் கலைகளிலும் திறமை மிக்கவர்களாக ஆவதற்குப் பயிற்சி அளிக்கப் படுகிறார்கள். அந்தத் தீநெறியால் சிறைபிடிக்கப்படுகிறார்கள்.[26]

பழமைவாதிகள் சிலரும், இந்தச் சமூக அமைப்பை ஆதரிப்பவர்களும் மசோதாவை எதிர்த்துப் பெரும் பிரசாரம் செய்தனர். இந்தப் பிரசாரத்தை முறியடிப்பதற்கு அனைத்து ஆதரவாளர்களையும் ஆதரவையும் முடிந்த அளவுக்கு முத்துலட்சுமி திரட்ட வேண்டியிருந்தது. இந்தியப் பெண்கள் சங்கம் அவருக்குப் பின்புலமாக உறுதியாக நின்றது. பத்திரிகைகளில் அவர் கட்டுரைகள் எழுதினார்; துண்டுப் பிரசுரங்கள் விநியோகம் செய்தார். மூவலூர் ராமாமிர்தம்மாளை ஆதரித்த சங்கங்கள் முத்துலட்சுமியைக் கூட்டங்களுக்குத் தலைமையேற்க அழைத்தன. மாபெரும் நாதஸ்வர வித்துவான் டி.என்.ராஜரத்தினம் பிள்ளை மூவலூர் ராமாமிர்தத்தை முழுமையாக ஆதரித்தார். இளம் பெண்களை அர்ப்பணிக்கும் முறை ஒழிய வேண்டும் என்றார்.

1927 ஆம் ஆண்டு ஜூலை 8 ஆம் தேதி, மசோதாவை ஆதரித்து சிறப்பு மாநாடு ஒன்று சிதம்பரத்தில் ஏற்பாடு செய்யப்பட்டது; அதைத்

தொடர்ந்து காங்கேயம், கோயம்புத்தூர் மற்றும் பல இடங்களில் நடைபெற்றது. அனைத்து மாநாடுகளும் தேவதாசி முறையை ஒழிக்க மெட்ராஸ் மாகாண அரசாங்கத்தை வலியுறுத்தின. தஞ்சாவூரிலும் மாயவரத்திலும் செயல்பட்ட இசை வேளாளர் சங்கங்கள் இந்த மசோதாவை ஆதரித்து கூட்டங்களை ஏற்பாடு செய்தன.[27] தெலுங்கு கலவந்துலுக்கள் 1927ஆம் ஆண்டு பெல்லாரியில் மசோதாவை ஆதரித்துக் கூட்டம் ஒன்றை நடத்தினர். ஆதரவு தெரிவித்து முத்துலட்சுமிக்குக் கடிதமும் எழுதினர்.

இசை வேளாளர் சமூகத்தைச் சேர்ந்த இசை மற்றும் நடனக் கலைஞர்களால் எப்போதும் வீடு நிறைந்திருக்கும் என்று டாக்டர் கிருஷ்ணமூர்த்தி எழுதுகிறார், வேலை தேடியோ சிகிச்சைக் காகவோ மெட்ராசுக்கு வரும் அவர்களுக்கு தங்கிச் செல்லும் இடமாக அந்த வீடு இருந்தது. அங்கு அவர்கள் அனைவருக்கும் எப்போதும் உணவு கிடைக்கும். இனிமையும் மகிழ்ச்சியும் நிறைந்த உரையாடல்கள் நடக்கும். மசோதா குறித்து அவர்கள் வருத்தப்பட்டு நிலைகுலைந்து அமர்ந்திருந்தாலும், ஒருபோதும் வெளிக்காட்ட மாட்டார்கள். முத்துலட்சுமிக்கு நன்றி தெரிவிப்பதற்காக பலர் குழுக்களாக வீடு தேடி வந்தனர்.

மெட்ராஸ் மியூசிக் அகாடமியின் நிறுவனர்களில் ஒருவரான E. கிருஷ்ண ஐயர், தேவதாசி முறைக்கும், அவர்கள் நடத்திக் கொண்டிருந்த சதிர்க் கலைக்கும் எதிராக முத்துலட்சுமி கொண்டிருந்த அணுகுமுறையை மிகக் கடுமையாக எதிர்த்தார். அவர் எழுதிய கடிதங்கள் மெட்ராஸ் மெயிலில் தொடர்ச்சியாக வெளிவந்தன. இதில் அவரது கவலை என்னவென்றால், (கலையெனும்) குழந்தையும் (அர்ப்பணிக்கும் வழக்கம் என்ற) தொட்டி நீருடன் சேர்த்து வெளியில் விசிறி எறியப்பட்டுவிடக் கூடாது என்பதே.

தேவதாசி முறையின் வீழ்ச்சி உண்மையில் 15ஆம் நூற்றாண்டிலேயே தொடங்கிவிட்டது என்று நடன வரலாற்றாசிரியர் கே. சதாசிவன் எழுதுகிறார். 'எது ஆன்மிகம், எது லோகாயதம் என்பது குறித்த உள்ளார்ந்த முரண்பாடுகளின் காரணமாக இந்த முறை வீழ்ச்சியடைந்தது. அந்த வீழ்ச்சியின் அறிகுறிகள் நாயக்கர் காலத்தில் (கி.பி. 1565-1800) வெளிப்படையாகத் தோன்றத் தொடங்கின. பாரம்பரியமாக நீண்ட காலம் உள்ளார்ந்திருந்த பலவீனங்களும், சில புறநிலைக் காரணிகளும் வீழ்ச்சிக்குப் பங்களித்தன. ஒரு கோயிலிலிருந்து தொலைதூர இடங்களுக்குத் தேவதாசிகள் அடிக்கடி இடமாற்றம் செய்யப்பட்டனர். அவர்

களிடையே இது பிளவை உருவாக்கியது. அதிகம் செல்வாக்குள்ள சில தேவதாசிகள் தவிர்த்து, ஏனைய பெரும்பாலோர் குறைவான சுதந்திரத்துடன், வறுமையின் விளிம்பில் வாழ்ந்தனர். அவர்கள் தொடர்ச்சியான கண்காணிப்பில் வைக்கப்பட்டனர். அவர்கள் மத்தியில் தரப்படுத்தப்பட்ட ஒரு படிநிலையும் இருந்தது.[28]

கோயிலின் மகாமண்டபத்தில் (பிரதான மண்டபம்) நுழைவதற்கு ருத்ரகணிகைக்கு அனுமதி இருந்தது. தீப வழிபாட்டின்போது சுத்த நடனம் (சுத்த நிருத்தம்) ஆடுவதற்கு அவளுக்கு அனுமதி உண்டு. ஆனால், ருத்ரதாசிக்குக் கோயிலின் முதல் நுழைவாயில் வரை மட்டுமே அனுமதியுண்டு. பதியிலார்க்கு (கணவன் இல்லாதவர்களுக்கு) கூலியாக நெல் அளிக்கப்பட்டது, தேவரடியார்களுக்குக் கோயிலின் பட்டை சாதம் வழங்கப்பட்டது.[29] கீழ்ப்படியாமைக்குக் கோயில் நிர்வாகமும் அரச வம்சத்தினரும் வழங்கிய தண்டனைகள் கடுமையாக இருந்தன. சரிவு 19ஆம் நூற்றாண்டு வரை தொடர்ந்தது.

முத்துலட்சுமிக்கு அவர் தாக்கல் செய்த முதல் மசோதா குறித்து திருப்தி இல்லை. எனவே 24-01-1930 அன்று பெண்களை இந்துக் கோயில்களுக்கு அர்ப்பணிக்கும் நடைமுறையைத் தடுக்கும் மசோதாவைத் தாக்கல் செய்தார். இந்துப் பெண்களை கோயில்களுக்கு அர்ப்பணிக்கும் நடைமுறையில் பங்கேற்கும் எந்த நபருக்கும் அல்லது அனுமதி அளிப்பவருக்கும் ஓராண்டு சிறை என்ற கடுமையான தண்டனை விதிப்பதை மசோதா குறிப்பிட்டது. எனவே, இந்த மசோதா பொதுமக்கள் மத்தியில் அமைதி இன்மையைத் தூண்டும்; மசோதா விமர்சிக்கப்படும் என்று அரசாங்கம் கவலை கொண்டது.

'தேவதாசி சமூகத்தில் இசையிலும் நடனத்திலும் அசாதாரணமான திறமை வாய்ந்த படைப்பாக்கத் திறன் பெற்றவர்கள் சிலர் இருந்தனர் என்பதில் சந்தேகமில்லை. கோயில்களுடன் அவர்களுக்கிருந்த தொடர்புகளுக்கு அப்பால், கலைகளைப் பயின்றிருந்த அந்தப் பெண்களின் நடைமுறை, செல்வந்தர்களும், மேல்தட்டு ஆண்களும் இசையையும் நடன நிகழ்வுகளையும் ரசிப்பதற்கும் பாராட்டு வதற்கும் உரிமையை அளித்தது. இந்தக் கலைகளைப் பயிற்சி செய்பவர்கள் அனைவருமே சிறந்த கலைஞர்கள், இசை குறித்த உள்ளார்ந்த புரிதலுடன் இருப்பார்கள் என்று கூறமுடியாது. அதுபோலவே புரவலர்கள் அனைவருமே கலை குறித்த உணர்வுடன் இருப்பார்கள் என்பதும் அவசியமற்றது' என்று முன்னாள் மத்தியச் சுகாதாரச் செயலர் மறைந்த கேசவ் தேசிராஜு எழுதினார்.[30]

இந்த மரபு ஆழ்ந்த குறைபாட்டுடன் இருந்தது என்பதை அங்கீகரிக்க வேண்டும். ஆசைநாயகியாக இருப்பதில் அந்தஸ்து எதுவும் இல்லை; அடிப்படையில் அநீதியான அந்த ஏற்பாட்டிலிருந்து பாதுகாப்பாக அவர்களை வெளிக்கொண்டு வந்து அவர்கள் தம் சுதந்திரத்தையும் கண்ணியத்தையும் நிலைநிறுத்திக் கொள்வதற்குத் தொழில்முறை பரத்தைகள் பெருமைகொள்ளும் அமைப்பு இயங்க முடியும். வேறு வாய்ப்புகள் ஏதுமின்றி இதிலேயே ஈடுபட்டுப் பங்களித்த பெண்கள் மற்றும் ஆண்களின் பண்பிற்கும் ஆன்மாவிற்கும் அஞ்சலியாக அவர்களது நிகழ்த்துக் கலைகளின் காரணமாக இன்று செழித்திருக்கும் கலைகள் இருக்கின்றன.'[31]

சமூக அமைப்பால் பாதிக்கப்பட்டவர்கள் என்று தேவதாசிகளைக் குறிப்பிடுவதும், ஒழுக்கத் தூய்மை என்ற விழுமியத்தை ஊக்கு வித்துப் பேசுவதுமாக முத்துலட்சுமியின் மொழி அமைந்திருந்தது. அந்தத் தருணத்திற்குத் தேவைப்படும் சொற்களாக அவை அமைந்தன. 'பாலியல் சார்ந்த விஷயங்களில் ஆண்களோ பெண்களோ ஒழுக்கமற்று இருப்பதை அனைத்து மதங்களும் கண்டிக்கின்றன; எந்த நாட்டைச் சேர்ந்த நல்லவர்களும் கண்டிக்கிறார்கள் என்பதை அனைவரும் அறிவோம். அத்துடன் பெண்மையின் ஆக உயர்ந்த நற்பண்பாக நம் நாட்டில் பெண்களின் கற்பு பார்க்கப்படுகிறது. அத்தகைய பண்புள்ள பெண்களுக்கு நம் கவிஞர்களும் தத்துவ அறிஞர்களும் தெய்வீகச் சக்திகளை அளித்துப் போற்றுகின்றனர்.

'இத்தகைய நிலைமைகளில், நமது மக்களில் பெரும்பான்மை யினரால் ஒரு குறிப்பிட்ட வர்க்கத்தைச் சேர்ந்த பெண்களின் பாலியல் ஒழுக்கக்கேடு, அவர்களின் சாதியக் கடமையாக, மதத்தால் அங்கீகரிக்கப்பட்ட விஷயமாக இருக்கிறது. அதன் காரணமாகவே புனிதமான நமது கோயில்களின் பிரகாரங்களுக்குள்ளும் எவ்வாறு அது பொறுத்துக் கொள்ளப்படுகிறது என்பதை என்னால் புரிந்து கொள்ள முடியவில்லை.

'அத்துடன், பாலியல் விஷயங்களில் ஒழுக்கத் தூய்மையுடன் இருப்பது ஒருவரது உடலுக்கும் மன ஆரோக்கியத்திற்கும் வீரியத்திற்கும் எவ்வளவு உதவியாக இருக்கிறது என்பதை அவர்களது வாழ்வின் மூலம் நமக்கு எடுத்துக்காட்டிய எண்ணற்ற துறவிகளும், முனிவர்களும், ரிஷிகளும் இங்கு வாழ்ந்தனர் பெருமை கொள்ளக்கூடிய ஒரு நாட்டில், தீயொழுக்கம் இல்லாமலிருத்தல் ஏன் புறக்கணிக்கப்பட்டது; தனிமனிதர்களுக்கும் எதிர்கால இனத்துக்கும் தீங்கு விளைவிக்கும் வகையில் ஆண்கள்

மத்தியில் ஏன் அது ஊக்குவிக்கப்படுகிறது என்பதும் என் புரிதலுக்கு அப்பாற்பட்டதாக உள்ளது.'[32]

வரலாற்றாசிரியர் எஸ்.ஆனந்தி இவ்வாறு கூறுகிறார்: 'உயர்ந்த நிலையில் இருக்கும் தேவதாசிகளுக்கு ஓர் அச்சம் இருந்தது. இந்தச் சட்டத்தின் காரணமாக பொருளாதார ரீதியாக தாழ்ந்த நிலைக்குத் தள்ளப்படுவோமோ என்று கருதினர். வலுவான அடித்தளம் கொண்ட மாற்று வழிமுறைகள் எதுவும் இல்லை என்று அவர்கள் உணர்ந்தனர். முத்துலட்சுமிக்கும் அதே கவலையும் அக்கறையும் இருந்தது. பொருளாதார ரீதியாக இழப்பிற்கு ஆளானவர்களுக்கு வேறு மார்க்கம் தேவை என்று கருதினார். அடிப்படையில் நில மானியமோ பிற சலுகைகளோ பெற்றிராத, வறிய நிலையிலிருந்த பெண்கள் பலரைச் சந்தித்தார். வாழ்வாதாரம் குறித்து அவர்கள் கவலையுடன் இருந்தனர். வேறு வகையான தொழில்கள் செய்வதற்கான வாய்ப்புகள் அளிக்கும் பரந்த உலகத்தை அவர்களுக்கு அறிமுகப்படுத்த முத்துலட்சுமி விரும்பினார். எனவே, பெண்களின் வாழ்வாதாரத்தின் மீது உண்மையில் அக்கறை கொண்டிருந்த இரண்டு வகைப் பெண்கள் இருந்தனர்.'[33]

இந்த மசோதாவை எதிர்த்த ஆண்கள் பண்பாடு பற்றி மட்டுமே அக்கறை கொண்டிருந்தனர். பெண்கள் பாரம்பரியப் பண்பாட்டைத் தக்கவைக்க உதவும் ஆதாரமாக இருந்தனர். மரபு சார்ந்த உடையணிந்தனர், மெய்யானவர்களாக இருந்தனர். அதேநேரத்தில் ஆண்கள் 'நவீனத்துவ' விஷயங்களில் துணிவுடன் இறங்கமுடியும். சட்டமன்றத்தில் நுழைந்த முதல் பெண் முத்துலட்சுமி என்பதை நினைவில் கொள்ளவேண்டும். நன்கு படித்த மேற்தட்டு ஆண்களுக்குமுன் தனது கருத்துகளை அழுத்தமாக முன்வைப்பதற்கு அவருக்கு வலிமையான மொழி தேவைப்பட்டது. கட்டுப்பாடும் அதிகாரமும் தொனிக்கும் குரல் அவருக்குத் தேவைப்பட்டது.

மகாத்மா காந்தி மசோதாவை ஆசீர்வதித்தார். யங் இந்தியாவில் எழுதிய கட்டுரைகள் மூலம் ஆதரித்தார். ஆனால், 1930இல் தண்டி உப்பு சத்தியாகிரகப் பேரணிக்குப் பின் அவர் கைது செய்யப் பட்டபோது, அதை எதிர்ப்பதின் அடையாளமாக முத்துலட்சுமி சட்டமன்றத்திலிருந்து ராஜினாமா செய்தார். அவரது மசோதா ஓரங்கட்டப்பட்டது. 1947இல் இந்தியா சுதந்திரம் பெற்ற பின்பே சட்டமாக மாறியது. குற்றவியல் நடைமுறை சார்ந்த தண்டனைகள் எதுவும் அதில் குறிப்பிடப்படவில்லை, அல்லது குடும்ப உறவுகளில் அரசாங்கத்தின் தலையீடு தேவையில்லை என்ற காரணத்தால் இந்த மசோதா ஒப்பீட்டளவில் எளிதாக நிறைவேற்றப்பட்டது.

பெண் குழந்தைகளைத் தத்தெடுத்து வளர்த்து, அவர்களை அர்ப்பணிப்பதற்குத் தேவதாசிகளுக்கு அளிக்கப்பட்ட ஊக்கத் தொகை பறிக்கப்பட்டு, தேவதாசி வழக்கம் படிப்படியாக கைவிடப்படும். அதன்பின் தனித்துவமான இந்தச் சமூகத்தினர் பரந்துபட்ட சமுதாயத்தால் உள்வாங்கிக் கொள்ளப்படுவதற்கு இந்த மசோதா களம் அமைத்தது.[34]

இது குறித்த விவாதம் தொடர்ந்து தீவிரமாக நடந்துகொண்டிருக் கிறது. சில தலைமுறைகள் போய்விட்டன. காலனியத்திற்குப் பிந்தையப் புரிதலுடன் நவீன விமர்சனப் பார்வை நிலையுடன் பல்வேறுபட்ட குரல்கள் ஒலிக்கும், அடையாள அரசியல் நிலவும் சமூக வெளியில் பாதிப்படைந்தோர் குறித்துப் பேசமுடியும். டாக்டர் முத்துலட்சுமி ரெட்டி போன்ற முன்னோடிகளுக்குத்தான் இதற்கு நன்றிசொல்ல வேண்டும்.

✦

7. அன்பின் இல்லம்

சிருஷ்டியின் இழையை உருவாக்கும் ஆதி சக்தி, முதல் பெண். ஒரே காலத்தில் / நேரத்தில் கருக்கொள்ளவும் செய்கிறாள், அழிக்கவும் செய்கிறாள். ஏனெனில், சம்ஹாரம் அல்லது அழிவின் விதைதான் சிருஷ்டி என்ற ஞானம் அவளுக்குள் உயிர்த்திருக்கிறது… ஒவ்வொரு முடிவும் ஒரு தொடக்கமே. சிருஷ்டியில் சம்ஹாரமும், சம்ஹாரத்தில் சிருஷ்டியும் இருக்கிறது.

- புபுல் ஜெயகர்[1]

1930இல் ஒரு நாள். மெட்ராஸ், ராண்டால்ஸ் சாலையில் கதவு எண் 6ன் வெளிக் கேட்டை மூன்று இளம்பெண்கள் தட்டினார்கள். இளம்பெண்களைத் தேவதாசிகளாக கோயிலுக்கு அர்ப்பணிப்பதை ஒழிக்கும் சட்டம் குறித்த விவாதத்தில் ஆற்றவேண்டிய உரையை வீட்டிற்குள் முத்துலட்சுமி ஒத்திகைப் பார்த்துக்கொண்டிருந்தார். காம்பவுண்டிற்குள் விளையாடிக் கொண்டிருந்த அவரது மகன்கள் ராம் மோகனும் கிருஷ்ணமூர்த்தியும் கேட்டை நோக்கி ஓடினர். இறைவனுக்குத் தேவதாசிகளாக அர்ப்பணிக்கும் பொட்டுக்கட்டும் சடங்கிலிருந்து தப்பித்து ஓடி வந்த பெண்கள் பாதுகாப்பு தேடி வந்திருக்கிறார்கள்.

முத்துலட்சுமி அவர்களை உள்ளே அழைத்துச் சென்றார். தனது மகன்களிடம் 'அக்கா' என்று அவர்களை அழைக்குமாறு

அறிவுறுத்தினார். சில நாட்கள் சென்றதும் அவர்களை விடுதி ஒன்றில் சேர்ப்பதற்கு முயன்றார். விடுதிகள் அனைத்தும் சாதி அடிப்படையில் இயங்கின; அவர்களை அனுமதிக்கவில்லை. பள்ளிகளும் ஏற்றுக் கொள்ளவில்லை. அப்போதுதான் அவர் இந்த முடிவுக்கு வந்தார். அவர்களுக்கு அடைக்கலம் அவரே தருவது, கல்வி கற்பிப்பது என்று முடிவு செய்தார். இப்படித்தான் ஏழைகளுக்கும் ஆதரவற்ற பெண்களுக்குமான 'அவ்வை இல்லம்' பிறந்தது.

சிறுமியாக இருக்கும்போதே, முத்துலட்சுமிக்கு குழந்தைகள் என்றால் மிகவும் விருப்பம். தாய்மார்கள் வேறு வேலையில் இருக்கையில் அவர்களது கைக்குழந்தைகளை, சிறு குழந்தைகளைப் பார்த்துக்கொள்ள எப்போதும் தாமாகவே முன்வருவார். 'நாம் ஒரு குழந்தையைப் பார்க்கையில் அதன் முகத்தில் கபடமின்மை தெரியும்; நம்பகமானதாக, உதவியற்றதாக குழந்தை இருப்பதால் நமக்குள் மென்மையை, அன்பை அது எழுச்சிபெறச் செய்கிறது. அதன்மீது ஒரு மரியாதை உணர்வை ஏற்படுகிறது, ஏனென்றால் பாதுகாப்பிற்கும் உணவுக்கும் உடைக்கும் அது நம்மைச் சார்ந்திருக்கிறது. உண்மையில், அது உயிருடன் இருப்பதற்கும் வளர்வதற்கும் எதிர்காலத்திற்கான பயிற்சிக்காகவும்.[2]

விரைவில், மேலும் ஏழு சிறுமிகள் தங்குமிடம் தேடி அவரிடம் வந்தனர். அவர்களுக்கும் விடுதிகளில் அனுமதி மறுக்கப் பட்டிருந்தது. தேவதாசி முறையிலிருந்து தப்பித்து வெளிவரும் பெண்கள் சமூகத்தால் அவதூறாகப் பேசப்படுவதையும் ஒழுக்கக் கேடானவர்கள் என்று முத்திரை குத்தப்படுவதையும் கண்டு முத்துலட்சுமி கலக்கமடைந்தார். சட்டமன்ற உறுப்பினராக புகலிடம் தேடி அலைந்து திரியும் ஆதரவற்ற அந்தக் குழந்தை களுக்கு அடைக்கலம் தருமாறு அரசாங்கத்திடம் முறையிட்ட போதும், பல மணிநேரம் செலவழித்து அவர்களுக்குச் சிகிச்சை அளித்த மருத்துவராகவும், அந்த ஏழு பெண்களும் எதிர்கொண்ட மோசமான சமூக நிலைமைகள் குறித்த ஆழ்ந்த அறிவு முத்துலட்சுமியிடம் இருந்தது.

சுரண்டப்படுவதில் இருந்தும் துஷ்பிரயோகம் செய்யப்படுவதில் இருந்தும் அந்தக் குழந்தைகளைப் பாதுகாப்பதற்கு அவர்களுக்கு ஓர் இல்லம் அவசரத் தேவை என்று அவர் உணர்ந்தார். அந்த நேரத்தில் மதராசில் இந்துப் பெண்களுக்கு இரண்டு விடுதிகள் மட்டுமே

இருந்தன. இளம் பிராமண விதவைகளுக்கு ஐஸ் ஹவுஸில் ஓர் இல்லமும், பிராமணர் அல்லாதவர்களுக்காகத் திருவல்லிக் கேணியில் ஒன்றும் இருந்தன.

இரண்டு விடுதிகளுக்கும் முத்துலட்சுமி கௌரவ மருத்துவ அதிகாரியாக இருந்தார். எனினும், அனைத்துச் சாதியைச் சேர்ந்த குழந்தைகளும் அனுமதிக்கப்படும் ஓர் இடம் தேவை என்று உணர்ந்தார். அவர்களது பொது ஆரோக்கியத்தையும், உடல் மற்றும் மன ஆரோக்கியத்தையும் மேம்படுத்துவதற்கான வாய்ப்புகள் அளிக்கும் இடமாக அது இருக்கவேண்டும்.[3] சிறுமிகளுக்காக ஓர் இல்லம் அமைப்பதை மேற்பார்வை செய்ய இந்தியப் பெண்கள் சங்கத்தின் உதவியுடன் குழு ஒன்றை அவரால் ஏற்பாடு செய்ய முடிந்தது.

மகாத்மா காந்தி 1930இல் உப்புச் சட்டத்திற்கு எதிராக வரலாற்றுச் சிறப்புமிக்க தண்டி யாத்திரையை நடத்தினார். அவர் கைது செய்யப்பட்டதும், அதற்கு எதிர்ப்பு தெரிவித்து மெட்ராஸ் மாகாண சட்டமன்றத்திலிருந்து முத்துலட்சுமி ராஜினாமா செய்தார். அதே ஆண்டில்தான் அவ்வை இல்லம் தோன்றியது. 1860ஆம் ஆண்டு சங்கங்களின் சட்டத்தின்கீழ் பதிவு செய்யப்பட்ட அந்த இல்லத்தின் கௌரவ செயலராக முத்துலட்சுமி இருந்தார்.

இல்லத்திற்காக மயிலாப்பூர் கச்சேரி சாலையில் எவரெஸ்ட் என்ற கட்டடம் வாடகைக்கு எடுக்கப்பட்டது. புகழ்பெற்ற பழந்தமிழ்க் கவிஞர் அவ்வையின் நினைவாக அவ்வை இல்லம் என்று அதற்குப் பெயரிட்டார். அவ்வையைத் தனக்கான முன்மாதிரியாக முத்துலட்சுமி கருதினார். அந்த நேரத்தில் மெட்ராஸ் மாகாணத்தில் பெண்களுக்காகச் செயல்பட்ட மிஷனரி அல்லாத, கிறிஸ்தவ மதம் சாராத ஒரே இல்லம் அவ்வை இல்லம் மட்டுமே. பத்துப் பெண்களுடன் தொடங்கிய அந்த இல்லத்திற்கு விரைவில் பாதுகாப்பும் கல்வியும் தேடி பெண்கள் நீரோட்டம் போல் தொடர்ந்து வந்து கொண்டிருந்தனர்.

ஆசிரியர்களாக, மருத்துவச்சிகளாக, செவிலியர்களாக, சுகாதாரப் பணியாளர்களாக, கிராம சேவிகைகளாக (கிராமப்புற சமூகப் பணியாளர்கள்) மற்றும் வீட்டைப் பராமரிப்பவர்களாக ஆயிரக் கணக்கான பெண்களுக்கு அவ்வை இல்லம் பயிற்சி அளித்துள்ளது. ஆதரவற்ற, வீடற்ற நூற்றுக்கணக்கான இளம்பெண்களுக்கு இல்லம் திருமணங்களை ஏற்பாடு செய்தது. முத்துலட்சுமி இல்லத்தைத் தொடங்கியபோது, அது குறித்து தீவிரமான சந்தேகங்கள் எழுந்தன,

ஆனால், மிகவும் ஏழைமை நிலையில் இருக்கும் சிறுமிகள் இன்றும் தரமான கல்வியைப் பெறக்கூடிய இல்லமாகவும் பள்ளியாகவும் அது இருக்கிறது.

அவ்வை என்றால் மதிப்பிற்குரிய பெண்மணி என்று பொருள். தமிழ் இலக்கியத்தின் வெவ்வேறு வரலாற்றுக் காலகட்டங்களில் அவ்வை என்ற பெயரில் ஒன்றுக்கும் மேற்பட்ட பெண் கவிஞர்கள் இருந்தனர். அவர்கள் தமிழ் மரபின் மிக முக்கியமான பெண் கவிஞர்கள்.

முதல் அவ்வையார் சங்க காலத்தில் வாழ்ந்தவர் (கி. மு. 3ஆம் நூற்றாண்டு). வேளிர்களான வேள் பாரியுடனும் அதியமானுடனும் அவர் நல்லுறவு கொண்டிருந்தார் எனக் கூறப்படுகிறது. அவர் எழுதிய 59 பாடல்கள் புறநானூற்றில் உள்ளன. மன்னர்கள், போர்கள் மற்றும் அவர்களின் அரச வாழ்வைப் பற்றிய 400 வீரக் கவிதைகளின் தொகுப்பு புறநானூறு. அவற்றில் சில மட்டுமே தப்பி, துண்டு துண்டாக இந்த நவீன யுகத்திற்குக் கிடைத்துள்ளன. அவர் நாடு முழுவதும் திரிந்தார். ஒரு கிராமத்திலிருந்து மற்றொரு கிராமத்திற்குச் சென்றார். விவசாயிகள் அளித்த கஞ்சியை அவர்களுடன் பகிர்ந்துகொண்டார். அவர்களின் இன்பத்திற்காகப் பாடல்கள் இயற்றினார்.

இரண்டாம் அவ்வையார் பத்தாம் நூற்றாண்டில் சோழர்களின் ஆட்சிக் காலத்தில் வாழ்ந்தவர். வயதில் மூத்த, புத்திசாலிப் பெண்மணியாக அடிக்கடி கற்பனை செய்யப்படுகிறாள். அவர் எழுதிய பல கவிதைகளும் 31 அத்தியாயங்களில் 310 குறள்கள் அடங்கிய அவ்வை குறளும் அக்காலத்தைச் சேர்ந்தவை.

மூன்றாவது அவ்வையார், விநாயகர் அகவல், ஆத்திச்சூடி, கொன்றை வேந்தன், நல்வழி, மூதுரை போன்றவற்றிற்காக பரவலாக அறியப்பட்ட மூதாட்டி. இந்தப் படைப்புகள், பண்பில் உரையாடல் தன்மை கொண்டவை; சாதாரண நடைமுறை வாழ்வை நிர்வகிக்கத் தேவையான அடிப்படை ஞானத்தை விளக்குகின்றன. முத்துலட்சுமி போல், அவ்வையாரும் குழந்தைகளின் வாழ்வில் பெரும் மகிழ்ச்சியைக் கண்டார்.

இந்த அவ்வை, முத்துலட்சுமியை பெரிதும் ஈர்த்தார். அவ்வை இல்லம் மயிலாப்பூரிலிருந்து அடையாற்றுக்கு இடம் மாறியபோது, இல்லத்தில் மதிப்பான ஓரிடத்தில் அவருக்கு சிலை வைக்கப் பட்டது.

அவ்வை இல்லத்தின் குழந்தைகளுக்கு அவ்வையாரின் கவிதைகளின் மூலம் மொழி மற்றும் பண்பாட்டுத் தீட்சை அளிக்கவேண்டும் என்று முத்துலட்சுமி விரும்பினார். 'அம்மா எங்களையெல்லாம் அவ்வையார் திரைப்படத்துக்கு அழைத்துச் சென்றார். அவ்வை இல்லத்தின் குழந்தைகளாகிய எங்களுக்காகத் திரையரங்கத்தின் இருக்கைகள் அனைத்தையும் வாங்கியிருந்தார்'[4] என்கிறார் ஜானகி.

ஆறாவது வயதில் 1953ஆம் ஆண்டில் அவ்வை இல்லத்திற்கு அழைத்து வரப்பட்டு, அங்கு கல்வி கற்பிக்கப்பட்டவர் அவர். அடையாறு புற்றுநோய் நிறுவனத்தில் மேட்ரானாக பணியாற்றி ஓய்வு பெற்றார். அந்தப் படத்தின் தயாரிப்பாளரும் அவரது நெருங்கிய நண்பருமான எஸ்.எஸ்.வாசனிடம் முத்துலட்சுமி பேசினார். குழந்தைகளுக்காகச் சிறப்புத் திரையிடலுக்கு ஏற்பாடு செய்தார் என்று கூறப்படுகிறது. அவ்வையார் திரைப்படம், தமிழ்ப் பண்பாட்டை, மொழியைக் கொண்டாடும் படங்களில் ஒன்றாக இருந்தது, அவ்வையார் வாழ்க்கையின் பல அத்தியாயங்களைச் சுற்றிப் பின்னப்பட்ட கதை அது. இத்திரைப்படத்தின் 46 பாடல்களும் இன்றும் பிரபலமாக உள்ளன.

அவ்வை இல்லத்தில் அனைத்துச் சாதியையும், நம்பிக்கைகளையும் கொண்ட 4 முதல் 18 வயதுக்குட்பட்ட சிறுமிகள் அனுமதிக்கப் பட்டனர். அனுமதி கோரி வந்த 18 வயதுக்கு மேற்பட்ட இளம் பெண்கள், அவர்களுக்கான வேறு இல்லங்களுக்கு அனுப்பப் பட்டனர். இருப்பினும் சிலர் அவ்வை இல்லத்தில் சேர்த்துக் கொள்ளப்பட்டனர். அனாதை இல்லப் பிரிவிலும் விடுதியிலும் இருந்த சிறுமிகளை காலை, மாலை இருவேளைகளும் கவனித்துக் கொண்டனர். மற்ற நேரங்களில் படிக்கவும் எழுதவும் அவர்கள் கற்றுக் கொண்டனர். தொழில் திறனும் கற்பிக்கப்பட்டது.

ஆதரவற்ற அல்லது ஏழைப் பெண்களிடம் கட்டணம் எதுவும் வசூலிக்கப்படவில்லை. ஆனால், அந்தப் பெண்ணுக்கு உறவினர்களோ பெற்றோரோ இருந்தால், அவளது பராமரிப்புக்கு அவர்களால் இயன்ற பங்களிப்பை வழங்குமாறு கேட்டுக் கொள்ளப்பட்டனர். தேவதாசி முறையை ஒழிக்க மாவட்டங்கள் தோறும் அடிமட்ட அளவில் பணியாற்றிய மூவலூர் ராமாமிர்தம்மாள், பெண் குழந்தைகளை வழிகாட்டி அவ்வை இல்லத்திற்கு அனுப்பி வைத்தார். நாமக்கல், சேலம் மற்றும் தொலைதூர மாவட்டங்களிலிருந்து வந்து சேர்ந்த பெண்களின்

எண்ணிக்கை அதிகரித்த நிலையில், முத்துலட்சுமிக்கு ஒரு பெரிய இடம் தேவைப்பட்டது.

இரண்டாம் உலகப் போர் 1939ஆம் ஆண்டில் தொடங்கியது. பர்மாவிலிருந்து வெளியேற்றப்பட்ட பல குழந்தைகள் மணிப்பூரிலிருந்து மதராசுக்கு அனுப்பப்பட்டனர். 10 வயதுக்கு உட்பட்ட குழந்தைகளை எந்த நிறுவனமும் அழைத்துக்கொள்ள வில்லை. அந்த நேரத்தில் அனைவரையும் இல்லத்திற்குள் சேர்த்துக் கொள்ள முத்துலட்சுமி முடிவு செய்தார்.

பாலியல் விடுதிகளிலிருந்து மீட்கப்பட்ட இளம் பெண்களை அவ்வை இல்லத்தில் சேர்த்துக்கொள்ள அவர் மறுத்ததால் ஒருவகை நெருக்கடி ஏற்பட்டது. ஏனெனில், அந்த இல்லத்தை ஒரு பயிற்சி நிறுவனமாகத்தான் அவர் பார்த்தார், நடத்தினார். சீர்திருத்தும் நிலையமாக அல்ல. இந்த அணுகுமுறை ஏராளமான விமர்சனங் களுக்கு உள்ளானது. அத்துடன், அவ்வை இல்லத்தின் அங்கீகாரமும் ரத்து செய்யப்பட்டது. அவ்வை இல்லத்தில் பிரச்சனையை ஏற்படுத்தும் நோக்கத்தில் அவரது எதிரிகளால் அனுப்பப்பட்ட பெண்கள் இவர்கள் என்பது பின்னர் தெரியவந்தது; முத்துலட்சுமிக்கு இது குறித்து முன்கூட்டியே தகவல் கொடுக்கப் பட்டு இருந்தது; அதனால், அவர் சாமர்த்தியமாக இருந்து அவர்களுக்கு அனுமதியை மறுத்துவிட்டார்.[5]

இல்லத்தில் தினசரி வழக்கங்களைக் கண்டிப்பாகப் பின்பற்ற வேண்டும். அனைத்து இளம்பெண்களுக்கும் கேளிக்கைகளிலும் பொறுப்புகளிலும் முழுமையான அனுபவம் கிடைக்க அது உதவியது. சுழற்சி முறையில் அவர்களுக்குப் பணிகள் அளிக்கப் பட்டன. சமையலறையில் உதவுவது அல்லது வளாகத்தைச் சுத்தமாக வைத்திருப்பது போன்றவை.

புற்றுநோய் நிறுவனத்தில் செவிலியராகவும் மேட்ரனாகவும் பணிபுரிந்து இப்போது ஓய்வுபெற்றிருக்கும் ஜானகி நினைவு கூர்கிறார். 'அனைவரும் காலையில் குறிப்பிட்ட நேரத்தில் எழுந்திருக்க வேண்டும். தோட்டத்தில் வேலை செய்ய வேண்டும். காய்கறிகள் பறிக்க வேண்டும். அன்றைய நாளுக்கு ஒதுக்கப்பட்ட கடமையை முடிக்கவேண்டும்'.

பத்து பேர் கொண்ட குழு ஒவ்வொன்றிற்கும் வயதான பெண் பொறுப்பாக நியமிக்கப்பட்டார். அவர்களின் அன்றாட நடவடிக்கை களுக்கும் சுகாதாரத்திற்கும் அவரே பொறுப்பு. அச்சிறுமிகளின்

நகங்களை வெட்டுதல், அழுக்கற்று இருக்கிறார்களா என்று தினமும் பரிசோதித்தல், தலையில் பேன் இருக்கிறதா எனப் பரிசோதித்தல், அவர்கள் குளித்து நன்றாக சாப்பிடுகிறார்களா எனக் கவனித்தல் போன்ற பணிகள் அவை. இல்லம் என்று அது அழைக்கப்பட்டது, அது அனாதை இல்லம் அல்ல; அதனால்தான் அந்த பெண்களிடம் நன்னடத்தை எதிர்பார்க்கப்பட்டது.[6]

மங்கலகரமான மார்கழி மாதத்தில் பெண்கள் விடியற்காலையில் எழுந்து நீராடுவார்கள்; அவ்வை இல்லத்தின் சிறிய கோயிலில் எழுந்தருளியிருக்கும் கல்வித் தெய்வம் சரஸ்வதி தேவியின் முன்னால், பெண்பால் ஆழ்வார் ஆண்டாள் எழுதிய திருப்பாவை பாடல்களைப் பாடுவார்கள். அவ்வை இல்லம் முழுவதும் இளம் பெண்கள் வண்ணக் கோலங்கள் போடுவார்கள். பனை ஓலைகளில் செய்த பறவைகளையும், பூக்களையும் வளாகம் முழுவதும் தொங்கவிட்டு, அலங்கரித்து மகிழ்வார்கள்.

பொது சாப்பாட்டு அறையில் சைவ உணவு மட்டுமே பரிமாறப் பட்டது. பிராமணர் மற்றும் பிராமணர் அல்லாத சமையல்காரர்கள் அங்கு பணிபுரிந்தனர். பணியாளர்களில் தலித் சமூகத்தைச் சேர்ந்த பெண்களும் இருந்தனர். சாதியற்ற சமூக அமைப்பின் உருவாக்கமே அவரது எண்ணம். பொது வாழ்வில் சாதியை முக்கிய அம்சமாக எடுத்துக் கொள்ளாத புதியதொரு சமூக அமைப்பு குறித்து இல்லத்தைவிட்டு வெளியேறும் அந்த இளம் பெண்கள் சிந்திப்பார்கள் என்று முத்துலட்சுமி கருதினார்.[7]

அகர வரிசைப்படி எழுதப்பட்ட அவ்வையின் ஆத்திசூடி கவிதையின் அறநெறிப் போதனைகளின் செல்வாக்கிற்கு ஆட்பட்ட பெண்கள், இல்லத்தில் கடுமையான நடத்தை நெறிமுறைகளைப் பின்பற்ற வேண்டியிருந்தது. பெண் குழந்தைகளுக்கு நவீனக் கல்வியும் வேலைவாய்ப்பும் தேவை என்று அவர் தேடிய / விரும்பிய காலகட்டத்திலும் முத்துலட்சுமி அவற்றில் அவ்வை உணர்வு இருக்க வேண்டும் என்று விரும்பினார்.

சமுதாயத்தில் சொல்லித்தரப்படும் கல்வியில் அறநெறிகளும் ஒழுக்கமும் இடம்பெற வேண்டும் என்று விவாதித்தபோது முத்துலட்சுமி அக்காலத்தவர் பேசிய சொற்களுக்கு எதிர்வினை ஆற்றினார் எனக் கொள்ளலாம். ஒழுக்கமும் வலிமையும் ஒரு சேரச் செல்பவை என்று அவர் கருதினார். அந்தப் பெண்கள் விரும்பினால் மணம் செய்துகொள்ளாமல் வாழ்வில் ஒரு தொழிலைத் தேர்ந்தெடுத்துக்கொள்ளும் தெரிவை அளித்தார்.

1942 ஆம் ஆண்டில் இரண்டாம் உலகப் போரின் போது, பிரிட்டிஷ் அரசின் படை அடையாறு ஆற்றங்கரையில் முகாமிட்டிருந்தது. கூடாரங்களிலிருந்த வீரர்கள் இல்லத்தின் சிறுமிகள் குறித்து இழிவாகப் பேசியதுடன் அவர்களைத் துன்புறுத்தவும் செய்தனர். கையில் ஒரு தடியுடன் இரவு முழுவதும் கண்விழித்துக் காவல் காத்த முத்துலட்சுமி எந்த ராணுவ வீரனும் இல்லத்திற்கு அருகில் வரவிடாமல் பார்த்துக் கொண்டார். செயின்ட் ஜார்ஜ் கோட்டையின் அருகிலிருந்த அப்படையின் கமாண்டரின் வீட்டிற்கும் சென்று படைவீரர்கள் குறித்து புகார் அளித்து, அவர்களின் நடத்தையைக் கட்டுப்படுத்தவும் செய்தார்.

இந்தியாவின் நைட்டிங்கேல் என்று போற்றப்படும் சரோஜினி நாயுடு ஒரு முறை அவ்வை இல்லத்திற்கு வருகைதந்தார். அதன் சூழல் அவரை மிகவும் ஈர்த்தது. முத்துலட்சுமிக்குக் கடிதம் ஒன்றும் எழுதினார். 'டாக்டர் முத்துலட்சுமி ரெட்டியின் சமூக அக்கறைகளில் ஒன்றான அவ்வை இல்லத்திற்குச் சென்றிருந்தேன். எனக்கு நெகிழ்வையும் மகிழ்ச்சியையும் தந்த அனுபவம் அது.

'வாழ்க்கையில் புறக்கணிப்பிற்கு ஆளாகி, வழிதவறி நிற்கும் சிறுமிகளுக்கு அன்பால் நிறைந்த இல்லம் ஒன்றை ஏற்படுத்த அவரது இரக்கமுள்ள இதயம் வற்புறுத்தியிருக்கிறது. வர்க்கம், சாதி, சமூகம் என்ற அனைத்துப் பாகுபாடுகளையும் அவர் ஒழித்துவிட்டார். அங்கே குழந்தைகள் மத்தியில் மகிழ்ச்சியும் ஒற்றுமையும் நிறைந்த சூழல் நிலவுகிறது. இது அவர்களின் மனத்தையும் குணத்தையும் இனிமை, தூய்மை, செயல்திறன், இயற்கையின் உன்னதம், நற்பழக்கம், வேலை மற்றும் பண்பு ஆகியவற்றை நோக்கிச் செலுத்தும், தாக்கத்தை உண்டாக்கும். அதன் நிறுவனரும் அவருடன் இணைந்து பணியாற்றும் சக ஊழியர்களும் அளிக்கும் தனிப்பட்ட சேவையும் காட்டும் பாசமும் இந்த இல்லத்தை மிகவும் தனித்துவம் கொண்டதாக மகிழ்ச்சி நிரம்பியதாக்குகிறது.'[8]

அவ்வை இல்லத்தின் குழந்தைகள் அனைவரும் ஏதாவது ஒரு கல்வியைப் பெற்றனர். மயிலாப்பூரில் இல்லம் இருந்தபோது அருகிலிருந்த லேடி வெல்லிங்டன் அல்லது தேசியப் பள்ளி, சாரதா வித்யாலயா, மயிலாப்பூர் கான்வென்ட் போன்ற பள்ளிகளுக்குப் பெண்கள் அனுப்பப்பட்டனர். இந்தச் சிறுமிகளுக்கு இந்த நிறுவனங்கள் இலவசக் கல்வியும் சலுகைகளும் அளிக்க வேண்டும் என்று முத்துலட்சுமி வேண்டினார். அரசாங்கம் நடத்தும் அல்லது நகராட்சி அல்லது அரசு உதவி பெறும் கல்வி நிறுவனங்கள் எதுவாக

இருந்தாலும் அவற்றில் படிக்கும் ஏழைப் பெண் குழந்தைகளுக்கு மூன்றாம் படிவம் வரை கட்டணம் செலுத்துவதிலிருந்து விலக்கு அளிக்கவேண்டும் என்ற தீர்மானத்தைச் சட்டப் பேரவை உறுப்பினராக அவர் முன்வைத்தார். மூன்றாம் படிவம் என்பது, இன்றைய எட்டாம் வகுப்புக்கு இணையானது.

அரசாங்கம் இந்த மசோதாவை நடைமுறைக்குக் கொண்டு வந்தாலும் 1934இல் அதை ரத்து செய்தது. இந்தியப் பெண்கள் சங்கம், இந்து உயர்நிலைப் பள்ளியில் கூட்டம் ஒன்றை ஏற்பாடு செய்து ரத்து செய்ததற்கு எதிராகப் போராடியது. அப்போது சட்டமன்ற உறுப்பினராக இல்லாத முத்துலட்சுமி, அரசாங்கத்திற்குப் பல கடிதங்கள் எழுதினார். ஆனால், அவரது கோரிக்கைகளுக்கு எவரும் செவிமடுக்கவில்லை. சட்டப் பேரவையில் அவரது முக்கிய எதிர்தரப்பினராக இருந்த சத்தியமூர்த்தி, முடிவுகள் எடுப்பதில் செல்வாக்கு செலுத்தும் நிலையில் இப்போது இருந்தார்; முத்துலட்சுமி தாக்கல் செய்திருந்த மசோதாக்கள் அனைத்தையும் நிறுத்திவைத்தார்.

அவ்வை இல்லத்தில் வசிப்பவர்களுக்கும் சுற்றுப்புறத்தில் வசிக்கும் குழந்தைகளுக்காகவும் இல்லத்தின் வளாகத்திற்குள் பள்ளி ஒன்றைத் தொடங்க முத்துலட்சுமி முடிவுசெய்தார். அதன்படி, 1939ஆம் ஆண்டில் ஆரம்பப்பள்ளி ஒன்று அமைக்கப்பட்டது. ஒரு சிறப்புப் பள்ளியாக பின்னர் அது அங்கீகரிக்கப்பட்டது. பள்ளிக்கான பாடத் திட்டங்களைத் தயாரிக்கும் சுதந்திரத்தை அவ்வை இல்லத்திற்கு வழங்குமாறு கல்வித்துறையிடம் அவர் கோரிக்கை விடுத்தார். பெண்களுக்கு வீட்டுப்பராமரிப்பு கலைகள், சுகாதாரம், குழந்தை பராமரிப்பு, தோட்டக்கலை மற்றும் வேறு கலைகளும் கற்பிக்கப் பட்டன. கும்மி, கோலாட்டம் மற்றும் பிற நடன வடிவங்களையும் பாடத்திட்டத்தின் ஒரு பகுதியாக அவர்கள் கற்றுக்கொண்டனர்.

அவ்வை இல்லம்தான் 1946ஆம் ஆண்டில் தமிழ்நாட்டின் முதல் அடிப்படைக் கல்வி முறையைத் துவக்கியது. ‘நை தலிம்’ அல்லது புதிய கல்விமுறையை மகாத்மா காந்திதான் உருவாக்கினார். கைவினைத் தொழில்மூலம் கற்றுக்கொள்ளல் என்ற கருப் பொருளுடன் உருவாக்கப்பட்ட அத்திட்டம் பல்வேறு நிலைகளில் தன்னிறைவை நோக்கமாகக் கொண்ட முழுமையான திட்டம்.

பிள்ளைகள் உழைப்பின் பெருமையை உணர்ந்திருந்தனர். ஒரு தொழிலுக்கான சில திறமைகளுடன் அவர்கள் தயாராகினர். மேலதிகமாக படிப்பதில் ஆர்வம் காட்டிய பெண்கள் தொழில்

முறை கல்லூரிகளுக்கும், தொழில்துறை மற்றும் தொழிற்கல்வி பள்ளிகளுக்கும் அனுப்பப்பட்டனர். மேற்படிப்புக்குத் தகுதி இல்லாத பெண்களுக்கு நூற்பு, நெசவு, பிரம்புவேலை, பாய்கள் செய்தல், வேலை, புத்தகம் கட்டுதல், பின்னல் வேலை, ஆடை தயாரிப்பு, வீட்டுப் பராமரிப்பு ஆகியவற்றுடன், தொழில்மையம் ஒன்றில் வாசிக்கவும் எழுதவும் கற்றுத்தரப்பட்டன. குழந்தைகள் தங்கள் வேலைகள் மூலம் சம்பாதிக்கவும் முடிந்தது; முதல் படிவத்தில் இருப்பவர் மாதம் ஓர் அணாவும், நான்காம் படிவத்தில் இருப்பவர் சுமார் ரூ.1.8 என்ற ஊதியமும் அவர்களால் பெறமுடியும். கல்வியறிவுடன் அவர்களைச் சுயசார்பு கொண்டவர்களாகவும் இது ஆக்கியது.

ஆரம்பப் பள்ளிக்கான வயதுத் தகுதியைக் காட்டிலும் அதிகம் வயதானவர்களாகக் கருதப்படும் இளம் பெண்களும் கல்வி அனுபவம் பெற முடியும். மதிய நேரத்திலும் மாலை நேரங்களிலும் தகுதி வாய்ந்த ஆசிரியர்கள் அவர்களுக்கு மொழிப்பாடங்களும், கணிதமும், எழுதவும் சொல்லித்தந்தனர்; தொழில் திறன்கள் சிலவற்றிலும் பயிற்சி அளிக்கப்பட்டது.

அனைத்துப் பெண்களும் வாழ்க்கையில் பொருத்தமான நிலையில் வேலையில் அமர்த்தப்படுவதை உறுதிசெய்ய முத்துலட்சுமி பெரும் முயற்சி எடுத்துக்கொண்டார். அவர்களது அதிர்ச்சிகரமான கடந்த காலத்தைக் கடந்து, மீண்டுவந்திருக்கும் அந்தப் பெண்களை எப்போதும் விமர்சித்துக் கொண்டிருக்கும் மனிதர்களும் இப்பெண்களை ஏற்றுக்கொள்ள இணங்கவைப்பதில் தனது சக்தி அனைத்தையும் பயன்படுத்தினார்.

அவர்களுக்குத் தொழில்சார்ந்த பயிற்சிகளும் அல்லது அவர்களுக்குப் பொருத்தமான வேலைகளையும் கண்டுபிடிப்பதில் விடாமுயற்சியுடன் ஈடுபட்டார். அவர்களது இயல்பான ஆற்றலைப் பொறுத்து, சிலர் ஆசிரியர் பயிற்சிக்கு அனுப்பப்பட்டனர் அல்லது மருத்துவச்சிகளாகப் பயிற்சி அளிக்கப்பட்டனர்; அதன்பின் அவர்கள் செவிலியர்களாகவும் ஆசிரியர்களாகவும் வேலை பெறுவதற்கு இல்லத்தைவிட்டு வெளியேறினர்.

1936ஆம் ஆண்டில், இல்லத்திலிருந்த வயது வந்தோர் பிரிவிலிருந்து மூன்று பெண்கள் மருத்துவச்சிகளாகத் தகுதி பெற்றனர். அவர்களுக்குப் பொருத்தமான வேலையை முத்துலட்சுமி பெற்றுத் தந்தார். இதனால் ஈர்க்கப்பட்ட மேலும் மூன்று பெண்கள் அந்த ஆண்டு சேர்ந்தனர். மற்றவர்கள், பல்வேறு குடும்பங்களில் பகுதி

நேர சமையல்காரர்களாகவும், வீடு பராமரிப்பவர்களாகவும் பணிகளில் சேர்ந்தனர். அதற்குமுன் அந்த வீடுகள் கவனமாக விசாரிக்கப்பட்டன. அவர்களது பயிற்சிக்காகச் செலவழிக்கப்பட்ட பணத்தை, சம்பாதிக்கத் தொடங்கியபின் திரும்பத் தருவதாக ஒப்புதல் பத்திரங்களில் கையெழுத்திட்டு தந்தனர். மற்றவர்கள் இவர்களது அடிச்சுவடுகளைப் பின்பற்ற இத்தொகை உதவியது.⁹

மயிலாப்பூரில் அவ்வை இல்லம் அமைந்திருந்த அந்தக் கட்டடத்திற்கு 1935ஆம் ஆண்டில் இந்தியப் பெண்கள் சங்கத்தின் அலுவலகமும் நூலகமும் மாற்றப்பட்டன. இல்லத்திலிருந்த பெண்களுக்கு வாசகசாலை பயனுள்ளதாக அமைந்தது. இந்தியப் பெண்கள் சங்கத்திற்கு வருகை தந்த சரோஜினி நாயுடு மற்றும் மார்கரெட் கசின்ஸ் போன்றவர்கள் இளம் பெண்களுடன் உரையாடினர், பெண்களுக்கு இது நிச்சயமாக பெரும் உத்வேகமாக இருந்தது. அகில இந்திய மகளிர் கூட்டமைப்பின் வருடாந்திர அமர்வின்போது, அதன் பிரதிநிதிகளுக்கு இல்லத்தில் வரவேற்பு ஒன்று ஏற்பாடு செய்யப்பட்டது. அந்தப் பெண்கள் விருந்தினர்களுக்குப் பொழுதுபோக்கு நிகழ்ச்சியை நடத்தி மகிழ்வித்தனர்.

அந்த நேரத்தில், இல்லத்தில் இளம்பெண்களின் எண்ணிக்கை 50 ஆக உயர்ந்திருந்தது. விண்ணப்பம் அளித்து காத்திருப்போரும் அதிக எண்ணிக்கையில் இருந்தனர். ஆனால், எண்ணிக்கையை அதிகரிக்கும் அளவிற்குத் தங்குமிட வசதிகள் போதுமானவையாக இல்லை. முத்துலட்சுமி தியோசாபிகல் சொசைட்டிக்கு சென்ற போது, எலியட்ஸ் கடற்கரைச் சாலையின் (தற்போது பெசன்ட் அவென்யூ என்று அழைக்கப்படுகிறது) இருபுறமும் பெரிய நிலங்கள் வெற்றிடங்களாக இருப்பதைக் கண்டார்.

சாலையின் வடபுறம் இருந்த நிலம் தியோசாபிகல் சொசைட்டிக்கும், தென்புறம் இருந்த நிலம் திருவண்ணாமலை ஸ்ரீஅருணாசலேஸ்வர தேவஸ்தானத்திற்கும் சொந்தமாக இருந்தன. நிலத்தில் களைச் செடிகளும், புதர்ச் செடிகளும் மண்டிக் கிடந்தன. கோயில் அறங்காவலர்கள் அந்த நிலத்தின் மீது ஆர்வம் காட்டாமல் இருந்தனர். கொடை பத்திரம் எழுதி அதனடிப்படையில் அந்த இடத்தை விற்கவும் முடியவில்லை. எனினும் நீண்டகால அடிப்படையில் அந்த நிலத்தை குத்தகைக்குவிடத் தயாராக இருந்தனர். அவ்வை இல்லத்திற்கு ஐம்பது கிரவுண்டு நிலம் மாதம் ரூ.10 வாடகைக்கும், முத்துலட்சுமியின் தனிப்பட்ட பயன்பாட்டிற்கு மாதம் ரூ.18க்கு வாடகைக்கு இருபத்தேழு கிரவுண்டு நிலமும் ஐம்பது ஆண்டுகளுக்குக் குத்தகைக்கு எடுக்கப்பட்டன.

காலங்கள் மாறிக்கொண்டிருந்தாலும், மாவட்டங்கள் மற்றும் கிராமங்களிலிருந்து அவ்வை இல்லத்தைத் தேடிவரும் ஆதரவற்ற தாய்மார்கள் மற்றும் குழந்தைகளின் எண்ணிக்கைக் குறைய வில்லை. அவ்வை இல்லத்தால் அனைவரையும் ஏற்றுப் பாதுகாக்க முடியாததால், பிரச்சனை தீவிரமாகியது. மகளிர் நலத் துறை ஒன்றை உருவாக்குவதற்கு 1945ஆம் ஆண்டு அரசாங்கத்திடம் மனு ஒன்றை முத்து வெற்றிகரமாக அளித்தார். இணையாக, அவ்வை இல்லம் பெரியவர்களுக்கான பகுதி ஒன்றையும் திறந்தது. அவ்வாறு இல்லத்திற்கு வரும் பெண்கள் குழந்தைகளை அன்புடனும் அக்கறையுடனும் பார்த்துக் கொள்ள முடியும் என்று கருதப்பட்டது.

இவ்வாறாக வயது முதிர்ந்தோர்க்கான கல்வி அளிப்பதும் அவ்வை இல்லத்தில் தொடங்கப்பட்டது. இந்தப் பெண்கள் களப்பணியில் ஈடுபடுத்தப்பட்டனர், வீடு வீடாகச் சென்று தரவுகளைச் சேகரித்தனர். அந்தப் பகுதி மக்களின் சுகாதாரம் மற்றும் தூய்மை நிலையைக் கண்காணித்தனர். வீட்டுத் தூய்மை, வீட்டில் செவிலியர் பணி, கைவினைத் தொழில், உணவுமுறை மற்றும் ஊட்டச்சத்து, சமையல் கலை மற்றும் உணவைப் பாதுகாத்தல் ஆகியவற்றில் பயிற்சி வகுப்பு ஒன்றை முத்துலட்சுமி தொடங்கினார்.[10]

காந்திஜி 1932ஆம் ஆண்டில் எரவாடா சிறையில் மோசமடைந்து கொண்டிருந்த உடல்நிலையுடன் உண்ணாவிரதம் இருந்தார். எழும்பூரின் ஸ்பர் டேங் பகுதியில் இந்தியப் பெண்கள் சங்கம் பிரார்த்தனைக் கூட்டம் ஒன்றை ஏற்பாடு செய்தது. கூட்டத்திற்கு முன்பே பெரும்பாலான உறுப்பினர்கள் கைது செய்யப்பட்டனர். முத்துலட்சுமி, தானும் கைது செய்யப்படலாம் என்ற எண்ணத்தில் அவ்வை இல்லத்தை நிர்வகிக்கத் தேவையான ஏற்பாடுகளைச் செய்துவிட்டு, பெட்டியைத் தயார் செய்தார்.

சமீப காலத்தில் நோயில் விழுந்து குணமடைந்து கொண்டிருந்த அவரது கணவர் பலவீனமாக இருந்தார். எனினும், காவல்துறை சுற்றி வளைத்திருந்த ஸ்பர் டேங்க் பகுதிக்கு அவர் சென்றார். பாதுகாப்பு வளையத்தை மீறி பிரார்த்தனைக்காகக் குறிக்கப்பட்ட பகுதிக்குள் முத்துலட்சுமி நுழைந்தார், ஏராளமான மாணவர்களும் பெண்களும் அவரைத் தொடர்ந்தனர். அனைவரும் அமர்ந்து, பிரார்த்தனைப் பாடல்களைப் பாடினர். கொடி ஏற்றி, 'காந்திஜி கி ஜெய்' என்ற முழங்கினர். எவரும் கைது செய்யப்படாதது ஆச்சரியம். முத்துலட்சுமி அவ்வை இல்லத்திற்குச் சென்று தனது பணியைத் தொடர முடிந்தது.

அவ்வை இல்லம், ஒன்றுக்கு மேற்பட்ட வழிகளில், ஒரு குடும்பம் போலத்தான் இயங்கியது. ஆரம்பத்தில், குயின் மேரி கல்லூரியில் ஆசிரியர் பணி செய்து கொண்டிருந்த முத்துலட்சுமியின் சகோதரி சி.என். நல்லமுத்து கூடுதலாக அவ்வை இல்லத்தின் ரெஸிடெண்ட் வார்டனாகவும் இருந்தார். 1934ஆம் ஆண்டில், லண்டன் ஸ்கூல் ஆஃப் எகனாமிக்ஸில் நான்கு ஆண்டுகள் படிப்பின்போது இங்கிலாந்தில் சந்தித்த டி.வி.ராமமூர்த்தியை அவர் மணந்து கொண்டார். ராமமூர்த்தி, நல்லமுத்துவைச் சந்தித்த பிறகு நடந்த நிகழ்வுகளை முத்துலட்சுமியின் மகன் கிருஷ்ணமூர்த்தி விவரிக்கிறார். 'அவரும் மயிலாப்பூரில்தான் வசித்து வந்தார், 1934 இல் இங்கிலாந்திலிருந்து அவர் திரும்பியவுடன் அவரை (நல்லமுத்து) சந்தித்தார்'.

'மிக விரைவில் அவர்கள் எட்வர்ட் எலியட்ஸ் சாலையிலிருந்த தீவிர பழமைவாத மயிலாப்பூர் சமுதாயத்தின் சாபத்திற்கு ஆளாகினர். அத்துடன், என் அம்மாவின் காதுக்கும் செய்தி எட்டியது. என் அம்மா மயிலாப்பூர் மக்களைப் போல் பழமைவாதி அல்ல; ஆனால், மோசமானவர். வெறித்தனமான தூய்மைவாதி. ஒருவேளை புதுக்கோட்டையில் அவரது குழந்தைப் பருவத்தில் பார்த்திருந்த சூழலுக்கான எதிர்வினையாகக்கூட இது இருக்கலாம். அம்மாவின் செல்வாக்கால், தனது ஆங்கிலேயத் தாராளவாத பார்வையையும் என் அப்பா இழந்திருந்தார். செய்தியைக் கேட்டுக் கோபங்கொண்ட அம்மா தனது தங்கையை வரச் சொன்னார். என் அறிவுக்கு எட்டியவரை அம்மா மிக உன்னதமானவள், உயர்ந்த எண்ணம் கொண்ட பெண்மணி; ஆனால், ஆளுமை மிக்கவள். முறையற்றதாக கருதும் எதையும் சகித்துக்கொள்ளமாட்டாள். அவளுடைய அணுகுமுறைகள், சில நேரங்களில் அடக்கு முறையின் விளிம்பைத் தொட்டன.

'சித்தி, உடனடியாகக் கீழ்ப்படிந்தாள். பயந்து நடுங்கிக் கொண்டு அம்மாவைப் பார்க்க வந்தாள், ஆனாலும், அஞ்சவில்லை. பதட்டம் அடைந்திருந்த அந்த இளைஞர் அவருக்கு உறுதியூட்டியிருந்தார். அம்மா விஷயத்திற்கு நேரடியாக வந்துவிட்டாள். அவர்கள் உடனே மணம் செய்துகொள்ள வேண்டும் என்றாள். இந்து சட்டத்தின்படி, சாதிகளுக்கு இடையிலான கலப்பு மணம் செல்லாது என்பதால், பிரும்ம சமாஜ் சட்டத்தின்கீழ் பதிவுத் திருமணம் செய்துகொள்ள முடிவு செய்யப்பட்டது. அந்த இளைஞர் உடனடியாக ஒப்புக் கொண்டார். அவரது பிரபலமான அப்பா, அவர் தனது வாரிசு இல்லை என்று உடனடியாக அறிவித்தார். ஆனாலும், அவர்கள் என்

அம்மாவின் முன்னிலையில் சட்டப்படி திருமணம் செய்து கொண்டனர்.’

இந்தத் திருமணத்திற்குப் பின், முத்துலட்சுமியும் சுந்தரம் ரெட்டியும் அவ்வை இல்லத்தை நேரடியாக நிர்வகிக்க முடிவு செய்தனர். 1936 இல் அடையாற்றுக்கு இல்லம் மாற்றப்பட்டபோது, அதன் முழுப் பொறுப்பையும் டாக்டர் சுந்தரம் ரெட்டி ஏற்றார். அவ்வை ஆசிரமம் என அவர் குறிப்பிட்ட அவ்வை இல்லத்திற்கு நிதித் திரட்ட மாவட்டங்கள் தோறும் பயணம் செய்தார்.

கிடைத்த சொற்ப நன்கொடைகள் பெண் குழந்தைகளின் உடைகளுக்கும், உணவுக்கும், கல்விக்குமே போதவில்லை. எனவே, அதன் பணிகளை எதிர்கொள்ளத் தேவையான நிதிக்காக அவ்வை இல்லம் அரசாங்க மானியத்திற்கு விண்ணப்பித்தது. 1939ஆம் ஆண்டில் வருடாந்திர மானியம் இல்லத்திற்குக் கிடைத்தது. ஆனால், மாதத்திற்கு ஒரு நபருக்கு ரூ.1.80க்கும் குறைவு!

மிஷனரிகள் நடத்தும் அனாதை இல்லங்களுக்கு மானியமாக இதைக் காட்டிலும் அதிகத் தொகை கிடைப்பதை முத்துலட்சுமி அறிந்திருந்தார், சிவில் அனாதைப் புகலிடங்கள் மாதந்தோறும் ஒரு நபருக்கு ரூ.15 பெற்றன. சிறார் குற்றவாளிகள் சீர்திருத்த இல்லத்திற்கு மாதம் ஒரு நபருக்கு ரூ.10 கிடைத்தது. இந்தத் தொகை, சேர்க்கை மற்றும் உள்கட்டமைப்பு செலவுகளுக்கு மேலதிகமாக கிடைத்தவை. இந்தப் பாரபட்சத்தைச் சுட்டிக்காட்டி கல்வித் துறைக்கு முத்துலட்சுமி கடிதம் எழுதினார். மானியத்தை உயர்த்த வேண்டும் என்ற அவரது கோரிக்கையை நிறைவேற்றும் அளவுக்கு அதற்குத் தகுதி இருப்பதாக உள்துறை செயலாளர் கருதவில்லை எனத் தெரிந்தது.

சிறுமிகளின் பள்ளிக் கட்டணம் செலுத்தத் தேவையான நிதியைக் கண்டுபிடிப்பது அந்தத் தம்பதிக்கு பெரும் சவாலாக இருந்தது. ஐந்து வயதுக்குட்பட்ட சிறுமிகளும், ஆறு வயதுக்குட்பட்ட சிறுவர்களும் உதவித்தொகை பெறத் தகுதியற்றவர்கள் என்ற விதியை மாற்றவேண்டும் என்று முத்துலட்சுமி வேண்டுகோள் விடுத்தார். கட்டணச் சலுகை விஷயத்தை மீண்டும் விவாதிக்கப் போவதில்லை என்று அரசாங்கம் அவருக்குக் கடிதம் எழுதியது. ரெட்டி தம்பதியினர் கட்டணத்திற்குக் கொஞ்சம் பணம் திரட்ட முடிந்தது.

ஆனால், மிகவும் ஏழைமையான குடும்பங்களைச் சேர்ந்த பல சிறுமிகள் பள்ளிப்படிப்பைக் கைவிட வேண்டியிருந்தது. சிறுமிகள்

சார்பில் அப்போதைய கல்வி அமைச்சர் பி.சுப்பராயன் வாதாடினார்; ஆனால், எந்தப் பலனும் இல்லை. மாகாணத்தின் பிரீமியர் சி.ராஜகோபாலாச்சாரிக்கு அவரது அமைச்சரின் கருத்துடன் உடன்பாடு இருந்தாலும், நிலைமையை மாற்ற எதுவும் செய்யவில்லை.

1952ஆம் ஆண்டில், ஆசிரியக் கல்வி மற்றும் பயிற்சிக்கான தேசிய மையத்துடன் இணைந்து, அவ்வை இல்லத்தில் ஓர் ஆசிரியப் பயிற்சி நிறுவனத்தை முத்துலட்சுமி தொடங்கினார். பிராந்திய மொழியில் இரண்டு ஆண்டு டிப்ளமோ படிப்பை அது வழங்கியது. கிருஷ்ணமூர்த்தி எழுதுகிறார். 'இலக்கு இதுதான். அனைவருக்கும் ஒரே மாதிரியான கல்வியைப் பரப்ப, விரைந்து ஆசிரியக் கேடர்களை உருவாக்குதல்; அத்துடன், அதேநேரத்தில் தொழில்முறைக் கல்வி மற்றும் வேலைவாய்ப்பை மேம்படுத்துதல்.'

குயின் மேரி கல்லூரியின் முதல்வராக இருந்த நல்லமுத்து 1964இல் ஓய்வு பெற்றார். அகால மரணமடைந்த கணவர் டி.வி.ராமமூர்த்தியின் நினைவாக உயர்நிலைப் பள்ளி ஒன்றைத் தொடங்க பெருந்தொகையை நன்கொடையாக வழங்கினார், டி.வி.ஆர். உயர்நிலைப் பள்ளி தொடங்கப்பட்டது. இந்தப் பள்ளி 1978இல் மேல்நிலைப்பள்ளியாக தரம் உயர்த்தப்பட்டது.

முத்துலட்சுமியும் அவரது மகன் கிருஷ்ணமூர்த்தியும் அடையாறு புற்றுநோய் நிறுவனத்தை அமைப்பதில் மும்முரமாக இருந்தனர்; அவரது மருமகள் மந்தாகினி கிருஷ்ணமூர்த்தி பள்ளியின் கௌரவத் தாளாளராகப் பொறுப்பேற்றுக் கொண்டார். மந்தாகினி, மகாத்மா காந்தியின் வார்தா சேவாகிராமில் கணிசமான நேரத்தைச் செலவிட்டவர். அடிப்படைக் கல்விக்கான பாடத்திட்டம் ஒன்றை அவ்வை இல்லத்தில் அவர் உருவாக்கினார். இப்பகுதியின் பண்பாட்டிற்குத் தேவையானதாக அது இருந்தது.

எப்போதும் பள்ளிக்கு அவர் முதலில் வந்துவிடுவார். வளாகத்தில் பார்க்கும் குப்பைகளைச் சேகரித்து தொட்டியில் போடுவார். அவர் அவற்றைப் பார்த்துப் பொறுக்குவதற்கு முன் எடுத்துவிட வேண்டும் என்று சிறுமிகள் எப்போதும் விழிப்புடன் இருப்பார்கள். கல்வித் துறையில் அவரது முயற்சிகளுக்காக விருதுகள் பல பெற்றுள்ளார். அவர் காட்டிய பரிவையும், வளாகத்தின் தூய்மையைப் பேணுவதில் அவரது அயராத உழைப்பையும், பெரு விருப்பத்துடன் படிக்கவேண்டும் என்று சிறுமிகளை ஊக்குவித்ததையும் அவ்வை இல்லத்தின் பழைய மாணவிகள் பலரும் நினைவு கூர்கின்றனர்.

கெடுவாய்ப்பாக, உடலைப் பலவீனப்படுத்தும் நோய் அவரைத் தாக்கியது. 2000ஆம் ஆண்டிற்குப் பின் அவரது வேலையைத் தொடரவிடாமல் தடுத்தது.

2001ஆம் ஆண்டில் அவரது 82வது வயதில் புற்றுநோய் நிறுவனத்தில் பணிபுரிந்து கொண்டிருந்த டாக்டர் கிருஷ்ணமூர்த்தி, கூடுதலாக அவ்வை இல்லத்தின் பொறுப்பையும் ஏற்க முடிவு செய்தார். டாக்டர். சாந்தாவின் சகோதரி வி.சுசீலா உதவிக்கு வந்தார். டாக்டர் சாந்தா, மகப்பேறு மற்றும் பெண் நோயியல் படித்துக் கொண்டிருந்த இளங்கலை மாணவி; புகழ்பெற்ற குடும்பத்திலிருந்து வந்தவர்.

சுசீலா, மதராஸ் ரப்பர் தொழிற்சாலை ஒன்றில் மூத்த நிர்வாகப் பதவியிலிருந்து அப்போதுதான் ஓய்வு பெற்றிருந்தார். கௌரவச் செயலராகவும், தாளாளராகவும் இல்லத்தை நடத்தும் பொறுப்பை ஏற்றுக்கொண்டார். எத்திராஜ் கல்லூரியில் பொருளாதாரப் பேராசிரியராகப் பணியாற்றி ஓய்வுபெற்ற ராஜலட்சுமி, சமூக ஆர்வலரும் கல்வியாளருமான வசந்தி தேவியின் நற்சான்றிதழுடன் இல்லத்தில் சேர்ந்துகொண்டார். மிக விரைவில், புகழ்பெற்ற தொழிலதிபர் சுகல்சந்த் ஜெயின் தலைமைப் பொறுப்பை ஏற்றுக்கொண்டார்.[11]

50 ஆண்டுகளை அவ்வை இல்லம் நிறைவு செய்தபோது, ஓர் அடிப்படைக் கல்வியளிக்கும் பள்ளியும், ஆசிரியப் பயிற்சி மையமும், மிகவும் வெற்றிகரமான திறன் மேம்பாட்டுத் திட்டங்களும், வயது வந்தோர்க்கான கல்வித் திட்டங்களும் அங்கு செயல்பட்டன. நிறுவனத்தை நடத்தப் போதுமான நிதியைத் திரட்டுவதில் இருந்த சிரமங்களை விஞ்சி இவற்றைச் சாதிக்க முடிந்தது.

அவ்வை இல்லத்தில் வளர்ந்து பயனடைந்த எண்ணற்ற பெண்களில் ஜானகியும் புனிதாவும் அடங்குவர். ஐம்பதுகளின் இறுதியில் ஆறாவது வயதில் அவ்வை இல்லத்திற்கு வந்த ஜானகி, முத்துலட்சுமி 'அம்மா'வைப் பார்த்தவர். தற்போது 82 வயதாகும் அவர், கேன்சர் இன்ஸ்டிட்யூட்டில் மேட்ரனாக பணியாற்றி ஓய்வு பெற்றவர், முத்துலட்சுமி ரெட்டி எவ்வளவு அன்பாக இருந்தார் என்பதையும், பெண்களிடம் அவர் எவ்வளவு கண்டிப்பான ஒழுக்கமாக இருந்தார் என்பதையும் நினைவுகூர்ந்தார்.[12]

ஏழைமையான, வசதியற்ற குடும்பத்திலிருந்து வந்த புனிதா, அவ்வை இல்லத்தில் பிரகாசமாக ஜொலித்தவள். அவர் இசை

நிகழ்வுகளில் பங்கேற்றார், தன்னார்வச் சேவைகளிலும், விவாதங் களிலும், விளையாட்டுகளிலும் பங்கேற்றார். அவர் ஒரு நல்ல விளையாட்டு வீராங்கனையாகவும் திகழ்ந்தார். இப்போது அவர் பள்ளி ஆசிரியர், இளம் தாய். அவ்வை இல்லத்தில் இருந்த நாட்களே தன் வாழ்வின் சிறந்த பகுதி என நன்றியுடன் நினைவுகூர்கிறார்.

கிருஷ்ணமூர்த்தி எழுதுகிறார். 'அவ்வை இல்லம், அது தொடங்கப்பட்ட நாளிலிருந்தே சரியாகத் திட்டமிடப்படாத ஒன்றாகத்தான் இயங்கி வந்தது. எதிர்பாராத அவசரநிலைத் தருணத்தில் அது உருவானது. தேவதாசி சீர்திருத்த முயற்சிகள் அந்தச் சமூகத்தில் மாற்றங்களை முன்னறிவிக்கும் ஒன்று என எதிர்பார்க்கப்பட்டது. ஆனால், அந்த நேரத்தில் சமூகச் சீர்திருத்த வாதிகள் என்று அழைக்கப்பட்ட மனிதர்கள் வெளிப்படுத்திய வக்கிரமான எதிர்ப்புகள், எதிர்பார்க்காதவை. அவ்வை இல்லத்தின் வளர்ச்சியைப் பல காரணிகள் வடிவமைத்தன: சுற்றுச்சூழல் மாற்றங்கள், அரசியல் மாற்றங்கள், சமூகம் பெற்ற பரிணாம வளர்ச்சி ஆகியன; அத்துடன் மிக முக்கியமாக, மாறிக்கொண்டே இருக்கும் சமூகத்தின் தேவைகளும்.'[13]

ஒவ்வொரு அமைப்பும் எதிர்கொள்ளும் இவ்வாறான தொடர்ச்சியான சிரமங்களுக்கு மத்தியில் அவ்வை இல்லம் தொடர்ந்து வளர்ந்தது. கோயிலுக்குச் சொந்தமான நிலத்தில் பள்ளி அமைந்துள்ளது. 80 ஆண்டு பழமையான கட்டடத்தைப் பழுது பார்க்க, கட்டட நிதிக்கு விண்ணப்பிக்க உரிமை இல்லாத காரணத்தால் அது விஷயங்களைச் சிக்கலாக்கியது. மந்தாகினி கிருஷ்ணமூர்த்தி மறைந்தபின், முத்துலட்சுமி வசித்த வீடும், அதைச் சுற்றியிருந்த இடமும் தேவஸ்தானத்திடம் திரும்பவும் ஒப்படைக்கப்பட்டன.

வி.சுசீலா இளம் பெண்களுக்கான உறுதியான விடுதி கட்டடம் ஒன்றை உருவாக்க நிதி திரட்டினார். தமிழகத்தின் முன்னாள் முதல்வர் திரு.எம்.ஜி.ராமச்சந்திரன் அவர்கள் இல்லத்திற்கு நன்கொடையாக வழங்கிய நிலத்தில், வரம்பிற்குட்பட்டு மாணவர்களைச் சேர்த்துக்கொள்ளும் வகையில் பள்ளிக் கட்டிடத்தைத் தற்போது ஏற்பாடு செய்து வருகிறார். அவ்வை இல்லம் தொடர்ந்து வளர்ந்து வருகிறது. விடுதியில் வசிக்கும் சிறுமிகளின் முகத்தில் நாம் பார்க்க முடிகிற சிரிப்பு, ஏராளம் பேசுகிறது.

✦

8. புற்று நோய்க்குத் தீர்வு

புற்றுநோய் என்ற சொல் பல்வேறு எதிர்வினைகளை உண்டாக்குகிறது. ஆனால், பொதுவாக பீதியை ஏற்படுத்தும், வலியைக் குறிக்கும், குணப்படுத்த முடியாத ஒன்று. உயிர் பிழைத்தவருக்கோ, நோயறிந்ததால் ஏற்பட்ட அதிர்ச்சி, சிகிச்சைப் பயணத்தின் பல்வேறு காலகட்டங்கள், தொடர்ச்சியான சிகிச்சை, கண்காணிப்பு, இறுதியில் இயல்பு வாழ்க்கைக்குத் திரும்பிய மகிழ்ச்சியின் நினைவுகளாய் இருக்கும்.

- டாக்டர் வி. சாந்தா, முத்துலட்சுமி ரெட்டியின் சீடர்.)[1]

சுந்தராம்பாள் 1923ஆம் ஆண்டு புற்றுநோயால் இறந்தார். அவளுக்கு மருத்துவத்தால் எதுவும் செய்ய முடியாமல் போனதை அக்கா முத்துலட்சுமியால் பார்க்க நேர்ந்தது. இந்த மரணம் அவருக்குள் பெரும் தாக்கத்தை ஏற்படுத்தியது, புற்றுநோய் சிகிச்சைக்கு என்று தனியாக ஒரு மருத்துவமனை அமைக்க முடிவு செய்தார்.

சுந்தராம்பாளுக்கு, அவளது உடன்பிறப்புகளைப் போல் கல்வியில் நாட்டம் இல்லை. இசை, சம்ஸ்கிருதம், தமிழ் ஆகிய மூன்றிலும் அவளுக்குப் பயிற்சி அளிக்கப்பட்டது. தனது இருபத்துநான்காவது வயதில் தங்கை நல்லமுத்து கற்பித்துக் கொண்டிருந்த குயின் மேரி கல்லூரியில் சேர்ந்தார். விடுதியின் காரமான உணவால் வயிற்றுப் போக்கின் அறிகுறிகள் அவளிடம் காணப்பட்டன. முத்துலட்சுமி

அவளை வீட்டிற்கு அழைத்து வந்தார், ஆனால் வயிற்றுப்போக்கு நிற்கவில்லை. ஒருவர் வயிற்றுப் புழுக்களுக்கு சிகிச்சை அளித்தார், மற்றொருவர் அமீபியாவால் ஏற்படும் வயிற்றுப்போக்கிற்கு ஊசி போட்டார்.

இதற்கிடையில், சுந்தராம்பாளுக்கு திருமண வாய்ப்பு வந்தது, அதை அவள் ஏற்றுக்கொண்டாள். அந்த இளைஞன், லண்டனில் இருந்த சாந்தி நிகேதனில் ஓவியம் வரைவதிலும் சிற்பக்கலையிலும் பயிற்சி பெற்ற கலைஞன். பெங்களூரில் நுண் கலைப் பள்ளியில் வேலை பார்த்துவந்தான். திருமண வாழ்க்கையைத் தொடங்க மணமகள் பிரகாசமான முகத்துடன் பெங்களூருக்கு புறப்பட்டாள்.

இரண்டு மாதங்களுக்குப் பின் அவள் முத்துலட்சுமிக்குக் கடிதம் எழுதினாள். கருத்தரித்திருப்பதாகவும், ஆனால், மலச்சிக்கலால் அவதிப்படுவதாகவும் அதில் குறிப்பிட்டிருந்தாள். மலத்தில் சில துளிகள் ரத்தம் இருந்தது என்றும் கூறியிருந்தாள். மதராசில் அவளுக்கு மலச்சிக்கலுக்காகச் சிகிச்சை அளிக்கப்பட்டது. ஆனால், முத்துலட்சுமி அவளைப் பரிசோதித்தபோது, வயிற்றின் உட்புறம், கடினமான, கட்டி போன்ற வளர்ச்சியை உணர்ந்தார். அதிர்ச்சி அடைந்தார். புற்றுநோய்க்கு அறிகுறியான கட்டியாக இருக்கும் என்று சந்தேகித்தார்.

மெட்ராஸ் பெண்கள் மற்றும் குழந்தைகள் மருத்துவமனையின் பிரபல அறுவை சிகிச்சை நிபுணரான டாக்டர் பெடனை அழைத்துக் காட்டினார். பரிசோதித்த டாக்டர் பெடனும் அதிர்ச்சியடைந்தார், அதுவும், மிகவும் ஆரோக்கியமாக இருக்கும் பெண்ணிடம் கட்டியா என்று ஆச்சரியப்பட்டார். மற்றொரு மருத்துவரும் தவறாக எதையும் கண்டறியவில்லை. நோயியல் பரிசோதனையும் அந்த செல் சாதாரணமாகத்தான் தோன்றுகிறது என்றது.

ஆனால், சுந்தராம்பாள் மிகுந்த வலியால் அவதிப்பட்டாள். மலக்குடல் கட்டியை நீக்க, பின்புறமிருந்து இடுப்பு முதுகெலும்பின் வழியாக நுட்பமான ஓர் அறுவைச் சிகிச்சை செய்ய முடிவு செய்யப்பட்டது. வழக்கம்போல் சிகிச்சைக்கான அனைத்துச் செலவுகளையும் முத்துலட்சுமி ஏற்றுக்கொண்டார்.

முத்துலட்சுமி மிகுந்த கவலையில் இருந்தார். அறுவை சிகிச்சைக்குப்பின் அவளை நன்கு கவனித்துக் குணமாக்க வேண்டும் என்ற ஆர்வத்தில் சுந்தராம்பாளை வீட்டிற்கு அழைத்து வந்தார். காயத்திற்குக் கட்டுப்போடும் போது, சிகிச்சைக்குப் பயன்படும் மெல்லிய சல்லடைத் துணி (gauze) உடலிலேயே தவறுதலாக

விடப்பட்டதைக் கண்டுபிடித்தாள். துணி வெளியில் எடுக்கப்பட்டு, சுத்தம் செய்யப்பட்டுக் குணமடையும் வரை சுந்தராம்பாள் கடுமையான வலியைத் தாங்கவேண்டியிருந்தது. எனினும், கட்டி மீண்டும் உருவாகிவிட்டது.

டீப் எக்ஸ்ரே மற்றும் ரேடியம் சிகிச்சை மூலம் புற்றுநோய்க்கான தீர்வு அப்போது மெட்ராசில் இல்லை, முத்துலட்சுமி சுந்தராம்பாளை கல்கத்தாவுக்கும், அதன்பின் ராஞ்சிக்கும் ரேடியம் சிகிச்சைக்காக அனுப்பினார். ஆனால், சுந்தராம்பாளின் வேதனை தொடர்ந்தது. இறுதியில், அவள் மெட்ராஸில் முத்துலட்சுமியின் வீட்டில் காலமானாள்.

முத்துலட்சுமியின் மகன் கிருஷ்ணமூர்த்தி இதை உருக்கமாக விவரிக்கிறார். 'மெட்ராசில் ராயப்பேட்டை பீட்டர்ஸ் சாலையில் இருந்த சிறிய வீடு அது. 1923 ஆண்டு, மார்ச் மாதத் தொடக்கம். ஒரு மரக் கட்டிலில் அந்தப் பெண் படுத்திருக்கிறாள். வெளிப்படையாக இளமையாகத் தெரிந்தாலும், நோய் அவளைச் சேதப்படுத்தி இருந்தது. முகம் முழுவதும் வலியின் ரேகைகள், தலைமுடி ஆங்காங்கே ஒன்றிரண்டுதான் காணப்பட்டன. மிக மென்மையாக, விரைவாக சாம்பல் நிறம் ஆகிவிட்டது.

'விரக்தியின் கட்டத்தைக் கடந்துவிட்டாள். கண்களில் கையறு நிலையும் நம்பிக்கையிழப்பின் துயரமும் தென்பட்டது. ஒரு பக்கம் சாய்ந்து, அமைதியாக படுத்திருக்கிறாள். ஆனால், சுருங்கிப் போய்விட்ட அவளது இளம் உடலில், தசை இறுக்கத்தின் வலி உருவாகும்போது திடீரென்று நெளிந்து திரும்புவாள்.

'மற்றொரு இளம் பெண் கட்டிலுக்கு அருகில் நாற்காலியில் அமர்ந்திருக்கிறாள். அவள் கரு நிறத்தவள், சிறிய உடல் கொண்டவள். உறுதியான சிறிய முகவாய். அவளது ஆற்றலையும் செயல் தன்மையும் எடுத்துரைப்பதாக அவள் அமர்ந்திருந்த முறை இருந்தது. எனினும், மிகவும் குறிப்பிடத்தக்க அம்சமாக, உள்ளார்ந்த புத்திசாலித்தனத்துடன் அவளது கண்கள் ஒளிர்ந்தன. அந்தக் காலத்தில் இருந்த பாணியில், சாதாரண கொரநாட்டு புடைவை கட்டியிருந்தாள்; நீண்ட கையுள்ள, மணிக்கட்டில் இறுக்கமாகப் பிடித்திருக்கும் உயரமான, இறுக்கமான காலர் கொண்ட ரவிக்கையும் அணிந்திருக்கிறாள்.

'இருவரும் சகோதரிகள், ஆனால் படுத்திருக்கும் பெண்ணின் வேதனை இருவருக்கும் இடையிலான ஒற்றுமையைத் துடைத்து விட்டது. நோயாளியின் பெயர் சுந்தராம்பாள். இளம் மருத்துவச்

சகோதரியின் பெயர் முத்துலட்சுமி. சுந்தரம் திடீரென்று தன் அக்காவைப் பார்த்து, 'அக்கா, எனக்கு இன்னும் ஒரு மார்ஃபியா (மார்ஃபினின் பழைய பெயர்) ஊசி போடேன். ஓவர் டோஸா இருந்தாலும் பரவாயில்லை. இப்படி உயிருடன் செத்துக் கொண்டிருப்பதைக் காட்டிலும் எனக்கே தெரியாமல் நித்தியமான தூக்கத்திற்குச் செல்கிறேனே.'

'அவள் அக்கா முகத்தைத் திருப்பிக் கொள்கிறாள். கண்டிப்புடன், ஆனால், கண்களில் வேதனையின் உலகம்; உதடுகள், உறுதியாக, கண்டிப்பாகவும் சொற்களை உதிர்க்கின்றன. 'அரை மணி நேரத்துக்கு முன்புதான் உனக்கு மார்பியா போட்டேன். இப்போது, உடனே கொடுக்க முடியாது'. சுந்தரம் திருப்பிக் கேட்கிறாள், 'ஆனால் என் வலியிலிருந்து நான் மீளவே இல்லை. பின் எப்படி நீ மணிக் கணக்கைப் பார்ப்பாய்?' முத்துலட்சுமி பதில் சொல்லாமல் அமைதியாக இருக்கிறார்.

'அவர் எழுந்தார். ஆசனவாய் இருந்திருக்க வேண்டிய பகுதியிலிருந்த துளையின் வழியாக கசிந்த மலத்தையும் சிறுநீரையும் துடைத்து சுத்தம் செய்கிறார். சுந்தரம் கேட்கிறார், 'அக்கா, இது எவ்வளவு காலம்? எவ்வளவு காலம்தான் உனக்கு மோசமான சுமையாக இருக்கப்போகிறேன்?' முத்துலட்சுமி, 'நீ ஒரு சுமை இல்லை. எந்தவொரு நோயாளிக்கும் நான் செய்யும் சேவை இது. முட்டாள்தனமா பேசாதே' என்கிறார். சுந்தரம் வேதனையில் புலம்புகிறாள். 'ஆனால் இதை என்னால் தாங்க முடியவில்லை அக்கா. இனியும் என்னால் தாங்க முடியாது.' அன்று மாலை சுந்தரம் இறந்துபோனாள். முடிவு திடீரென்று, எதிர்பாராத விதமாக வந்தது. இரண்டு ஆண்டுகள் நீண்ட அவளது வேதனை இறுதியில் முடிந்துபோனது.'[2]

புற்றுநோய் பாதிப்பிற்கு உள்ளானவர்களின் வேதனையைத் தணிக்கமுடிவதற்கான வாய்ப்பை 1925இல் முத்துலட்சுமியால் நேரடியாகப் பார்க்க முடிந்தது. லண்டனுக்கு அவர் சென்றிருந்த போது, ராயல் மார்ஸ்டென் மருத்துவமனையில், புற்றுநோயின் கதையை அறிந்தார். விரக்தியும் தோல்வியும் மட்டும் அல்ல. மாறாக, புற்றுநோயைக் குணப்படுத்துவது சாத்தியமான ஒன்றே. நோயாளி அதிலிருந்து மீண்டு வீடு திரும்பி, இயல்பான வாழ்க்கைக்குத் திரும்ப முடியும் என்று கண்டறிந்தார். புற்று நோய், குணப்படுத்த முடியாத ஒன்று அல்ல என்ற எண்ணத்துடன் இந்தியா திரும்ப மனத்தில் உறுதி ஏற்றார். இந்த நோக்கத்திற்காகத் தன்னை அர்ப்பணித்துக் கொள்ள சபதம் மேற்கொண்டார்.[3]

1928ஆம் ஆண்டில் இந்தியாவுக்குத் திரும்பினார். முதல் பெண் சட்டமன்ற உறுப்பினராக நியமிக்கப்பட்ட பின் பல நோக்கங்களுக்காக அவர் போராடினார்; மதராசில் புற்றுநோய்க்காக தனித்த மருத்துவமனையை நிறுவுவதற்கு முத்துலட்சுமி பொதுவெளியில் குரல் கொடுத்தார். மிகச் சிலரே புற்றுநோய் குறித்து ஏதோ கொஞ்சம் அறிந்திருந்தனர். எந்தச் சிகிச்சையும் அதற்கு இல்லை என்பதால், மிக உறுதியாக மரணம்தான் என்று அவர்கள் நம்பினர். இதைப் பற்றி கேள்விப்பட்டவர்கள், ஒருவரது கர்மாவும், விதியும், முந்தையப் பிறவியில் செய்த வினைப்பயனும் இதற்குக் காரணம் என்றனர்.

புற்றுநோய்க்குச் சிகிச்சை அளிக்க சிறப்பு மருத்துவமனை என்ற முத்துலட்சுமியின் யோசனை அனைவருக்கும் பிடித்திருந்தது. ஆனால், அது சாத்தியமான ஒன்றில்லை என்று நினைத்தனர். ஆனால், முத்துலட்சுமியை எதுவும் தடுக்கவில்லை. துணிச்சலும், செயல்படும் முனைப்பும் அவரிடம் இருந்தன. இதற்கான யோசனைகளுடன் அவர் முன்சென்றார்.

1935ஆம் ஆண்டில், மெட்ராஸ் மருத்துவக் கல்லூரியின் நூற்றாண்டு விழா கொண்டாடப்பட்டது. அதற்காகச் சேகரிக்கப்பட்ட நிதியில் ஒரு பகுதியை புற்றுநோய் மருத்துவமனை அமைக்க ஒதுக்க வேண்டும் என்று தீர்மானம் கொண்டு வந்தார். யாரும் செவிசாய்க்கவில்லை. 1936 ஆம் ஆண்டில், கிங் ஐந்தாம் ஜார்ஜ் நினைவு நிதிக் குழுவிடம் மெமோரண்டம் ஒன்றை அவர் அளித்தார். சேகரிக்கப்பட்ட நிதியைப் புற்றுநோய் மருத்துவமனைக்குப் பயன்படுத்த வேண்டும் என்று வலியுறுத்தினார். நவீன உபகரணங்களுடன் கூடிய சிறப்பு மற்றும் தனிப்பட்ட மருத்துவமனை அமைய வேண்டும் என்று வேண்டினார்.

ஆரம்ப நிலையில் இருக்கும் மற்றும் நோய் முற்றிய நிலையில் இருக்கும் நோயாளிகளையும் அங்கு சிகிச்சைக்கு அனுமதிக்க வேண்டும். மருத்துவ மாணவர்களுக்கும் முதுகலை பட்டதாரிகளுக்கும் சிறப்பு படிப்பை வழங்க வேண்டும்; புற்றுநோய் தொடர்பான ஆராய்ச்சிப் பணிகளும் அங்கு நடக்க வேண்டும் என்றார். பொது சுகாதாரத் துறை மற்றும் தன்னார்வ தொண்டு நிறுவனங்கள் மூலம் பொதுமக்களுக்கு இந்நோய் குறித்துச் சொல்லப்பட வேண்டும். அதன் வழியாக புற்றுநோயின் ஆரம்ப அறிகுறிகள் குறித்து அவர்களுக்கு விழிப்புணர்வு ஏற்படுத்த முடியும். அதைப் புறக்கணித்தால் ஏற்படும் தீவிர விளைவுகளை உணர வைப்பதன் மூலம் அவர்களைச் சரியான நேரத்தில் சிகிச்சை பெறவைக்க முடியும்.[4]

இந்த வேண்டுகோளில், மெட்ராஸ் மாகாண முஸ்லிம் பெண்கள் சங்கம் மற்றும் இந்தியப் பெண்கள் சங்கம், சாரதா லேடீஸ் யூனியன், இளம் பெண்கள் கிறிஸ்தவச் சங்கம், அகில இந்திய மகளிர் கூட்டமைப்பின் மதராஸ் கிளை ஆகியவற்றின் தலைவர்களும் செயலாளர்களும் கையெழுத்திட்டிருந்தனர்.

அவரது வேண்டுகோள் குறித்து எவரும் பச்சாதாப உணர்வையும் புரிதலையும் காட்டவில்லை. வாழ்நாளில் புற்றுநோய் மருத்துவமனை என்ற யோசனை நிறைவேறுமா என்று டாக்டர் முத்துலட்சுமி சந்தேகம் கொண்டார். தனது சிந்தனையின்மீது மகனுக்கு நம்பிக்கை ஏற்படுத்த வேண்டும்; அவர் காலத்திற்குப் பிறகாவது அதை நனவாக்கும்படி செய்ய வேண்டும் என்று முடிவு செய்தார். இரண்டு பேரில், மூத்தவனான ராம்மோகனுக்கு மருத்துவம் படிப்பதில் ஆர்வம் இல்லை.[5] அதனால், 1937 இல் தனது இரண்டாவது மகன் கிருஷ்ணமூர்த்தியை மருத்துவம் படிக்கச் சேர்த்தார்.

1939 இல் தொடங்கிய இரண்டாம் உலகப் போர் அனைத்து புதிய திட்டங்களையும் நிறுத்தி வைத்தது. கிருஷ்ணமூர்த்தி 1942இல் மருத்துவப் பட்டம் பெற்றார்; அதன்பின் புற்றுநோய் சிறப்புப் பயிற்சிக்காக அமெரிக்காவிற்கு அனுப்பப்பட்டார். புற்றுநோய் மருத்துவமனை அமைக்க நடந்த சிரமமான ஆரம்ப ஆண்டுகள் குறித்து டாக்டர் கிருஷ்ணமூர்த்தி தனது கட்டுரையில் இவ்வாறு எழுதுகிறார்.

'என் அம்மாவிடம் தனிப்பட்ட சொத்து என்பது மிகவும் குறைவு. அப்பா டாக்டர் சுந்தரம் ரெட்டி 1943ல் காலமானார், அவருக்கு வந்த ஓய்வூதியமான ரூ.500 திடீரென நிறுத்தப்பட்டது. எங்களிடம் வீடு இருந்தது. அதன் மூலம் மாத வாடகை ரூ.400 கிடைத்தது. ஆனால், விலைவாசி உயர்ந்து கொண்டிருந்த காலம். பல விஷயங்களையும் சமாளிப்பது அம்மாவுக்குக் கடினமாக இருந்திருக்க வேண்டும். எனினும், அப்பா உயிருடன் இருந்தபோது இருந்த அதே வசதிகளை எங்களுக்கு அளிக்க முயன்றார்.

'எனினும், என்னை அமெரிக்காவிற்கு அனுப்புவது முற்றிலும் வேறொரு விஷயமாக எடுத்துக் கொள்ளப்பட்டது. எனது வெளிநாட்டுக் கல்விக்காக அப்பா ஒதுக்கி வைத்திருந்த ரூ.12,000 ரொக்கம் தவிர்த்து, அம்மாவிடம் பணமாக எதுவும் இல்லை. காரையும் வேறு சில அசையும் சொத்துக்களையும் விற்றுவிட்டார். அந்தப் பணத்தில் என்னை 1947இல் அமெரிக்காவுக்கு அனுப்பினார்.

அவர் திட்டமிட்டிருந்த 'ஆபரேஷன் கேன்சரின்' இரண்டாம் நிலை இது."[6]

அமெரிக்காவிலிருந்து கிருஷ்ணமூர்த்தி திரும்பியபிறகு, மருத்துவமனைக்கான புதிய முயற்சிகளை முத்துலட்சுமி தொடங்கினார். எனினும் அமெரிக்காவிற்குத் திரும்புவதில்தான் கிருஷ்ணமூர்த்தி ஆர்வமாக இருந்தார். அத்துடன் அவரது தாயிடமிருந்த லட்சிய வைராக்கியம் அவருக்கு இல்லை. 'முரண் களையும் சோதனைகளையும் சந்தித்து வெற்றிபெறும் சாகச வீரனாக, முன்னோடியாக இருக்க எனக்கு விருப்பம் இல்லை,' என்று அவர் கூறினார்.

மகனின் மனநிலையை உணர்ந்த அவரது தாய், தன் யுக்தியை முற்றிலும் மாற்றிக்கொண்டார். மனிதகுலத்திற்குச் செய்ய வேண்டிய சேவை பற்றி அவரிடம் பேசவில்லை. மாறாக, அவரை 'எமோஷனல் பிளாக்மெயில்' செய்தார். புற்றுநோய் மருத்துவமனை தொடங்க வேண்டும் என்ற நோக்கத்தின் பின்னிருந்த காரணங்களை, நோய் தொடர்பாக அனுபவித்த துன்பங்களையும், சிரமங்களையும் மனவேதனைகளையும் விரிவாக விளக்கினார்.

ஒரு நாள் தன் கனவை நனவாக்க தனது மகன் உதவுவான் என்ற நம்பிக்கையில்தானே அவற்றையெல்லாம் விருப்பத்துடன் எதிர்கொள்ளத் தயாராக இருந்தார். 'நான் எனது அம்மாவிடம் மிகவும் பற்றுள்ளவன்; அதன்பின், என்ன வந்தாலும், போராட்டத்தை ஒன்றாக எதிர்கொள்வோம் என்று அவ்வப்போது உறுதி எடுத்துக் கொண்டோம்.[7]

மருத்துவமனைக்கான நிதி திரட்டும் பிரசார இயக்கத்தை நடத்த அவர்கள் இருவரும் இணைந்து இந்தியப் பெண்கள் சங்கத்தை அணுகினர். இந்தியப் பெண்கள் சங்கம் மிகவும் விருப்பத்துடன் இருந்தது. 1949 ஆம் ஆண்டில் இந்தியப் பெண்கள் சங்கத்தின் புற்றுநோய் நிவாரண நிதித் திட்டம் அமைக்கப்பட்டது. பொருளாளராக முத்துலட்சுமி ரெட்டி இருந்தார்.

மருத்துவமனைக்கு நிலம் கேட்டு வைத்த கோரிக்கைகளுக்கு அரசாங்கம் மௌனமாக இருந்தது. எனினும் பிரசார இயக்கம் தொடர்ந்து நடந்தது. முத்துலட்சுமியும் அவரது மகனும் இலக்கில் உறுதியாக இருந்தனர். சுகாதார அமைச்சர் இந்தப் பிரசாரத்தை ஒரு தாழ்ந்த விஷயமாகப் பார்த்தார். 'ஆனால் அரசாங்கத்தின் விரோதப் போக்கையோ அல்லது பொதுமக்களின் ஏளனத்தையோ கண்டு அவர் முடங்கிவிடக்கூடாது. எனினும், அவரது பழைய நண்பர்கள்

சிலர், அவர் சோதனையைச் சந்தித்த தருணத்தில் அவருக்கு ஆதரவாகத் திரண்டனர்.'[8]

மெட்ராஸ் மாகாணத்திற்கு சரியான புற்றுநோய் மருத்துவமனை வேண்டும் என்ற பிரச்சனையைச் சார்ந்து பொதுக் கூட்டம் ஒன்றை நடத்த முடிவு செய்தார். 1949 ஆகஸ்ட் 18 அன்று மெட்ராஸ் ராஜாஜி ஹாலில் பொது வாழ்வில் ஈடுபட்டிருந்த முக்கியப் பிரமுகர்கள், மருத்துவர்கள், வழக்கறிஞர்கள், தொழிலதிபர்கள், அதிகாரிகள் கலந்துகொண்ட கூட்டம் ஒன்று மெட்ராஸ் ஷெரீப் சார்பில் ஏற்பாடு செய்யப்பட்டது. புற்று நோய்க்குப் பிரத்தியேகமான வசதிகள் கொண்ட மருத்துவமனையின் அவசியத்தை இக்கூட்டம் வலியுறுத்தியது. பொதுமக்களிடம் நிதி வேண்டியது; அரசாங்கத்திடம் ஒத்துழைப்புக் கேட்டது. 1952ல் ரூ.1,00,000 நிதி திரட்டினர்.

'திரட்டப்படும் பணம், எவ்வளவு விரைவில் முடியுமோ அவ்வளவு சீக்கிரம் கட்டடமாக, உபகரணங்களாக, வேலையாக மாற்றப்பட வேண்டும் என்று அம்மா எப்போதும் கூறுவார். கடந்த காலத்தில் இவ்வாறு பொதுக் காரணங்களுக்காக மற்ற அமைப்புகள் திரட்டிய பணத்தின் தடம் சில ஆண்டுகளுக்கு பின் கண்டுபிடிக்கப்படாமல் போன நிகழ்வுகள் அவரை இடைவிடாமல் துரத்திக்கொண்டே இருந்தன.

'ஒருவேளை அவருக்குத் திடீரென்று ஏதாவது நேர்ந்துவிட்டால், மற்ற சக்திகள் உள்ளே புக நேரிடும். இளைஞனும், அனுபவம் இல்லாதவனுமான என்னால் இவற்றை எதிர்த்து போராட முடியாது; புற்றுநோய் மருத்துவ மனை பற்றிய அவருடைய கனவுகள் அனைத்தும் வீணாகிவிடக்கூடும் என்று அவர் தொடர்ந்து பயந்துகொண்டிருந்தார். இருப்பினும், அரசாங்கத்திடம் இருந்து இதற்காக இலவசமாக நில ஒதுக்கீடு பெறுவதில் அவர் ஆர்வமாக இருந்தார். அதனால், கையிலிருக்கும் சொற்பப் பணத்தை, கட்டடம் மற்றும் உபகரணங்களுக்குப் பயன்படுத்த முடியும் என்று கருதினார்.[9]

கிருஷ்ணமூர்த்தி அப்போது மெட்ராஸ் அரசுப் பொது மருத்துவ மனையில் புற்றுநோய் பிரிவு தலைவராக இருந்தார். இங்குதான் மகப்பேறு மற்றும் பெண் நோயியல் படித்துக் கொண்டிருந்த மாணவி டாக்டர் வி.சாந்தா அவரைச் சந்தித்தார். நெறிமுறையுடன் மருத்துவ சேவையாற்றத் துணிவுடன் போராடும் அவரது பண்புகளால் மிகவும் ஈர்க்கப்பட்டு, தனது ஹவுஸ் சர்ஜன் பயிற்சிக்

காலத்தில் புற்றுநோய் சிறப்பு சிகிச்சைப் பிரிவுக்கு தானாகவே மாறிக் கொண்டார்.

நவம்பர் 1949 இல், ஐந்து ஏக்கர் நிலம் ஒதுக்கித் தர வேண்டி திரும்பவும் மாநில சுகாதார அமைச்சகத்திடம் முத்துலட்சுமி விண்ணப்பம் செய்தார். எதிர்வினை ஊக்கமளிப்பதாக இல்லை. அடுத்து அவர், நிலம் வழங்க வேண்டி அமைச்சரையும் பொதுப் பணித்துறை செயலரையும் அணுகினார். நகர எல்லைக்குள் சைதாப்பேட்டை பகுதியில், மவுண்ட் ரோடில் ஐந்து ஏக்கர் நல்ல நிலம் பயன்படுத்தப்படாமல் இருப்பதைக் குறிப்பிட்டு அதற்கு விண்ணப்பித்தார். ஆனால், அந்த நிலம் கோல்ஃப் மைதானத்திற்கு ஒதுக்கப்பட்டிருப்பதாக அவரிடம் கூறப்பட்டது. பின்னர் அவர் தி.நகர், அயோத்தி குப்பம் பகுதியிலும் அதன்பின் கிரீன்வேஸ் சாலையிலும் நிலம் கேட்டு விண்ணப்பித்தார், ஆனால், அனைத்து இடங்களுக்கும் அரசாங்கத்திடம் வேறு திட்டங்கள் இருந்தன. அவர் விரக்தி அடைந்தார்.

ஏப்ரல் 1952 இல், சி.ராஜகோபாலாச்சாரி அமைச்சகம் மதராசில் பொறுப்பேற்றது. முத்துலட்சுமியை மீண்டும் சட்டப் பேரவைக்குப் பரிந்துரைக்கும் திட்டம் இருந்தது, ஆனால், அவர் புற்றுநோய் நிறுவனத்திற்கு நிலம் வழங்கினால் மட்டுமே ஒப்புக்கொள்வேன் என்று கூறினார். பக்கிங்ஹாம் கால்வாயின் கிழக்குக் கரையில் இரண்டு ஏக்கர் அளவில் குறுகிய நிலப்பரப்பு ஒன்று, அடையாறு மாவட்டத்தில் புதியதாக அமைந்திருக்கும் காந்திநகர் காலனியை ஒட்டி இருப்பதாக அரசு கூறியது. அந்த இடத்தைக் கொடுக்கலாம் என்றது. அந்த நிலத்தைப் பரிசோதித்த பொறியாளர்கள் மருத்துவமனை அமைய பொருத்தமற்றது என்று கூறினர். ஆனால், 'எடுத்துக்கொள்ளுங்கள் இல்லையேல் விட்டுவிடுங்கள்' என்று அரசாங்கம் அப்பட்டமாகச் சொன்னது.

அந்த இடத்தை 'எடுத்துக் கொள்ளலாம்' என்று முத்துலட்சுமி முடிவு செய்தார். பணியைத் தொடங்க சிமென்ட், ஸ்டீல் வாங்குவதில் பெரும் சிரமம் ஏற்பட்டது. சில நாட்கள் இடைவெளியில் ஒப்பந்ததாரர்களுக்கு அவ்வப்போது பணம் கொடுக்க அவர் பணம் திரட்ட வேண்டியிருந்தது. 1953 ஆம் ஆண்டில், கட்டடத்திற்கும் உபகரணங்களுக்குமான செலவினங் களைச் சமாளிக்க நிதி மானியம் கோரி இந்திய அரசாங்கத்திடம் அவர் விண்ணப்பித்தார். அப்போது திட்டக் கமிஷனில் அவரது தோழி துர்காபாய் தேஷ்முக் உறுப்பினராக இருந்தார். அவர் உதவியில் ரூ.1,00,000 மானியம் வழங்கப்பட்டது. புற்றுநோய் நிறுவனத்தின்

முதல் கட்டடத் தொகுப்பு 1954 இல் முடிக்கப்பட்டது. மெட்ராஸ் அரசாங்கம் மே 1954ல் ரூ.50,000 மானியம் அளித்தது. கேன்சர் இன்ஸ்டிட்யூட்டின் முதல் கட்டடத் தொகுப்பு 18-06-1954 அன்று முறையாகத் திறக்கப்பட்டது. முத்துலட்சுமி ரெட்டியின் மற்றொரு கனவு நனவாகியிருந்தது.

கேன்சர் இன்ஸ்டிட்யூட்டின் முதல் கட்டடம் 90 அடிக்கு 60 அடியில் அமைந்த ஒரு சிறிய, ஒற்றை மாடிக் கட்டிடம். பெரும்பாலும் சேவாகிராம் குடிசை பாணியில் கூரை வேயப்பட்டதாக அமைந்தது. வெளிநோயாளர் பிரிவு ஒன்றும், அலுவலகம், கதிரியக்கச் சிகிச்சைப் பிரிவும், நோயறிதல் அறைகளும் இதில் இருந்தன. ஒரு சிறிய மருந்தகம், ஒரு சிறிய ஸ்டோர், எட்டுப் படுக்கைகள் கொண்ட ஒரு பெண் வார்டு மற்றும் நான்கு படுக்கைகள் கொண்ட ஒரு ஆண் வார்டு ஆகியனவும் இருந்தன. இருந்ததிலேயே பெரிய அறை, ஆபரேஷன் தியேட்டராகியது. பயாப்ஸி சோதனை ஆய்வுகள் நடத்தப்படுவதற்கான பேதாலஜி துறை, ஆஸ்பெஸ்டாஸ் கூரை வேயப்பட்ட கொட்டகையில் செயல்பட்டது.

பெரும்பாலான அறுவை சிகிச்சை உபகரணங்கள் கடன் வாங்கப்பட்டன. தனிப்பட்ட முறையில் சில கருவிகளை வெளிநாட்டிலிருந்து கிருஷ்ணமூர்த்தி தன்னுடன் கொண்டு வந்திருந்தார், அதில் Zeiss மைக்ரோஸ்கோப் ஒன்றும் Rocker மைக்ரோடோம் ஒன்றும் இருந்தன. இவை நிறுவனத்திற்குப் பயன்பட்டன. டீப்-எக்ஸ்ரே சாதனம் நிறுவும் பணி நவம்பர் மாதம் நிறைவடைந்தது. நிறுவனம் 1955 ஜனவரியில் நோயாளிகளை அனுமதிக்க தொடங்கியது, அனைத்துப் படுக்கைகளும் பொது மக்களுக்கு இலவசமாகக் கிடைத்தன.

மூன்று கௌரவ மருத்துவ அதிகாரிகளும், ஊதியத்துடன் இரு துணைச் செவிலியர்களும் ஓர் உதவியாளரும் (வார்டு பாய்) பணிபுரிந்தனர். அடையாற்றில் இருந்த முத்துலட்சுமி வீட்டில் செவிலியர்கள் தங்க வைக்கப்பட்டனர். கிருஷ்ணமூர்த்தியும் சாந்தாவும் மற்ற மருத்துவமனைகளில் பணிபுரியும் மயக்க மருந்து நிபுணர் கிடைக்கும் வசதியைப் பொறுத்து அதிகாலையிலோ அல்லது மாலையிலோதான் அறுவைச் சிகிச்சை செய்ய வேண்டியிருந்தது.

மயக்க மருந்து நிபுணருக்கு அவர்களால் பணம் அளிக்க முடிய வில்லை. அதனால், அவரது நேரத்தை உத்தேசித்து அவரைப் பயன்படுத்திக் கொண்டனர். பல மாலை நேரங்களில் இரவு 8 அல்லது

9 மணிக்குத் தொடங்கும் அறுவை சிகிச்சைகள் நள்ளிரவைத் தாண்டி முடியும். கதிர்வீச்சு சிகிச்சை காலையில் மேற்கொள்ளப்பட்டது. பிற்பகலில் ஹிஸ்டோபேதாலஜிக்கல் பணிகள் மேற்கொள்ளப்பட்டன. பயாப்ஸி செய்து எடுக்கப்பட்ட மாதிரி திசுக்களை நோயியல் கொட்டகைக்கு எடுத்துச் சென்று வழக்கமான ஆய்வுக்கு அவர்கள் உட்படுத்தினர். அடுத்த நாள், அவர்களே 'sections' வெட்டி ஆராய்வார்கள்; அறிக்கை தயாரிப்பார்கள். திரும்பவும் அவற்றை வார்டுகளுக்கு எடுத்துவந்து, இம்முறை மருத்துவர்களாகப் படித்துப் பார்ப்பார்கள்.

மருத்துவமனையில் சமையல் கூடம் இல்லை சமையல் காரர்களுக்குக் கொடுக்க பணமும் இல்லை; அதனால், நோயாளிகளுக்கு உணவு முத்துலட்சுமியின் வீட்டில் சமைக்கப்பட்டது. சைக்கிள் மூலம் ஒரு நாளைக்கு மூன்று முறை மருத்துவமனைக்கு எடுத்துச் செல்லப்பட்டது.[10]

டாக்டர் வி.சாந்தா 1954 இல் தனது எம்.டி படிப்பை முடித்து, பப்ளிக் சர்வீஸ் கமிஷன் தேர்வில் தேர்ச்சி பெற்றார். மகப்பேறு மருத்துவ மனையான பெண்கள் மற்றும் குழந்தைகள் மருத்துவமனையில் வேலையில் சேர்ந்தார். தினமும் மதியம் 2 மணிக்கு கேன்சர் இன்ஸ்டிடியூட்டுக்கு வருவார். நோயாளிகளைப் பார்ப்பார். அவர்களுக்கு 'டிரெஸ்' செய்வார். தேவையான ஊசிகள் போட்டு, கேஸ் ஷீட்களை எழுதி வைப்பார். தினசரிப் பதிவுகளை விரிவாக முடித்து, பரிசோதனைக் குறிப்புகளையும் நிரப்புவார். ஆபரேஷன் தியேட்டரைச் சுத்தம் செய்வார். கிருமி நீக்கம் செய்யும் தொட்டிகளை நிரப்பி, சாதனங்களை ஸ்டெரிலைசேஷன் செய்யத் தொடங்குவார்.

பயிற்சி பெற்ற தியேட்டர் பணியாளர்கள் இல்லாததால் ஸ்டெரிலைசேஷன் பணியைத் தனிப்பட்ட முறையில் அவர் மேற்பார்வையிடுவார். அறுவை சிகிச்சையின்போது செவிலியராகவும் அறுவைச் சிகிச்சை உதவியாளராகவும் பணியாற்றினார். குருதியை வகைப்பிரித்து, இரண்டு மாதிரிகளை ஒப்பிட்டுப் பார்ப்பார். ரத்தமேற்றும் செயலில் ஈடுபடுவார். மயக்க மருந்து நிபுணருக்கு உதவும் வகையில் துடைத்துச் சுத்தம் செய்து, நோயாளி படுக்க 'டேபிள்' தயார் செய்வார். நோயாளிக்கு மருத்துவ உடை அணிவித்து, அறுவைச் சிகிச்சைக்கு உதவுவாள்.

இவை அனைத்தும் உரிய நேரத்தில் உடலாற்றலுடன் செய்யப்பட வேண்டியிருந்தன. அவர் ஒரு முக்கியமான முடிவை எடுக்க

வேண்டியிருந்தது. கேன்சர் இன்ஸ்டிடியூட்டில் சேர முடிவு செய்தார். அந்த வளாகத்திற்குள்ளேயே வசித்து, 24 மணி நேரமும் நோயாளிகளுக்கு உதவ முடிவெடுத்தார். ஏப்ரல் 13, 1955 ஆம் ஆண்டு முதல் ஜனவரி 19, 2021 அன்று அவர் மறையும் வரை புற்றுநோய் நிறுவனம் அவரது இல்லமாக இருந்தது.

சாந்தா, 'அம்மா' என்று அழைக்கும் முத்துலட்சுமி எப்போதும் ஆலோசனை வழங்கக் காத்திருப்பார். வயது முதிர்ச்சியால் உடல் பலவீனம் அடைந்திருந்தாலும் அதைச் செய்தார்.[11] முத்து லட்சுமியிடம் குறிப்பிட்டுச் சொல்லப்பட வேண்டிய அடிப்படைக் கோட்பாடுகள் இருந்தன. சிறிய சிகிச்சை அளிக்கும் குழுவாக இருந்தும், பணம் குறைவாக இருந்தும் தொடர்ந்து அவை பின்பற்றப்பட்டன. அவற்றில் ஒன்று, நோயாளிகள் குறித்த விரிவான, புரிந்துகொள்ள ஏதுவான குறிப்புகள். மற்றொன்று அனைத்துக் கட்டிகளையும் பயாப்ஸி செய்வது மற்றும் செர்விக்கல் பகுதியின் மேற்பரப்பிலிருந்து சேகரிக்கப்படும் மாதிரிகளை சைட்டோலாஜிக்கல் ஆய்வுக்கு உட்படுத்துவது. மூன்றாவதாக கட்டுப்பாட்டுடன் வேலை செய்தல், டிரெஸ் கோடைப் பின்பற்றுதல் மற்றும் நடத்தை ஆகியன இருந்தன. அவருடன் பணிபுரிவோரை, மாணவர்களை, சகாக்களை இவற்றைப் பின்பற்ற தொடர்ந்து அவர் வலியுறுத்துவார்.[12]

மருத்துவமனையில் நோயாளிகளின் எண்ணிக்கை நாளுக்கு நாள் அதிகரித்தது. கிடைக்கும் இடத்தில் எல்லாம் நோயாளிகள் படுக்க வைக்கப்பட்டனர். தாழ்வாரங்களில் வெளிநோயாளிகள் கவனிக்கப்பட்டு சிகிச்சை அளிக்கப்பட்டனர். பெரும்பாலான நோயாளிகள் ஏழைகள், பணக்கார நோயாளிகள் பெறும் அதே சிகிச்சை அவர்களுக்கும் கிடைக்கும் என்பதை முத்துலட்சுமி தெளிவாகக் கூறினார். 'இந்த இலக்கு சொல், எங்களது கௌரவமாகவும் எங்கள் சுமையாகவும் இருந்தது' என்றார் டாக்டர் சாந்தா.[13]

நிறுவனம் எண்ணற்ற சவால்களையும் சோதனைகளையும், இன்னல்களையும் கடந்து பயணித்தது. புற்றுநோய் சிகிச்சையை 'சூப்பர் ஸ்பெஷாலிட்டி' சிகிச்சையாக இந்திய மருத்துவ கவுன்சில் அங்கீகரிக்க 10 ஆண்டுகள் ஆனது. அதுவும் அப்படி ஒன்றும் எளிதாக நடக்கவில்லை. முத்துலட்சுமியும், கிருஷ்ணமூர்த்தியும், சாந்தாவும் ஒவ்வொரு அடி முன்னேற்றத்திற்கும் பெரும் போராட்டத்தை நடத்தினர். நூலகத்திற்கு புத்தகங்கள் வாங்க நிதி கேட்டு ராக்ஃபெல்லர் அறக்கட்டளைக்கு அவர்கள் விண்ணப்பித்தனர்;

அப்போது, தமிழக மருத்துவக் கல்வி இயக்குநரகம் சாந்தாவை வரவழைத்து, நூலகத்தின் அவசியத்திற்கு விளக்கம் கேட்டது.

மெட்ராஸ் அரசாங்கம் 1955ஆம் ஆண்டில் இந்த நிறுவனத்திற்கு ஒவ்வொரு ஆண்டும் ரூ.1,00,000 என்பதாக ரூ.5,00,000 வழங்கி உத்தரவிட்டது. மகிழ்ச்சியடைந்த தாயும் மகனும் உடனடியாக 24 படுக்கைகள் கொண்ட கூடுதல் வார்டு ஒன்றைக் கட்டத் திட்டமிட்டனர். ஆனால், கட்டடம் கட்டும் பணி தொடங்கியபின், ஆணையை நிறுத்திவைப்பதாக அரசாங்கம் கூறியது.

முத்துலட்சுமியும் கிருஷ்ணமூர்த்தியும் குழப்பத்தில் திண்டாடி விட்டனர். ஏதாவது செய்ய வேண்டும், அதுவும் விரைவில். 'அம்மா முடிவு எடுத்தாள். இது எனது இறுதி முயற்சியாக இருக்கட்டும். நெருக்கடியை எதிர்கொள்ளத் தயார் என்றவள், அன்றைய மெட்ராஸ் முதல்வர் கே.காமராஜிடம் நீதிக்காகவும் நியாயமான முடிவுக்காகவும் நான் எழுதுவேன் என்றார். மிகவும் வலிமையான மனிதராக, கூர்மையான உள்முகப் பார்வையும், தீவிரமான நீதி உணர்வும், முடிவுகள் எடுப்பதில் உறுதியானவர் என்றும் அவர் அறியப்பட்டிருந்தார். அனைத்தும் அவர் எடுக்கும் முடிவைப் பொறுத்தே இருந்தன.'[14]

செப்டெம்பர் 9, 1956 அன்று காலை முத்துலட்சுமி, கிருஷ்ணமூர்த்தி, டாக்டர் பி. அருணாசலம் மூவரும் காமராஜரை அவரது இல்லத்தில் சந்தித்தனர். முத்துலட்சுமி மீது அவருக்கு மிகுந்த மரியாதை உண்டு. உடனடியாக அவரை உள்ளே அழைத்துச் சென்றார். விவரங்களைக் கேட்டதும், 'பார்க்கலாம்', 'ஆகட்டும் பார்ப்போம்' என்று அவருக்குரிய வழக்கமான உறுதிகூறாத பாணியில் பதில் சொன்னார். அவரது தனி உதவியாளரை அழைத்தார். நாட்குறிப்பில் 'புற்றுநோய் நிறுவனம் என்று எழுதிவைக்கக் கூறினார். காலை 9.30 மணியளவில் இது நடந்தது. அன்று மாலை 4.00 மணியளவில் சிறப்புத் தூதுவர் மூலம் தொகை விடுவிக்கப்படுவதற்கான உத்தரவு நிறுவனத்திற்கு வந்து சேர்ந்தது.

அவ்வை இல்லம், அதில் வசிப்பவர்கள், அதன் பாடத்திட்டத்தில் முத்துலட்சுமி சுறுசுறுப்புடன் ஈடுபட்டிருந்தார், ஏழைகளுக்கு, அவ்வை கிராமப்புற மருத்துவ சேவை மற்றும் ராமகிருஷ்ண விவேகானந்தா இலவச மருந்தகத்தை நிறுவுவதில் தீவிரமாக இயங்கினார். ஒரு வாசகச் சாலை, ஒரு நூலகம், ஒரு பாலவாடி மற்றும் குழந்தைகள் காப்பகம் ஆகியவற்றைச் சிறு குழந்தை களுக்குக் கல்வி கற்பிக்கும் நோக்கில் திறந்தார். செஞ்சிலுவைச்

சங்கத்தின் செயலில் உயிர்ப்புடன் செயல்படும் உறுப்பினராக இருந்தார். புறநகர்ப் பகுதிகளில் 49 மகப்பேறு மற்றும் குழந்தை பராமரிப்பு மையங்களை இச்சங்கம் அமைத்தது. அத்துடன் இரண்டாவது முறையாக சட்டமன்ற உறுப்பினராகவும் பணியாற்றினார்.

முன்னோடியாக, பல பகுதிகளில் முதலாவதாக இருப்பது டாக்டர் முத்துலட்சுமிக்கு ஒரு பழக்கம் போல் ஆகிவிட்டது. இந்தப் புற்றுநோய் நிறுவனம் ஒரு தன்னார்வ அமைப்பு என்று பலருக்கும் தெரியாது. என்றாலும், தேசத்தில் பல சிகிச்சை வசதிகளை நிறுவியிருக்கும் முதல் நிறுவனம் என்ற பெருமையைப் பெற்றது. ஒரு மருத்துவமனை, ஆராய்ச்சி மையம், புற்றுநோய்த் தடுப்பு பிரிவு மற்றும் கற்பித்தல் ஆகிய வசதிகளுடன் ஒரு விரிவான புற்றுநோய் மையமாக இந்த நிறுவனம் உருவாகியிருந்தது. இது 1976 இல் முதல் பிரதேசப் புற்றுநோய் மையமாக அறிவிக்கப்பட்டது.

புற்று நோயிலிருந்து மீண்ட, நிறுவனத்திற்கு என்றென்றும் நன்றியுடன் இருக்கும் நூற்றுக்கணக்கானோரின் மகிழ்ச்சியான கதைகள் உள்ளன. சில சோகமான கதைகளும் உள்ளன. 'Five Decades of Cancer Institute WIA' என்ற தனது நூலில் டாக்டர் கிருஷ்ணமூர்த்தி ஓர் உருக்கமான நிகழ்வை விவரிக்கிறார். அது, தி.மு.க.வின் நிறுவனரும், தமிழக முதல்வருமான அண்ணாதுரை சிகிச்சைக்காக நிறுவனத்தில் அனுமதிக்கப்பட்டிருந்த தருணம் குறித்தது.

'ஜனவரி 1969 இல், டாக்டர் சி.எஸ். சதாசிவம் எனது வெளிநோயாளர் வார்டுக்குள் வந்தார். அறிந்திராத ஒரு நபரின் ஸ்கைகிராம் காகிதக் கற்றைகள் அவர் கையில். முற்றிய, திரும்பவும் வரக்கூடிய புற்றுநோய் என்று என்னால் தயக்கமின்றிப் படிக்க முடிந்தது. உணவுக் குழாய் பிரிவுக்கு அடுத்து, வயிற்றை அது ஆக்கிரமிக்கத் தொடங்கியிருந்தது. பின்னர்தான், அவை தமிழக முதல்வருடையவை என்று என்னிடம் கூறினார்கள்.

'அடுத்த இரண்டு வாரங்களில் மிக வேகமாக மாறிய நிகழ்வுகள் இப்போது வரலாற்றில் பதிந்திருப்பவை. என் நினைவுகளின் பதிந்திருக்கும் அவற்றை என்னால் மறக்க முடியாது. இரண்டு சட்ட அவைகளும் கிட்டத்தட்ட நிறுவனத்தின் குறுகிய வளாகத்திற்குள் தம்மை நிறுவிக்கொண்டன. நீண்ட வரிசையில் மக்கள் தெருக்களில் திரண்டிருந்தனர். பிரிக்கும் கோடு, அந்த முள்வேலியின் சில இரும்புக்கம்பிகள் மட்டுமே. அண்ணாவின் அமைச்சரவை சகாக்கள்

பெஞ்சுகளில் அமைதியாகவும் கவலையுடனும் அமர்ந்திருந்தனர். எம்.எல்.ஏ.க்களும் எம்.எல்.சி.க்களும் வளாகத்தில் குழுக்களாக உலவினர். ஆனாலும், அத்தனை முக்கிய மனிதர்கள் எங்களைச் சுற்றிக் குவிந்திருந்தாலும், எவரும் எங்கள் வேலைக்கு இடையூறாக இருக்கவில்லை, தடுக்கவில்லை. எம்.ஜி.ஆர். எப்போதும்போல் தனது மகத்தான பாணியில் அவரது வீட்டிலிருந்து அனைவருக்கும் உணவு வழங்கினார்.

'அவர்கள் தரையில் அமர்ந்து உணவு சாப்பிடுவார்கள்; இரவில் மேல் துண்டை தரையில் விரித்து தலையணையும் இல்லாமல் நீண்டு படுத்துக்கொள்வார்கள். அண்ணா அவர்களைப் பயிற்றுவித்திருந்த விதத்தையும், அவர்மீது அவர்கள் காட்டிய அளவற்ற அன்பையும், விசுவாசத்தையும், அவரது விருப்பத்திற்கு மறைமுகமாக அவர்கள் தம்மை அர்ப்பணித்துக் கொண்டதையும் என்னால் ரசிக்காமல் இருக்கமுடியவில்லை.

'வெளியில் கூடியிருந்த கும்பல் முற்றிலும் மாறுபட்டவர்கள். ஆயிரக்கணக்கானவர்கள், வலிமை மிக்கவர்கள், பெரும் பான்மையும் ஏழைகள். நிறுவனத்தின் வேலியை ஒட்டி பல வரிசைகளில் நெருக்கமாக நின்றிருந்தனர். காந்திநகரின் சாலைகளிலும், சந்துகளிலும் நிரம்பி வழிந்தனர். அவர்கள் முதலில் மிக அமைதியாகவும் கட்டுப்பாட்டுடனும் இருந்தனர், ஆனால், அண்ணாவின் உடல்நிலை மோசமடைந்து கொண்டிருக்கிறது என்ற தகவலால், அவர்களது உணர்வெழுச்சி அதிகமாயிற்று.

'ஒருநேரம் பரவிய ஆதாரமற்ற வதந்தியால் பலர் எங்கள் வளாகத்திற்குள் குதித்தனர். அடுத்த சில நாட்கள் முக்கியமானவை. கூட்டம் கலவரமடைந்தது. அமைதியற்று போனது அப்போதுதான் எனக்குப் பயம் அதிகரித்தது. நிறுவனத்தில் மிகவும் நுட்பமான, விலைமதிப்பற்ற உபகரணங்களும் சாதனங்களும் இருந்தன. பல ஆண்டுகள், உலகளவில் இரந்து கேட்டு வாங்கியவை. மானியத்தால் கிடைக்கும் ரூபாய் எதனாலும் அவற்றை ஈடுகட்ட முடியாது. அத்துடன், அவற்றிற்காக நாங்கள் மீண்டும் ஒரு முறை இரந்து செல்வதும் சாத்தியமற்ற ஒன்று.

'சில நிமிடங்களின் வன்முறை பல ஆண்டுகளின் பொறுமையான உழைப்பை முற்றிலும் அழித்துவிடும். அத்துடன் ஐம்பது பெண் செவிலியர்களும், நூறு பெண் நோயாளிகளும் இருந்தனர். அவர்களின் பாதுகாப்பு என் பொறுப்பு. பதற்றம் மிகவும் தீவிரமடைந்த நிலையில் பிப்ரவரி 3ஆம் தேதி என் இதயத்துடிப்பில்

ஒழுங்கின்மையை உணர்ந்தேன். ஆனால், ராஜாஜியின் விவேகமும், டாக்டர் மு.கருணாநிதியின் விழிப்புணர்வும் எம்மை மோசமான நிகழ்வுகளிருந்து காப்பாற்றின.

'ராஜாஜி அண்ணாவைப் பார்க்க வந்திருந்தார். நிலவரத்தை அவதானித்தார். சூழ்நிலை எப்போது வேண்டுமானாலும் வெடிக்கக் கூடும் என்பதை உணர்ந்தார். நெருக்கடி ஏற்படலாம் என்ற தனது உணர்வை டாக்டர் மு.கருணாநிதியிடம் வெளிப்படுத்தினார். சில மணிநேரங்களில் ஆயிரக்கணக்கான ஆயுதம் ஏந்திய ரிசர்வ் போலீசார் நிறுவனத்தைச் சுற்றி வளைத்தனர், மேலும் அரை மைல் சுற்றளவில் சட்டப்பூர்வமாக வணிகத்தில் ஈடுபட்டிருப்போர் தவிர்த்து வேறு யாரும் அனுமதிக்கப்படவில்லை.

'அண்ணாவின் உடல்நிலை ஒவ்வொரு மணி நேரமும் மோசமாகிக் கொண்டிருந்தது. அனைவரும் எங்களிடமிருந்த சிறந்ததை அளித்துக்கொண்டு இருந்தோம். ஆனால், பயனேதும் இல்லை. டாக்டர் சாந்தாவோ நானோ பகல் அல்லது இரவின் எல்லா நேரங்களிலும் அவருடன் எப்போதும் இருந்தோம். அவரது உடல்நிலை மிகவும் மோசமாக இருந்தாலும், நாங்கள் சரியான நேரத்தில் உணவு கொள்வதையும் ஓய்வெடுக்க வேண்டும் என்பதிலும் அண்ணா எப்போதும் மிகவும் குறியாக இருந்தார்.

'ஆனால் எங்களால் சாப்பிடவோ அல்லது ஓய்வெடுக்கவோ முடியவில்லை. பிப்ரவரி 3ஆம் தேதி நள்ளிரவில், மிகப் பெரும் தமிழர்களில் ஒருவர், சப்தமின்றி, அமைதியாக, அழியா வாழ்வை அடைந்தார். எங்களால் முடிந்ததைச் செய்து தோல்வியடைந்தோம். அந்தச் சூழலில், எங்களால் வேறு எதுவும் அதிகமாகச் செய்திருக்க முடியாது. தோல்விக்கான வழக்கமான தண்டனையான பாதகமான விமர்சனங்களுக்கு நான் தயாராக இருந்தேன்.

'ஆனால், அடுத்த வந்த வாரங்களில் தமிழக அரசாங்கமும் மக்களும் எங்கள் மீது பொழிந்த அதிக அளவிலான பாச மழையை, நன்றியுணர்வை நாங்கள் எதிர்பார்க்கவில்லை. ஆகஸ்ட் 1969 இல், எங்கள் நிறுவனத்தில் ஒரு சிறிய விழாவை நடத்தினோம். ஏறக்குறைய ஒட்டுமொத்த தமிழக அமைச்சரவையும் பங்கேற்றது. எங்களது பதினான்கு ஆண்டுக்கால இன்னல்களின் வரலாற்றை எடுத்துரைத்துப் பேசிய டாக்டர் சாந்தா, 10 ஏக்கர் நிலம் மருத்துவ மனைக்காகக் கேட்டார். மான்புமிகு முதலமைச்சர் டாக்டர் கருணாநிதி, 'நிலத்தைக் காட்டுங்கள், தருகிறேன்' என்று ஆவேசமாகப் பதிலளித்தார்.

'சில வாரங்களுக்குப் பிறகு, மகாத்மா காந்தி மண்டபத்திற்கு அடுத்துள்ள கிண்டி காப்புக் காட்டில் நிலம் ஒதுக்கக் கோரி நாங்கள் முறைப்படியாக கோரிக்கையைச் சமர்ப்பித்தோம். வனத்துறையில் இருந்தும், ராஜ்பவனிலிருந்தும் கடும் எதிர்ப்புகள் வந்தன, ஆனால், முதல்வர் தனது வார்த்தையைக் காப்பாற்றினார், மேலும் 1972 பிப்ரவரியில் நிலம் முறையாக எங்களிடம் ஒப்படைக்கப்பட்டது. அண்ணா தனது கொடையை அளித்தார்!'

அண்ணாதுரையும் கருணாநிதியும் செங்குந்தர் மற்றும் இசை வேளாளர் சமூகத்திலிருந்து வந்தவர்கள். அவர்கள் தமது தனிப் பட்ட முயற்சியால் உயர்ந்த பதவிகளுக்கு வந்தவர்கள் என்பதில் ஐயமில்லை என்றாலும், அந்த நிறுவனத்தை நிறுவிய, அந்தச் சமூகத்தினருக்கு இருந்த தளைகளை அகற்றக் கோரி சட்ட மன்றத்தில் போராடிய, அந்தப் பெண்மணியாலும்தான் என்பதை நாம் நினைவில் கொள்ளும்போது இந்த விவரிப்பு இன்னமும் உருக்கமானதாக மாறும்.

அங்கீகாரமும் விருதுகளும் வருவதில் தாமதம் ஏற்படவில்லை. டாக்டர் முத்துலட்சுமி ரெட்டிக்கு இந்திய அரசாங்கம் பத்ம பூஷன் விருது அளித்தது. அதே நேரத்தில் டாக்டர் கிருஷ்ணமூர்த்திக்கும் பத்மஸ்ரீ விருது அளித்தது. டாக்டர் சாந்தாவுக்கு பத்ம விபூஷன் விருதும் ஆசியாவின் நோபல் பரிசாகக் கருதப்படும் மதிப்புமிக்க மகசேசே விருதும் அளிக்கப்பட்டது. அவர்களது எண்ணங்களில் இருந்து டாக்டர் முத்துலட்சுமி ரெட்டி வெகு தொலைவில் இருந்த தில்லை. அவர்கள் பின்பற்ற வேண்டிய பாதையைச் சமைத்து, அவருக்கு உரிய மதிப்பை அளித்தனர். நிறுவனம் குறித்து அவர்கள் பேசும் அனைத்து உரைகளிலும் 'எங்கள் நிறுவனரின் தொலை நோக்குப்பார்வை' என்ற சொற்றொடர் நிச்சயம் இருக்கும். அவரது தொலைநோக்குப் பார்வையை மனத்தில் வைத்து டாக்டர் முத்துலட்சுமி ரெட்டியின் மகனும் சீடருமான டாக்டர் கிருஷ்ணமூர்த்தி செய்த பணியின் மூலம் அடையாறு கேன்சர் இன்ஸ்டிடியூட் சர்வதேச அளவில் பிரபலமாகியது. அங்கீ காரத்தையும் பாராட்டையும் கொண்டு வந்தது. இன்று மிகவும் நம்பகமான புற்றுநோய் மருத்துவமனையாகத் திகழ்கிறது. தொலைநோக்குப் பார்வையுடன், அர்ப்பணிப்புடன் சேவை செய்த மருத்துவரின், சமூக சேவையாளர் டாக்டர் முத்துலட்சுமி ரெட்டியின் வாழும் நினைவுச்சின்னமாக இயங்குகிறது.

✦

பின்னுரை

தேச, கால, பத்ரா, அதாவது, சரியான இடம், சரியான நேரம், சரியான நபர் ஆகிய மூன்றும் ஒரு செயலின் பொருத்தத்தையும் அதன் பொருளையும் தீர்மானிக்கின்றன.

- மகாபாரதம்[1]

டாக்டர் முத்துலட்சுமி ரெட்டிக்கு 1956 ஆம் ஆண்டு இந்திய அரசால் பத்ம விபூஷண் விருது வழங்கப்பட்டது. ஜூலை 30, 1966 அன்று அவரது 80வது பிறந்தநாளில், தமிழ்நாட்டின் ஏராளமான பெண்கள் அமைப்புகள் அவரை மதராஸ் ராஜாஜி ஹாலில் நடத்திய கூட்டத்தில் கௌரவித்தன.

நவம்பர் 5, 1967 அன்று, இந்தியப் பெண்கள் சங்கத்தின் பொன்விழா கொண்டாட்டங்களுக்கு அவர் தலைமை தாங்கினார். 'அன்றைய தினம் அதிக வேலைப்பளுவையும், மன எழுச்சியையும் அவரால் தாங்கிக் கொள்ள முடியவில்லை. மேலும் அவரது உடல்நிலையும் மெல்ல மெல்ல சீர்குலையத் தொடங்கியிருந்தது' என்று எழுதுகிறார் அவரது மகன் கிருஷ்ணமூர்த்தி.[2]

1950கள் மற்றும் 60களின் பிற்பகுதியில், புற்றுநோய் நிறுவனத்திலிருந்த நோயாளிகளின் நலன் மற்றும் அவ்வை இல்லத்தில் வசித்த சிறுமிகளின் நலனில் அக்கறை கொண்டிருந்தார். இந்த நிறுவனங்களுக்கு நிதி திரட்டவோ சில வசதிகளைப் பெறவோ அவர் எப்பொழுதும் யாரிடமாவது தொலைப்பேசியில் பேசுவதை அவருடைய பேரன் சுந்தரம் நினைவுகூர்ந்தார். குளுக்கோமா காரணமாக, அவரது கண்பார்வை படிப்படியாக குறையத் தொடங்கியதால், தினமும் காலையில் அவருக்குச் செய்தித்தாள் படிப்பான்.

முத்துலட்சுமியின் கண்பார்வை மங்கினாலும், அவரது இறுதி ஆண்டுகளில் மிகவும் சுறுசுறுப்பாக இருந்ததை டாக்டர் வி. சாந்தா அன்புடன் நினைவு கூர்ந்தார். 'புற்றுநோய் நிறுவனத்தைச் சுற்றி வரும் வழிகளை அவர் நன்கு அறிந்திருந்தார்; நோயாளிகளைப் பற்றி விசாரித்துக்கொண்டே செல்வதால், அவரால் பார்க்க முடியாது என்று பலருக்குத் தெரியாது'.[3]

மதராசின் வெப்பத்திலிருந்து தப்பிக்க முத்துலட்சுமி பெங்களூரில் கோடைக் காலத்தைக் கழிக்கத் தொடங்கினார். ராம்மோகன் அவருக்காக அங்கே ஒரு வீட்டை வாங்கினான். பர்மாவிலிருந்து அடைக்கலம் தேடி வந்து அவ்வை இல்லத்தில் வளர்ந்த கன்னியம்மாள் அவருக்கு உதவியாக இருந்தாள். அவ்வை இல்லப் பெண்கள் பலருக்குத் திருமணங்கள் நடத்தப்பட்டன. ராம்மோகன் மற்றும் கிருஷ்ணமூர்த்தியின் குழந்தைகள் 'அத்தை' என்று அழைக்கப்படும் வளர்ப்பு மகள் சுப்புலட்சுமிக்கு நல்லதொரு திருமணத்தை நடத்தினார்.

அப்புறம், நாராயணசாமி சகோதரியின் புத்திசாலி மகன் பிச்சை; பின்னாளில் ஜெமினி கணேசன் என்ற பெயரில் தமிழ் சினிமாவின் அபிமான நாயகனாக வலம் வந்தவர். அவனுக்கு எட்டு வயதாக இருந்தபோது தந்தையை இழந்தான். நாராயணசாமிதான் இறந்துபோவதற்கு முன் முத்துலட்சுமியிடம் அவரைக் கவனித்துக் கொள்ளும்படி சொல்லிச் சென்றார். சிறுவனும் அவனது தாயும் நன்கு பராமரிக்கப்பட்டனர். ராமகிருஷ்ணா மிஷன் சிறுவர்கள் இல்லத்தில் அந்தக் குறும்புக்கார பையனைச் சேர்த்தாள். அத்தை அவனுக்கு மிகவும் விருப்பமானவள். தனது மகள்களை மருத்துவம் படிக்க வைத்த அவர், அவ்வை இல்லத்திற்குப் பெரிய நன்கொடையாளராகவும் இருந்தார். புதுக்கோட்டையில் இருந்த நாராயணசாமியின் பூர்வீக வீடு வாரிசுரிமைப்படி அவருக்குக் கிடைத்தது. அதைப் பெண்கள் பள்ளி நடத்தும் அறக்கட்டளைக்கு நன்கொடையாக வழங்குமாறு கேட்ட முத்துலட்சுமிக்கு அளித்தார். இப்போது முத்துலட்சுமியின் தாய்வழி உறவினரான சுவாமி தயானந்த் பெண்கள் பள்ளியாக அதைப் பராமரிக்கிறார்.

முத்துலட்சுமி, மெட்ராஸ் திருவான்மியூர் புறநகர் பகுதியின் ஏரிக்கரையில் வீடு ஒன்றைக் கட்டியிருந்தார். இந்த வீட்டை அவர் மறைந்த பிறகு விற்று, வந்த பணத்தை அவ்வை இல்லத்திற்கு நன்கொடையாக கிருஷ்ணமூர்த்தி வழங்கினார். இப்போது அந்த இடத்தில் ஓர் உயர்ந்த அடுக்குமாடி குடியிருப்பு வந்துள்ளது, ஒரு சிறிய ஆலயம் வளாகத்தில் கட்டப்பட்டது. அதில் அவரது அஸ்தி

வைக்கப்பட்டுள்ளது. அவர்களது மீட்பிற்காகப் பாடுபட்ட முத்துலட்சுமியின்பால் நன்றியுள்ள பெண்கள் அதை இன்றும் பராமரித்து வருகின்றனர். அந்தத் தெருவுக்கு இப்போது டாக்டர் முத்துலட்சுமி சாலை என்று பெயர்.

முத்துலட்சுமியின் குடும்பம் பல டாக்டர்களை உருவாக்கியுள்ளது. ராம்மோகனின் மகன் ராமகிருஷ்ணா மருத்துவம் பயின்றார், மேலும் கேன்சர் இன்ஸ்டிடியூட்டில் சேரவேண்டும் என்ற நம்பிக்கையுடன் இருந்தார், ஆனால், கெடுவாய்ப்பாக தனது இருபதுகளின் தொடக்கத்திலேயே இறந்துவிட்டார். அவரது சகோதரி லட்சுமி, அவரது பாட்டி முத்துலட்சுமியின் பெயரைப் பெற்றவர். அவரது கணவர் டாக்டர் பட்டாச்சார்யா, இருவரும் டாக்டர்கள். பணி ஓய்வு பெற்று புதுதில்லியில் வசிக்கின்றனர். டாக்டர் கிருஷ்மூர்த்தியின் மகள் டாக்டர்.சந்திரலேகாவும் அவரது கணவரும் ஆஸ்திரேலியாவில் மருத்துவர்களாக உள்ளனர். அவரது மகன் சுந்தரமும் அவர் மனைவியும் நியூயார்க்கில் மருத்துவர்களாக உள்ளனர்.

சுந்தரம் மெட்ராஸ் மெடிக்கல் கல்லூரியில் படித்துக் கொண்டிருந்த போது, உடல்நிலை சரியில்லாமல், அவரது பாட்டி (அவரை நானம்மா என்று அழைப்பார்) பெங்களூரிலிருந்து 18-07-1968 அன்று மெட்ராஸுக்கு அழைத்து வரப்பட்டார். அவர் அதிக நேரம் தாங்க மாட்டாள் என்று நினைத்த அவன் அப்பா அவரைச் சென்று பார்க்க சொன்னார். ஜுலை 22 ஆம் தேதி சுந்தரம் கல்லூரியிலிருந்து நேராக கேன்சர் இன்ஸ்டிட்யூடிற்குச் சென்றார்.

அவரது அறையில் பாட்டி இல்லை என்பது அறிந்து அதிர்ச்சியடைந்தார். அங்கிருந்த பெண் டெக்னீஷியன், அவரை வீட்டிற்கு அழைத்துச் சென்றுவிட்டதாகக் கூறினாள். ஆர்வக் குறுகுறுப்புடன், வீட்டிற்குச் சென்ற சுந்தரம் மக்கள் கூடியிருப்பதைக் கண்டார். பலர் சோகமான முகத்துடன் நின்றனர். சிலர் உரத்து அழுதுகொண்டிருந்தனர். ராம்மோகனும் அவரது குடும்பத்தினரும் டில்லியிலிருந்து பறந்து வந்தனர்.

வாழ்வின் ஒவ்வொரு கணமும், சாத்தியமற்ற கனவுகளை அடைவதற்காக வாழ்ந்த டாக்டர் முத்துலட்சுமி இறந்து போய்விட்டார். இரங்கல் தெரிவித்தவர்களில் இசை வேளாளர் சமூகத்தைச் சேர்ந்தவர்கள் அதிகம் இருந்தனர். கோயில்களில் இசையாலும் நடனத்தாலும் சேவை செய்வதை நிறுத்த முத்துலட்சுமி கொணர்ந்த மசோதா கலவையான உணர்வுகளுடன் எதிர்கொள்ளப்பட்டது. சிலர் அவரை தங்கள் மீட்பராகப்

புகழ்ந்தனர். சிலர், மரபு வழியாக தாங்கள் ஸ்வீகரித்திருக்கும் பாரம்பரியக் கலையை அவர்களிடமிருந்து பறித்துக் கொள்கிறாரோ என்று பயந்து அவளை எதிர்த்தனர்.

பிரச்சனை இன்னமும் நீடிக்கிறது. தேவதாசி முறை மீதான நினைவேக்கத்துடன் இருப்பவர்கள் ஒரு பண்பாட்டை இழந்து விட்டதாகப் புலம்புகிறார்கள். அதேநேரத்தில் அந்தச் சமூக அமைப்புடன் இணைந்திருந்த களங்கத்திலிருந்து அவர்களது குழந்தைகள் தப்பிவிட்டார்கள் என்று எண்ணும் பெண்கள் பலர் அவருக்கு அமைதியான நன்றியைப் பிரார்த்தனையாக அனுப்புகிறார்கள்.

முத்துலட்சுமி தனது வாதங்களை முன்வைக்கையில் தாராளவாத, நடுத்தர வர்க்கத்தின், படித்த பெண்களின் வலுவான மொழியைப் பயன்படுத்தினார். அதை இப்போது சிலர் கட்டுப்பாடும் அதிகாரமும் நிறைந்த குரலாக விவரிக்கிறார்கள். ஆனால், முழுவதும், சலுகை பெற்ற மேல்தட்டு வர்க்கத்தினரால் நிரம்பியிருந்த சட்டமன்றத்தில் ஓர் அதிகார நிலையைக் கோருவதற்கு அந்த நேரத்தில் அத்தகைய மொழி தேவைப்பட்டது.

புதுக்கோட்டை மக்கள் தங்களைப் பெருமைப்படுத்திய மகளுக்காக வருந்தினர். இன்றும் அவரது சாதனைகள் புதுக்கோட்டையில் எதிரொலித்துக் கொண்டிருக்கின்றன, பல குடும்பங்களின் பெண் குழந்தைகளுக்கு முத்துலட்சுமி என்று பெயரிட்டனர்.

அவரது பணிகளை ஆதரித்தும் எண்ணற்ற பக்கங்கள் இனியும் எழுதப்படலாம். விவாதங்கள் தொடரலாம், ஆனால், அவரது வாழ்வு, ஒரு முழுமையாக வாழ்வு. அவள் செய்ய வேண்டும் என்று நினைத்ததை அடையும் வரை அர்ப்பணிப்புடனும், நேர்மையுடனும், பிடிவாதமாக, வளைந்து கொடுக்காத மனப்பான்மையுடன் உழைத்தவர் அவர்.

'கர்மண்யேவாதிகாரஸ்தே மா பலேஷு கதாச்சன'

(செயலில் இறங்க மட்டுமே உங்களுக்கு உரிமை உண்டு; அதன் பலன்களுக்கு ஒருபோதும் உரிமை இல்லை.)

- பகவத்கீதை, அத்தியாயம் 2, ஸ்லோகம் 47

அடிக்குறிப்புகள்

பழையன கழிதல்

1. Muthulakshmi Reddy, Autobiography of Dr (Mrs) S. Muthulakshmi Reddy: A Pioneer Woman Legislator (Madras M.L.J. Press, 1965), p.5.
2. Private conversation with Dr. Sarojini Varadappan, March 2000.
3. Muthulakshmi Reddy, Autobiography of Dr (Mrs) S. Muhtulakshmi Reddy, p.5
4. Private conversation with Mr. P. Krishnamurthy, grandson of Narayanasami Iyer's elder brother, Muthusami Iyer, 31st may 2021.
5. Private conversation with Prof. S. Swaminathan. Retired professor, IIT Delhi and founder Tamil Heritage Trust Chennai.
6. K.S. Sarvani, Dr Muthulakshmi Reddy---Social Reformer Par Excellence (Chennai: Today Publication, 2011) p.17.
7. Private conversation with Dr Uma Jegan mohan, grand daughter of C.N. Ramiah, brother of Muthulakshmi.
8. Private Conversation with Mr. P. Krishnamurthy, grandson of Narayanasami Iyer's elder brother, Muthusami Iyer, 31 May 2021.
9. Ibid.
10. Muthulakshmi Reddy, Autobiography of Dr (Mrs) S. Muthulakshmi Reddy, p.1
11. Ibid., p.2.
12. Ibid., p.6.
13. Pudukkottai Heritage, a talk by Prof. S. Swaminathan for Tamil Heritage Trust. Video provided by Prof. S. Swaminathan.
14. Ibid.
15. Ibid
16. Gopalakrishna Gandhi, ed. Pudukkottai Tamil Nadu District Gazetteers (Madras Government of Tamil Nadu, 1983), p.686.
17. Private conversation with Mr. P. Krishnamurthy, grandson of Narayanasami Iyer's elder brother, Muthusami Iyer, 31 May 2021.
18. S. Santhi, A. R. Saravana kumar. 'Contribution of Dr Muthulakshmi Reddy to Women Empowerment – a Historical Study'. International Journal of Scientific and Technology Research. Volume 9, Issue 03, March (2020) p.4.
19. Gopalakrishna Gandhi, ed. Pudukkottai Tamil Nadu District Gazetteers, p.693.
20. Muthulakshmi Reddy, Autobiography of Dr (Mrs) S Muthulakshmi Reddy, p.7.
21. Ibid.

22. Ibid. p.9.
23. Ibid. p.17.
24. Gopalkrishna Gandhi, ed. Pudukkottai Tamil Nadu District, p.173.
25. Pudukkottai Heritage, a talk by prof. S. Swaminathan for Pudukkottai – Pudukkottai – Tamil Virtual Academy on 24 January 2014. Recording given to the author by Prof. Swaminathan.
26. Gopalkrishna Gandhi, ed. Pudukkottai Tamil Nadu District Gazetteers, p.173.
27. Muthulakshmi Reddy, Autobiography of Dr (Mrs) S Muthulakshmi Reddy, p.12.
28. Gopalkrishna Gandhi, ed. Pudukkottai Tamil Nadu District Gazetteers, Preface.
29. Ibid., p.4.
30. K.R. Venkatarama Iyer, A Manual of the Pudukkottai State vol II part II. (Pudukkottai: Sri Brihadamba State Press. 1944), pp. 1041 – 1053.
31. Private conversation with Prof. S. Swaminathan, founder Tamil Heritage Trust, 15.02.2021.

நரிக்குன்றும் செந்நிறக் கட்டடமும்

1. Muthulakshmi Reddy, Autobiography of Dr (Mrs) S. Muthulakshmi Reddy: A Pioneer Woman Legislator (Madras: M.L.J. Press, 1965), Introduction.
2. Ibid., p.14.
3. Susan O'Sullivan, 'Women in Medicine: Deeds Not Words,' The lancet, Volume 392, Issue 1015, Sept (2018): 1002-1003.
4. Marilyn Bailey Ogilvie, Women in Science: Antiquity through the Nineteenth Century, a Biographical dictionary (Michigan, United States: MIT Press, 1990).
5. Susan O'Sullivan, 'Women in Medicine: Deeds Not Words'.
6. Ibid.
7. Venkatesh Ramakrishnan, 'Those were the Days Mary Scharlieb'. DT Next, 16 February 2020, (https://www.dtnext.in/News/City/2020/02/16024329/1215477/Those-Were-The-Days-Mary-Scharlieb-the-woman-who-blazed-.vpf).
8. Ibid.
9. The Indian Express, 27 September 2010.
10. Muthulakshmi Reddy, Autobiography of Dr (Mrs) S. Muthulakshmi Reddy, p.20.
11. Ibid., p.15.
12. Private conversation with Mr. P. Krishnamurthy, grandson of Narayanasami Iyer's elder brother, Muthusami Iyer, 31 May 2021.
13. Ibid.
14. Ibid.
15. Muthulakshmi Reddy, Autobiography of Dr (Mrs) S. Muthulakshmi Reddy
16. S. Muthiah, Madras Rediscovered (Madras: East West Publishers, 2006), p.140.
17. Muthulakshmi Reddy, Autobiograohy of Dr (Mrs) S. Muthulakshmi Reddy.
18. Vimala Nayar, Madras Musings, Vol. XIX No.4, 1 June 2009.

19. Ibid.
20. Vimala Nayar, Madras Musings, Vol. XIX No. 4, 1 June 2009.
21. Website of Madras Medical College, http://www.mmc.ac.in/.
22. Karthik Bhatt, http://madrasramblings.blogspot.com/2009/11/dadha-of-triplicane-mylapore.html.
23. Ibid.
24. Ibid.

திருமணம்

1. Badrinath Chaturvedi, The Mahabharata: An inquiry in the Human Condition (New Delhi: Orient Longman, 2006) p.358.
2. Muthulakshmi Reddy, Autobiography of Dr (Mrs) S. Muthulakshmi Reddy: A Pioneer Woman Legislator (Madras: M.L.J. Press, 1965), p.19
3. Ibid.
4. Nandini Chatterjee, published online by Cambridge University Press, 18 June 2010. https://ore.exter.ac.uk/repository/bitstream/handle/10871/14924/Chatterjee_CSSH_2010.pdf?sequence=2&isAllowed=y
5. V.R. Anil Kumar, Vivaha Samskara in Grihya Sutras of the Four Vedas. (New Delhi D.K. Print world, 2014) p.297.
6. Muthulakshmi Reddy, Autobiography of Dr (Mrs) S. Muthulakshmi Reddy, p.19.
7. Ibid., p.20
8. Ibid., p.21.
9. Ibid., p.21.
10. Private Conversation with P. Krishnamurthy, a nephew of Narayanasami, as told to him by his grandmother Lakshmi, a close confidante of Chandrammal.
11. Ibid.
12. Muthulakshmi Reddy, Autobiography of Dr (Mrs) S. Muthulakshmi Reddy, p.24.
13. Ibid. p.24.
14. Ibid. p.28
15. K.S. Sarwani, Dr Muthulakshmi Reddy---Social Reformer Par Excellence (Chennai: Today Publication, 2011) p.22.

வாழ்வெனும் நாடக மேடை

1. Muthulakshmi Reddy, Autobiography of Dr (Mrs) S. Muthulakshmi Reddy: A Pioneer Woman Legislator (Madras: M.L.J. Press, 1965), p.133.
2. https://sriram.wordpress.com/2012/08/03/from-widows-hometo-vivekanandar-illam/
3. Monica Felton, A Child Widow's Story (New Delhi: Katha Publications, 2004).
4. K.S. Sarvani, Dr Muthulakshmi Reddy---Social Reformer Par Excellence (Chennai: Today Publication, 2011) p.21.

5. Sarah K Broome. 'Stri-Dharma: Voice of the Indian Women's Rights Movement 1928-1936.' Thesis, Georgia State University, 2012.
6. Ibid.
7. Vineet Krishna, clpr.org.in/blog/the-womens-indian-associationand-india-constitutional-thought-part.
8. Geraldin H. Forbes, Women in Modern India (Cambridge, England: Cambridge University Press, 1998) pp. 71-82.
9. Ibid., pp.85, 89.
10. Sarah K. Broome. 'Stri-Dharma: Voice of the Indian Women's Rights Movement 1928-1936'.
11. Private Conversation with Ram Suryanarayan, a relative of Dr Muthulakshmi Reddy, 20 June 2021.
12. Muthulakshmi Reddy, Autobiography of Dr (Mrs) S. Muthulakshmi Reddy, p.35.
13. Conversation with Subbulakshmi's grandson Ram Suryanarayan, 20 June 2021.
14. Ibid.
15. Ibid.
16. Ibid.
17. Muthulakshmi Reddy, Autobiography of Dr (Mrs) S. Muthulakshmi Reddy, p.42.
18. Muthulakshmi Reddy, Autobiography of Dr (Mrs) S. Muthulakshmi Reddy, p.104. (She went to England to give evidence for women's issues in the meetings that took place along with the third Round Table Conference).
19. Now Sri Lanka.

யுக தர்மம்

1. Bhikhu Parekh, Colonialism, Tradition and Reform: An Analysis of Gandhi's Political Discourse (New Delhi: Sage Publications, 1989). P.19.
2. Muthulakshmi Reddy, Autobiography of Dr (Mrs) S. Muthulakshmi Reddy: A Pioneer Woman Legislator (Madras: M.L.J. Press, 1965), p.51.
3. Interview with Sarojini Varadappan, a close confidante of Dr Muthulakshmi Reddy, 23 july 1994.
4. Bhikhu Parekh, Colonialism, Tradition and Reform, p.20.
5. Muthulakshmi Reddi, Autobiography of Dr (Mrs) S. Muthulakshmi Reddy, p.51.
6. K.S. Sarvani, Dr Muthulakshmi Reddy---Social Reformer Par Excellence (Chennai: Today Publication, 2011). P.49.
7. Muthulakshmi Reddy, Autobiography of Dr (Mrs) S. Muthulakshmi Reddy, p.171.
8. From the brochure of the AIWC.
9. Geraldine Forbes, 'Caged Tigers: "First Wave" Feminists in India,' Womens Studies International Forum, State University of New York at Oswego (December 1982): 525-535.

10. Ibid.
11. Ibid.
12. V Venkataraman, 'Simon Go back! Reflections of the Indian Press on the Boycott of Simon Commission in the Madras Presidency, 1928-1930.' SSRN Electronic journal (August 2019).
13. Muthulakshmi Reddy, Autobiography of Dr (Mrs) S. Muthulakshmi Reddy, p.58.
14. http://www.kkhsou.in/main/education/hartog_committee
15. Ibid.
16. Ibid.
17. K.S. Sarvani, Dr Muthulakshmi Reddy---Social Reforner Par Excellence, p.49.
18. Muthulakshmi Reddy, Autobiography of Dr (Mrs) S. Muthulakshmi Reddy, p.23
19. Ibid., p.54.
20. Dr S. Krishnamurthy, Five decades of the Cancer Institute WIA. (Chennai: Cancer Institute WIA on the occasion of its golden jubilee 2004), p.5.

தேவதாசிகள் பிரச்சனை

1. Muthulaksmi Reddy, 'Anti Nautch Movement', Madras Mail, 17 December 1932.
2. Ibid.
3. Saimata Sivabrindadevi in a letter to editor Sruti Magazine, 149, February (1997): 5, 6.
4. Dr S. Krishnamurthy. Interview to the author on 3 August 1998.
5. K. Sadasivan, Devadasi System in Medieval Tamil Nadu (Chennai: Akani Veliyeedu 2011), p.53.
6. Interview with P. Krishnamurthy, grandnephew of Narayanasami Iyer, narrated to him by his grandmother.
7. Ibid.
8. Ibid.
9. Muthulakshmi Reddy Autobiography of Dr (Mrs) S. Muthulakshmi Reddy: A Pioneer Woman Legislator (Madras: M.L.J. Press, 1965), p.16.
10. Conversation with Dr Uma Jeganmohan, grandniece of Dr Muthulakshmi Reddy.
11. B. Jeevasundari, Muvalur Ramamirtham Vazhvum Paniyum (Tamil) (Bharati Puthakalayam, 2017) p.37.
12. Ibid, p.39.
13. K. Sadasivan, Devadasi System in Medieval Tamil Nadu (Chennai Akani Veliyeedu 2011).
14. Conversation with Booma Srinivasan at the WIA office in Chennai, 14 March 2021
15. Ibid.

16. B. Jeevasundari, Muvalur Ramamirtham Vazhvum Paniyum (Tamil) (Bharati Puthakalayam, 2017). P.44.
17. Information provided by the granddaughter of Muvalur Ramamirtham to B. Jeevasundari passed on to the author.
18. Phone conversation with Vaasanthi on 6 September 2021.
19. T.G.P. Spear, The Nabobs (London: Oxford University Press, 1932), p.34.
20. B. Jeevasundari, Muvalur Ramamirtham Vazhvum Paniyum (Tamil) (Bharati Puthakalayam, 2017), p.168.
21. Ibid., p 169
22. Conversation with B. Jeevasundari on 23 June 2021
23. Dr S. Krishnamurthi. Mother and Avvai Home. Handwritten personal papers collected at Avvai Home.
24. Dr Muthulakshmi Reddy, Article in Revolt, 17 November 1929, compiled in Revolt---A Radical Weekly in Colonial Madras, edited by V. Geetha and S.V. Rajadurai (Periyar Dravida Iyakkam 2008), p.411.
25. Ibid.
26. Ibid.
27. B. Jeevasundari. Muvalur Ramamirtham Vazhvum Paniyum (Tamil) (Chennai: Bharati Puthakalayam,2017), p.118.
28. Annual Report on Indian Epigraphy 1918-1921. No 230 https://www.tamildigitallibrary.in/
29. R. Nagaswamy, 'Devadasi of Tamil Nadu'. Article in the Sangeet Natak magazine issue July-September 1990
30. Keshav Desiraju, Of Gifted Voice: The life and Art of M.S.Subbulakshmi (New Delhi: Harper Collins, 2021), p.23.
31. Ibid., p.25.
32. Ibid., pp.147, 148.
33. S. Anandhi, talk on telephone on 19 December 2020.
34. Kay K. Jordan. From Sacred Servant to Profane Prostitute (New Delhi: Manohar Publishers, 2033), p.134.

அன்பின் இல்லம்

1. Pupul Jayakar, The Earth Mother (New Delhi: Penguin books, 1989), Preface.
2. Muthulakshmi Reddy, typewritten speech perused at Avvai Home. Perused on 17 June 2021
3. Ibid.
4. Recorded oral interview with Janaki at the Cancer Institute on 28 June 2021.
5. Recorded oral interview with Narayanaswami's grand-nephew P. Krishnamurthy.
6. Recorded oral interview with Janaki at the Cancer Institute on 28 June 2021.
7. K.S. Sarvani, Dr Muthulakshmi Reddy—Social Reformer Par Excellence (Chennai: Today Publication, 2011), p.137.
8. Published in Avvai Home Silver Jubilee souvenir 1955. Perused on 17 June

2021.

9. K.S. Sarvani, Dr Muthulakshmi Reddy—Social Reformer Par Excellence, p.139.
10. Ibid.
11. My Mother and Avvai Home. Notes written by Dr S. Krishnamurthy perused at Avvai Home.
12. Recorded oral interview with Janaki at the Cancer Institute on 28 June 2021.
13. My Mother and Avvai Home. Notes written by Dr S, Krishnamurthy collected at Avvai Home on 17 June 2021.

புற்று நோய்க்குத் தீர்வு

1. Dr V. Shanta, My Journey Memories: Cancer Institute WIA. (Chennai: 2013), Acknowledgements.
2. Dr S. Krishnamurthy, Five decades of the Cancer Institute WIA. (Chennai: Cancer Institute WIA on the occasion of its Golden Jubilee, 2004), p.15,16.
3. Ibid., p.3.
4. Ibid., p.5.
5. Conversation with Dr. Lakshmi Bhattacharya, daughter of Rammohan on 15 May 2021.
6. Dr S Krishnamurthy. Five decades of the Cancer Institute (WIA): 1954—2004, p.22.
7. Ibid. p. 22.
8. Personal Interview with Dr. Krishnamurthy held on 23 August 1998.
9. Dr S Krishnamurthy. Five decades of the Cancer Institute (WIA): 1954—2004, p.26.
10. An informal interview with Dr V. Shanta on 19 August 2011.
11. Ibid.
12. Ibid.
13. Ibid.
14. Dr S. Krishnamurthy, Five decades of the Cancer Institute WIA, p.35.

பின்னுரை

1. Chathurvedi Badrinath, The Mahabharatha: an Enquiry into the Human Condition (New Delhi: Orient Longman, 2007), p.9.
2. Dr S Krishnamurthy, Five decades of the Cancer Institute WIA. Chennai, (Chennai: Published by the Cancer Institute WIA on the occasion of its Golden Jubilee, 2004), p.6.
3. Informal interview with Dr V. Shanta on 3 December 2019.

✦